இலங்கை: பிளவுண்ட

போர்க்களத்திலிருந்து சில கதைகள்

சமந்த் சுப்பிரமணியன்

புது தில்லியில் வசிக்கும் பத்திரிகையாளர். நியூயார்க்கர், நியூயார்க் டைம்ஸ், வால் ஸ்ட்ரீட் ஜர்னல், கார்டியன், கேரவான், மிண்ட் ஆகியவற்றில் எழுதுபவர். இவர் எழுதிய முதல் புத்தகமான ஃபாலோயிங் ஃபிஷ்: டிராவல்ஸ் அரவுண்ட் தி இந்தியன் கோஸ்ட், 2010 ஆண்டுக்கான சக்தி பட் பரிசு பெற்றது. 2013 ஆண்டுக்கான பிரிட்டனின் ஆண்ட்ரே சைமன் விருதுக்கான புத்தகப் பட்டியலில் இடம்பெற்றது.

இலங்கை: பிளவுண்ட தீவு

போர்க்களத்திலிருந்து சில கதைகள்

சமந்த் சுப்பிரமணியன்

தமிழில்: கே.ஜி.ஜவர்லால்

கிழக்கு

இலங்கை: பிளவுண்ட தீவு
Ilangai: Pilavunda Theevu
by *Samanth Subramanian* ©

First Published in English as *This Divided Island: Stories from the Srilankan War*
by Penguin Books

First Edition: January 2015 (*இலங்கை: பிளந்து கிடக்கும் தீவு*)
First Edition: September 2015
200 Pages
Printed in India.

ISBN : 978-93-84149-02-4
Kizhakku - 792

Kizhakku Pathippagam
177/103, First Floor,
Ambal's Building, Lloyds Road,
Royapettah, Chennai 600 014.
Ph: +91-44-4200-9603

Email : support@nhm.in
Website : www.nhm.in

Cover Image: © http://www.worldvision.com.au/

Printed in India by Repro India Ltd., Navi Mumbai

Kizhakku Pathippagam is an imprint of New Horizon Media Private Limited.

This book is sold subject to the condition that it shall not, by way of trade or other-
wise, be lent, resold, hired out, or otherwise circulated without the publisher's prior
written consent in any form of binding or cover other than that in which it is published
and without a similar condition including this the rights under copyright reserved
above, no part of this publication may be reproduced, stored in or introduced into a
retrieval system, or transmitted in any form or by any means (electronic, mechanical,
photocopying, recording or otherwise), without the prior written permission of both
the copyright owner and the above-mentioned publisher of this book.

கண் தெரியாத தன் நண்பனுக்குக்
கண்ணாக இருந்து உலகைப் பார்க்க வைத்த
மகாபாரத கதாபாத்திரத்தின் பெயரைக்கொண்ட
சஞ்சயனுக்கு...

உள்ளே

	கால வரிசையிலான நிகழ்வுகள்	/	10
1.	பயங்கரம்	/	11
2.	வடக்கு	/	71
3.	விசுவாசம்	/	117
4.	இறுதி ஆட்டம்	/	147

மரணத்தை இங்கு நாங்கள் சர்வ சாதாரணமானதாக எடுத்துக்கொள்வதுபோல் உங்களையும் நினைக்க வைக்கவே விரும்புகிறேன். அப்படியான ஒருநிலையை அடையும்போது நீங்கள் மரணத்தை எதிர்பார்க்க ஆரம்பித்துவிடுவீர்கள். எது குறித்தும் உங்களுக்கு அதிர்ச்சியோ ஆச்சரியமோ இருக்காது.

- ஜோரி கிரஹாம்
ஸ்போக்கன் ஃப்ரம் தி ஹெட்ஜ்ரோஸ்

கால வரிசையிலான நிகழ்வுகள்

1948 கிரேட் பிரிட்டனில் இருந்து சிலோன் விடுதலை பெறுகிறது.

1956 சிங்களம் மட்டுமே என்ற சட்டம் அமலுக்கு வருகிறது. சிங்களத்தை அரசு நிர்வாக மொழியாக ஆக்குகிறது. தமிழை அதிகாரமிழக்கச் செய்கிறது.

1958 தமிழர் மீதான வன்முறை வெடிக்கிறது. நாடு முழுவதும் சுமார் 300 தமிழர்கள் கொல்லப்படுகிறார்கள்.

1971 அரசு புதிய தரப்படுத்தலை அமல்படுத்துகிறது. பல்கலைக் கழகங்களில் இடம் கிடைக்க வேண்டுமானால் தமிழர்களுக்குக் கூடுதல் மதிப்பெண்கள் தேவை என்று தீர்மானிக்கப்படுகிறது.

1972 ஸ்ரீலங்கா என்று சிலோன் பெயர் மாற்றம் பெறுகிறது. தேசத்தின் மதங்களில் பௌத்தத்துக்கு முன்னுரிமை தரப்படுகிறது.

1975 21 வயதான வேலுப்பிள்ளை பிரபாகரன் யாழ்ப்பாண மேயர் ஆல்ஃப்ரெட் துரையப்பாவைக் கொல்கிறார்.

1976 தமிழீழ விடுதலைப் புலிகள் என்ற அமைப்பை பிரபாகரன் ஆரம்பிக்கிறார்.

1977 பொதுத்தேர்தல்களைத் தொடர்ந்து, தமிழருக்கு எதிரான கலவரம் வெடிக்கிறது. 300க்கு மேற்பட்ட தமிழர்கள் படுகொலை செய்யப்படுகிறார்கள்.

1983 யாழ்பாணத்தில் ராணுவ வீரர்கள் பயணம் செய்த வண்டி மீது புலிகள் நடத்திய தாக்குதலைத் தொடர்ந்து மிக மோசமான கலவரம் வெடித்தது. எண்ணிக்கை சரியாகத் தெரியவில்லை. எனினும் 3000 தமிழர்களுக்கு மேல் கொல்லப்பட்டிருப்பார்கள். உள்நாட்டுப் போரின் தொடக்கமாக அது கருதப்படுகிறது.

1987-90 இந்திய அமைதிப்படை ஸ்ரீலங்காவின் வடக்கு, கிழக்குப் பகுதிகளில் முகாமிட்டுப் புலிகளை அகற்ற முயற்சி மேற்கொள்கிறது. அந்தப் படை பின்வாங்கியதும் புலிகள் யாழ்ப்பாணத்தைக் கைப்பற்றுகிறார்கள்.

| 1991 | அமைதிப்படைகளின் செயல்பாடுகளுக்கு பதிலடி கொடுக்கும் வகையில் புலிகள் முன்னாள் இந்திய பிரதமர் ராஜிவ் காந்தியைப் படுகொலை செய்கிறார்கள். |

| 1993 | ஸ்ரீலங்கா அதிபர் ரணசிங்க பிரேமதாஸாவை புலிகள் கொல்கிறார்கள். |

| 1995 | சிறிய போர் நிறுத்தத்தைத் தொடர்ந்து யாழ்ப்பாணத்தின் கட்டுப்பாட்டை புலிகள் இழக்கின்றனர். |

| 2002 | ஸ்ரீலங்கா அரசுக்கும் புலிகளுக்கும் இடையே நார்வே பேச்சு வார்த்தை நடத்திப் போர்நிறுத்தத்தைக் கொண்டுவருகிறது. |

| 2004 | 2003-ல் போர் நிறுத்தத்தில் இருந்து பின்வாங்கிய புலிகள் அமைப்பு, கிழக்கு ஸ்ரீலங்கையைக் கைப்பற்றத் தீவிரமாக முயற்சி செய்கிறது. அந்த ஆண்டு டிசம்பரில் சுனாமிப் பேரலையால் 30,000 ஸ்ரீலங்கா மக்கள் கொல்லப்படு கின்றனர். |

| 2005 | மகிந்த ராஜபக்சே ஸ்ரீலங்காவின் அதிபர் ஆகிறார். |

| 2006 | உள்நாட்டுப் போரின் நான்காவது மற்றும் இறுதிக் கட்டம் ஆரம்பிக்கிறது. |

| 2007 | புலிகளிடமிருந்து கிழக்கு இலங்கையை விடுவித்ததாக அரசு அறிவிக்கிறது. |

| 2009 | ஜனவரி - புலிகளின் தலைநகராகப் பத்தாண்டுகளுக்கும் மேலாக இருந்த கிளிநொச்சியை ராணுவம் கைப்பற்றுகிறது. |

பிப்ரவரி - போர் வளையத்தில் குடிமக்கள் மாட்டிக் கொண்டது தொடர்பாக சர்வ தேச அளவில் கவனம் குவிகிறது.

மே - குடிமக்கள் மீது வெடிகுண்டு வீசித் தாக்கியதாகச் சொல்லப்படும் குற்றச்சாட்டுகளை இலங்கை அரசு புறந் தள்ளுகிறது. புலிகளை வென்றுவிட்டதாக இலங்கை அரசு அறிவிக்கிறது. போரின் கடைசி நாளில் பிரபாகரன் கொல்லப்பட்டார்.

| 2010 | ராஜபக்சே மீண்டும் தேர்தலில் வென்று அதிபராகிறார். |

| 2011 | இலங்கை அரசு போர்க்குற்றங்களில் ஈடுபட்டதாகக் குற்றம் சாட்டி ஐக்கிய நாடுகள் சபை அறிக்கை வெளியிடுகிறது. சுமார் 40,000 மக்கள் உள்நாட்டுப் போரின் கடைசிக் காலகட்டத்தில் கொல்லப்பட்டிருக்கலாம் என்று அந்த அறிக்கை தெரிவிக்கிறது. |

ஒன்று

பயங்கரம்

வாழ்கஇனிது

1

கொழும்புவிலிருந்து அதிகாலையிலேயே புறப்பட்டோம். மாமா 'க'வின் கார் சோடியம் விளக்கொளியில் நனைந்த வெறுமை யினூடாகக் கிழக்கு நோக்கி மவுனமாக விரைந்தது. திறந்த ஜன்னல் வழி வீசிய காற்று புறநகரை அடைவதற்குள் என்னைத் தாலாட்டி மயங்கவைத்துவிட்டது. கலைடாஸ்கோப்பில் காட்சிகள் மாறுவது போல் பாதி மயக்க நிலையில் வெளியே ஒவ்வொன்றும் வந்து போயின. வாழைத் தோட்டங்கள், செக்கச் சிவந்த வானம், குட்டி பௌத்த ஆலயங்கள், மண் குடிசைகள், எம்.ஏ.கே. லூப்ரிகண்ட் விளம்பரப் பலகைகள்... சட்டென்று பள்ளத்தில் இறங்கிச் சில நூறு மீட்டர்கள் கழித்து மேலேறும் சாலைகள் வழியாக கண்டியின் புறநகர்ப் பகுதியான கண்டெனுவாராவுக்குப் பயணித்தோம்.

என் அருகில் மாமா 'க' அமர்ந்திருந்தார். என் நண்பனின் அப்பா. தமிழக வழக்கப்படி அவரை மாமா என்று அழைத்தேன். அவர் ஒரு தமிழர். ஹிந்துவும்கூட. சிறுபான்மைக்குள் இன்னொரு அடுக்கு. தன் வாழ்நாள் முழுவதும் கொழும்புவில் வாழ்ந்தவர். இறால்களுக்கான உணவுப் பொருள்களை இறக்குமதி செய்து விற்றுவந்தார். 90களில் வெண்புள்ளி நோய் வந்து நாடு முழுவதும் இறால் பண்ணைகள் பெரும் நஷ்டத்தைச் சந்தித்தன. மாமா 'க' தன் சொகுசு பங்களாவை விற்று 4 கோடி கடனை அடைத்தார். அதன் பிறகு சீனாவில் இருந்து அலாய் சக்கரங்களை இறக்குமதி செய்யும் தொழிலில் இறங்கினார். 'பெண்களுக்கு உதட்டுச் சாயம் போன்றது கார்களுக்கு அலாய் சக்கரங்கள்' என்று என்னிடம் ஒருமுறை சொன்னார்.

இரண்டு மாதத்துக்கு ஒரு தடவைதான் சீனாவில் இருந்து அலாய் சக்கரங்கள் வரும். எனவே எஞ்சிய நேரத்தில் பொது நலத்தொண்டு செய்ய நிறைய நேரம் இருக்கும். மாமா 'க' ஹிந்து ஸ்வயம் சேவக்

சங்கத்தின் சில பணிகளில் தன்னை ஈடுபடுத்திக்கொண்டிருந்தார். இலங்கையில் ஹிந்துக்களுக்கு வரும் நெருக்கடிகளில் இருந்து அவர் களைக் காப்பதற்காக உருவாக்கப்பட்ட அமைப்பு அது. சிறுபான்மை யினரான ஹிந்துக்களுக்குப் பல்வேறு திசைகளிலிருந்து ஆபத்து வந்தது. இலங்கையில் பெரும்பான்மையினரான சிங்களம் பேசும் பௌத்தர்கள் மட்டுமல்லாது, சிங்களமும் தமிழும் பேசும் கிறிஸ்த வர்கள், தமிழ் முஸ்லிம்கள் என்று பல்வேறு பக்கத்திலிருந்தும் சிறுபான்மை ஹிந்துக்களுக்கு அபாயம் இருந்தது.

தமிழ் முஸ்லிம்களுக்கு வேறொரு சிக்கலும் இருந்தது. அவர்களைத் தமிழர்கள் தமிழராக மதிப்பதில்லை. சிங்களர்கள் அவர்களை சிங்களர் களாக மதிப்பதில்லை. அவர்கள் ஒரு சிக்கலான அடையாளத்துடன் வாழ்ந்து வந்தார்கள்.

ஹிந்து ஸ்வயம் சேவக் சங்கம் மிகச் சிறிய ஓர் அமைப்பு. சொற்ப உறுப்பினர்களைக் கொண்டது. அவர்களுடைய அபத்திரமான நிலை அவர்களுக்குத் தெரியும். எனவே, சிறிய அளவில் நற்பணிகள் செய்து திருப்திப்பட்டுக்கொண்டனர். 'நாம் வளர்ந்துவிட்டோம் என்று அவர் களுக்குத் தெரியவந்தால், நம்மைக் கட்டுக்குள்கொண்டுவர அவர்கள் ஏதாவது ஒரு வழியைக் கண்டுபிடிப்பார்கள்' என்று ஒருநாள் மாமா சொன்னது நினைவுக்கு வந்தது.

மலைப்பாதையில் ரப்பர்த் தோட்டங்களினூடாக கந்தனுருவா கிராமத்தை அடைந்தோம். அங்கிருந்த பள்ளியில் ஹிந்து ஸ்வயம் சேவக் சங்கத்தின் கூட்டம் நடக்கவிருந்தது. அதில் பங்கேற்கத்தான் போய்க்கொண்டிருந்தோம். பள்ளி இருந்த இடம் மாமாவுக்குத் தெரிந் திருக்கவில்லை. ஜன்னல் வழியாகத் தலையை நீட்டி, சந்தையில் இருந்து திரும்பும் பெண்கள், சைக்கிளில் செல்லும் ஆண்கள் என வழியில் செல்வோரிடம் விசாரித்தபடியே வந்தார்.

நாங்கள் பள்ளியை அடைந்தபோது அங்கே ஒரே களேபரமாக இருந்தது. உண்மையில் ஹிந்து ஸ்வயம் சேவக் சங்கம் அக்கம் பக்கத்தில் இருந்த நாலைந்து பள்ளிகளைக் கூட்டம் நடத்த வாடகைக்கு எடுத்திருந்தது. தன்னார்வத் தொண்டர்கள் சீக்கிரமே வந்து ஹிந்து தெய்வங்களின் பேனர்கள், படங்கள் எல்லாம் வைத்து நாற்காலிகள் போட்டு ஏற்பாடுகள் செய்து முடித்திருந்தார்கள். திடீரென்று சில காவல்துறை அதிகாரிகள் வந்து பள்ளியைத் தங்கள் கட்டுப்பாட்டுக்குள் எடுத்துக்கொண்டார்கள். சேவை அமைப்பின் உறுப்பினர் ஒருவரிடம் என்ன விஷயம் என்று கேட்டேன். கிரீஸ் யக்கா எனப்பட்ட கிரீஸ் பூதம்பற்றி மக்களுக்கு விழிப்புணர்வு தரக் காவல்துறை விரும்புகிறது என்றார்.

| 14 |

கிரீஸ் யக்கா என்பது மக்களிடையே பரவிய புரளி என்றுதான் சொல்ல வேண்டும். அப்படி ஒன்றை நேரில் கண்ட ஆட்கள் யாருமில்லை. பிடிபட்டால் நழுவி ஓடுவதற்காக உடம்பெல்லாம் கிரீஸைப் பூசிக்கொண்டு வரும் ஓர் உருவம் பெண்களிடம் தப்பாக நடப்பதும் கொள்ளை அடிப்பதுமாக இருக்கிறதென்று ஊர் முழுக்கப் பேச்சு. இந்த கிரீஸ் பூதம் தமிழர்கள் வாழும் பகுதியில்தான் அதிகம் பேசப்பட்டது. அந்த பூதங்கள் உண்மையிலேயே புதர்கள், காடுகளை எல்லாம் துள்ளித் துள்ளித் தாண்டும்வகையில் காலணியில் ஸ்பிரிங்குகள் அணிந்திருந்தனவா? உடம்பில் கிரீஸ் தடவிக்கொண்டு வந்தது ஆண்கள்தான் என்றால் ஏன் ஒருவர்கூடப் பிடிபடவில்லை?

ஏற்கெனவே ஓரிரு முறை அரசாங்கத்துக்கு எதிராக ஆயுதம் ஏந்தியவர்கள் என்பதால், அரசாங்க அதிகாரிகள் மார்க்சிஸ்ட்டுகள்தான் இதைச் செய்கிறார்கள் என்பதாகப் பேசினார்கள். சண்டே லீடர் செய்தித்தாளில் கிரீஸ் பூதத்தின் அங்க அடையாளங்கள்கூட வெளியிடப்பட்டன. ஒரு காவல்துறை அதிகாரி எல்லாம் தெரிந்த மருத்துவர் போல், கிரீஸை உடம்பில் பூசிக்கொண்டால், தோல் துவாரங்கள் அடைக்கப்பட்டு, தோல் வியாதிகள் வந்துவிடும். எனவே, எல்லாமே கட்டுக்கதை என்றார். இன்னும் சிலரோ, ராணுவத்தைத் தொடர்ந்து தமிழர் பகுதிகளில் தங்கியிருக்கச் செய்வதற்காக அரசே கிளப்பிவிட்ட வதந்தி என்று சொன்னார்கள். சில தமிழர்கள் கிரீஸ் பூதங்கள் எல்லாம் முஸ்லிம்கள் என்று சொன்னார்கள். சில முஸ்லிம்கள் கிரீஸ் பூதங்கள் எல்லாம் தமிழர்கள் என்று சொன்னார்கள். தமிழ் ஈழ விடுதலைப்புலிகளுடனான உள்நாட்டுப்போர் முடிந்து இரண்டாண்டுகள் ஆகியிருந்தது. இருந்தும் ஸ்ரீலங்கா பதற்றத்துடனே இருந்தது. எங்கும் எதிலும் அச்சமும் அவ நம்பிக்கையும் நிலவியது. அங்கு நிலவிய அமைதி கசப்பும் வெறுப்பும் நிறைந்ததாகவே இருந்தது. பழைய பயங்கள் தொடர்ந்துவந்தன. பழைய பூதங்கள் புது வடிவம் பெற்றிருந்தன.

நாங்கள் அந்தக் கூட்டத்தில் கலந்துகொண்டோம். காவல்துறை அதிகாரி ஏராளமான பதக்கங்கள் அணிந்திருந்தார். பிளாஸ்டிக் நாற்காலியில் அமர்ந்திருந்த அவருக்கு அருகில் இருந்த ஸ்டேண்டில் ஒரு மைக் பொருத்தப்பட்டிருந்தது. வகுப்பறை மயான அமைதியில் உறைந்திருந்தது. அங்கு கூடியிருந்த தமிழ் மக்களுக்கு மொழிபெயர்த்துச் சொல்ல ஒருவர் நியமிக்கப்பட்டிருந்தார். ஆனால், அவருக்கு மைக் இல்லை! யாருடைய குரல் உரத்துக் கேட்க வேண்டுமோ அவர் பேசுவது வெளியில் கேட்காதவண்ணம் இருந்தது.

பள்ளிக்கூடச் சிறுவன் மனப்பாடம் செய்து ஒப்பிப்பதுபோல் முதலில் மொழிபெயர்ப்பவருக்குப் போதுமான இடைவெளியே விடாமல் சிங்களத்தில் மளமளவென காவல்துறை அதிகாரி பேசினார்.

| 15 |

மொழிபெயர்ப்பவர் திணறித் தடுமாறினார். அதிகாரி சிறிது நேரம் கழித்து நிதானத்துக்கு வந்து, ஒவ்வொரு வாக்கியமாகப் பேசினார்.

மக்கள் இதையெல்லாம் நம்பவேண்டாம்; இந்தக் கட்டுக்கதைகளை நம்பி யாரையும் கொன்றுவிடவேண்டாம். நீங்கள் புத்திசாலிகள் என்று எனக்குத் தெரியும். இவையெல்லாம் பொய் என்பது உங்களுக்குத் தெரிந்திருக்கும். காவல்துறையும் ராணுவமும் உங்களுடைய நண்பர்கள்தான். நாங்கள் உங்களைக் காப்பாற்றத்தான் இங்கு இருக்கிறோம் என்று போலிஸ் அதிகாரி பேசினார். மக்கள் கண்ணை இமைக்காமல் அவர் சொல்வதைக் கேட்டு உறைந்து கிடந்தார்கள்.

பல அதிகாரிகள் அடுத்தடுத்துப் பேசினார்கள். மொழிபெயர்ப்பாளர் வெறும் ஒப்புக்குத்தான் என்பது புரிந்தது. மொழி அடிப்படையிலான போர் நடந்துமுடிந்த ஒரு தேசத்தின் கண் துடைப்பு நடவடிக்கை. கூட்டத்துக்கு வந்திருக்கும் அனைவருக்குமே சிங்களம் தெரியும் என்றார் ஒருவர். ஆமாம். பின் வேறு எப்படி இருக்க முடியும்.

காவல் துறையினரின் கூட்டம் முடிந்த பிறகு ஹிந்து ஸ்வயம்சேவக் சங்கம் ஏற்பாடு செய்திருந்த கூட்டம் தொடங்கியது. மாமா 'க' ஹிந்து மதத்தின் பிரமாண்டப் பாரம்பரியம் பற்றிப் பேசினார். ஹிந்துக்கள் பிற மதத்தினரின் வலையில் விழுந்துவிடக்கூடாது. இதுவரை நாம் இதில் கவனம் செலுத்தாமல் இருந்துவிட்டோம். இனிமேல் அப்படி நடக்காது. இங்கிருக்கும் ஹிந்துவுக்கு ஒரு துன்பம் என்றால் உலகின் பிற ஐம்பது நாடுகளில் வாழும் ஹிந்துக்கள் உடனே உதவிக்கு வருவார்கள் என்றார். அப்போது அவர் சொன்ன இன்னொரு விஷயம் ஞாபகம் வந்தது.

புலிகள் ஒரு தவறு செய்துவிட்டார்கள். மொழி அடிப்படையில் அவர்கள் போராடியிருக்கக்கூடாது. மதத்தின் அடிப்படையில் போராடியிருக்க வேண்டும். மொழி அடிப்படையில் மக்களை ஒன்று திரட்டுவது சிரமம் என்றார்.

ஸ்ரீலங்கா... திகிலுக்கும் கெட்ட செய்திகளுக்கும் பஞ்சமே இல்லாத நாடு. இதற்குக் காரணம் அலுத்துச் சோர்வடைகிறவரை நெடுங்காலம் நடந்த போர். புலிகளின் கெரில்லா போர்முறை, புலிகள்-குடிமக்கள் என்கிற பாரபட்சமின்றித் தாக்குதல் நடத்திப் போரை முடித்துக் கொண்ட இலங்கை ராணுவம், போர் முடிந்த பிறகு அரசாங்கத்தின் நடவடிக்கைகளில் வந்துவிட்ட அடாவடித்தனம் இவையெல்லாம் இணைந்த ஒரு சூழலில் வதந்திகளும் அவற்றின் காரணமாக நிகழும் வன்முறைகளும் தொடர்ந்தவண்ணம் இருந்தன.

கிரீஸ் பூதமும் அத்தகைய ஒரு வதந்திதான். காவல்துறை அதிகாரி ஒருவர் கிரீஸ் பூதத்தைப் பாதுகாக்கிறார் என்று சொல்லி ஒரு கும்பல்,

| 16 |

அவரைப் பிடித்து, அடித்து, தோலை உரித்துக் கொன்றதாக ஒவ்வொரு செய்தித்தாளும் ஒவ்வொருவிதமாகச் செய்தி வெளியிட்டது. தமிழ்ப் பகுதிகளில் மக்கள் ஆங்காங்கே விழிப்புணர்வுக் குழுக்கள் அமைத் தாலும் ராணுவம் குறுக்கிட்டு அவற்றைக் கலைத்தது. செய்தித்தாளில் இன்னொரு செய்தி வெளியாகியிருந்தது: வடக்குப் பகுதியில் தோட்டவேலி கிராமத்தில் ஒரு சர்ச்சுக்கு அருகில் தமிழர்கள் ஒன்றுகூடி நின்றிருக்கிறார்கள். சீறிப் பாய்ந்து வந்த ராணுவ வண்டிகளில் இருந்து இறங்கிய 20 அதிகாரிகள் கூட்டத்தில் இருந்த பெண்கள், குழந்தைகள் உட்பட அனைவரையும் அடித்து விரட்டினார்கள். விஷயம் அதோடு முடியவில்லை. பின்னர் அதே சர்ச்சுக்கு அந்தக் கிராமத்தினர் அனை வரையும் வரச் சொல்லி, ராணுவத்தினரை அடித்ததற்கும் அமைதியைக் குலைத்ததற்கும் மன்னிப்புக் கேட்கச் சொல்லி உத்தரவிட்டார்களாம்.

கிழக்குப் பகுதியில் பதினோரு தமிழர்களைக் கைது செய்து வைத்து உதை உதையென்று உதைத்திருக்கிறார்கள். அவர்களில் ஒருவர் என்னிடம் சொன்னது: 'என்னைப் பிடித்து இழுத்து வந்து, இனிமேல் போலிஸை அடிப்பாயா... அடிப்பாயா... என்று கேட்டார்கள். நான் அடிக்கவே இல்லையே என்றேன். வாயை மூடுடா என்று சொல்லிக் காதோடு சேர்த்து வைத்துப் பளாரென்று அடித்தார்கள். உடம்பெல்லாம் மின்சாரம் பாய்ந்ததுபோல் அதிர்ந்தேன்'.

வன்முறையில் இருந்து சட்டென்று விடுபட்டுவிட்டதாக ஸ்ரீலங்கா நாடகமாடிக்கொண்டிருக்கிறது. அது உண்மையல்ல. போர்முனை யிலிருந்து வெளியேறி வேறு இடங்களுக்கு வன்முறை வந்திருக்கிறது என்பதே நிஜம். அம்மை நோயின் கிருமிகள் உடலுக்குள் பயணித்து அரித்துப் பிடுங்கும்படியான கொப்பளங்களை ஆங்காங்கே உருவாக்குவதுபோல் எனக்குத் தோன்றியது.

மதிய உணவு முடித்துவிட்டு ஹிந்து அமைப்பாளர்களில் ஒருவரான கணேஷின் வாகனத்தில் ஏறிப் புறப்பட்டோம். 'நான் எப்போதும் உன்னுடன் இருப்பேன்' என்ற வேதாகம வாசகம் எழுதிய ஸ்டிக்கர் முன்பக்கக் கண்ணாடியில் ஒட்டப்பட்டிருந்தது. கணேஷ் தர்ம சங்கடத் துடன் சிரித்தபடியே, ஒரு பாதிரியாரிடமிருந்து இந்த வாகனத்தை விலைக்கு வாங்கினேன். ஸ்டிக்கரை பிய்க்க நேரம் கிடைக்கவில்லை என்றார்.

இந்த நிகழ்ச்சியைத் தொடர்ந்து ரட்டோடா என்கிற இடத்தில் இன்னொரு பள்ளியில் ஏற்பாடு செய்திருந்த நிகழ்ச்சிக்குப் போனோம். சுமார் 25 சிறுமிகள் காவிக் கொடியின் முன்னால் நின்றுகொண்டு பாடிக்கொண்டிருந்தார்கள். நாங்கள் போனதும் தேநீர் இடைவேளை விடப்பட்டது. நிகழ்ச்சியை நடத்திக்கொண்டிருந்த பெண்

தொண்டர்களின் வயது 20 வயதுக்குள்ளாகவே இருந்தது. ஒரு சில நிமிடங்களுக்குள்ளாகவே பேச்சு கிரீஸ் பூதம் பற்றித் திரும்பிவிட்டது.

அங்கிள் டபிள்யு அந்தப் பள்ளியின் சிறுமிகளிடையே உரையாற்றினார்: 'மார்க்கோனியும் ஓர் ஹிந்து விஞ்ஞானியும் கப்பலில் போய்க்கொண் டிருந்தார்கள். அந்த ஹிந்து விஞ்ஞானி சிற்றலை ஒலிபரப்பு தொடர் பாகச் செய்திருந்த ஆராய்ச்சிகளைத் திருடித்தான் மார்க்கோனி வானொலியைக் கண்டுபிடித்தார்.'

இப்படிச் சொன்னவர் அதோடு இன்னொன்றும் சொன்னார்: 'தேர்வு களில் வானொலியைக் கண்டுபிடித்தது யார் என்று கேட்டால் மார்க்கோனி என்றே சொல்லிக்கொள்ளுங்கள். ஆனால் உண்மை உங்களுக்குத் தெரிந்திருக்கவேண்டும்.'

கூடாரம் அவிழ்ந்து விழுவதைப்போல் அந்தப் பகுதியில் இரவுகள் கவிழ்ந்தன. கூட்டம் முடியும்போது சற்று தாமதம் ஆகிவிட்டபடியால் மாணவிகளிடம், பெற்றோரையும் பள்ளிக்கே வரவழைத்து அங்கேயே தங்கும்படியாக கணேஷ் குறிப்பிட்டார். கிரீஸ் பூதத்தில் உங்களுக்கு நம்பிக்கை இல்லை என்றல்லவா நினைத்தேன் என்று நான் கிண்டலடித்தபோது அவர் சொன்ன காரணம்: ரட்டோடா முஸ்லிம்கள் அதிகமாயிருக்கும் பகுதி. அவர்களுக்கும் ஹிந்துக்களுக்கும் ஆகாது. ஆகவே இரவு நேரத்தில் இந்தப் பெண்கள் தனியாக பஸ்ஸில் பயணம் செய்ய முடியாது. போதாதென்று ராணுவத்தினர் வேறு!

நாங்கள் திரும்பும்போது பள்ளிவாசலில் தொழுகைக்கு அழைத்துக் கொண்டிருந்தார்கள். இலங்கையில் ரொம்பப் பிரபலமாக இருக்கும் ஒரு ஜோக்கை கணேஷ் சொன்னார், அப்படி ஒன்றும் குபீர் சிரிப்பு வருவதாக அது இல்லை.

'அல்லாவுக்கும் அனுமாருக்கும் ஒரு மணிநேரம் குஸ்தி சண்டை என்று முடிவானதாம். அல்லா டாஸ் ஜெயித்து முதல் அடியை அடித்தாராம். அனுமார் காணாமல் போய் எல்லாரும் தேடினார்கள். ஐம்பத்தைந்து நிமிஷம் ஓடிவிட்டது. அல்லா ஜெயித்துவிட்டதாக எல்லாரும் நினைத் தார்கள். கடைசி ரெண்டு நிமிஷம் இருக்கும்போது அனுமார் தோன்றி னாராம். அல்லாவைச் செல்லமாக மார்பில் ஒரு தட்டு தட்டினாராம். ஆச்சரியம் பாருங்கள், அதற்கப்புறம் அல்லாவை தினமும் அஞ்சு தரம் தேடுகிறார்களாம்.'

2

ஸ்ரீலங்காவின் அரசியல், போர், அமைதி போன்றவை தொடர்பான உரையாடல்களில் வதந்திகளே பிரதான இடத்தைப் பிடித்திருந்தன. வதந்திகள் குறித்து விசாரித்து உண்மையை வெளியிட எந்தச் செய்தித் தாளும் முனையவில்லை. வதந்திகளை அப்படியே அரசியல் வம்புகளாகப் பிரசுரித்தன. போர்க்காலத்தில் இப்படித்தான் வழக்கம் என்று எண்ணுகிறேன். நிஜம், வதந்தி இரண்டுமே அசுர வேகத்தில் பரவின.

பயத்தின் கிரீஸ் தடவிய தன் பயணத்தை தேசம் முழுவதிலும் தடையின்றி எடுத்துச் செல்லும் கிரீஸ் பூதம் உண்மையில் ஒரே ஒரு ஆள்தான்; இறந்து வெகுகாலம் ஆன ஒரு முன்னாள் ஜனாதிபதி, தினமும் தன்னைக் குளிப்பாட்டக் கன்னிப் பெண்கள்தான் வேண்டும் என்று கேட்பாராம்; புலிகள் மீண்டும் ஆயுத சேகரிப்பு செய்கிறார்களாம்; கொழும்பில் செட்டில் ஆக நினைத்த கில்லியன் ஆண்டர்ஸன் என்கிற நடிகை பாதுகாப்புக் காரணங்களுக்காக யோசனையை மாற்றிக் கொண்டுவிட்டாராம். செய்தித் தாள்கள் வெளியிடும் வதந்திகளில் இவையெல்லாம் அடக்கம்.

இன்னும், வடக்கிலும் கிழக்கிலும் தமிழர்களிடமிருந்து பறிக்கப்பட்ட பண்ணை வீடுகளில் ஏராளமான சிங்களர்களை இலங்கை அரசு குடியேற்றம் செய்கிறது; ஜனாதிபதியின் சகோதரர் ஒருவர் தன் வீட்டில் ஏராளமான சுறா மீன்களை வளர்க்கிறார்; வடக்கு மாகாணங்களில் ராணுவம் தமிழர்களைக் கடத்திக்கொண்டு போகிறது; எதிர்க்கட்சியினர் பணம் கொடுத்து ஒடுக்கி வைக்கப்பட்டிருக்கிறார்கள்; நாட்டுக்கு வெளியில் புலிகள் மறைத்து வைத்திருக்கும் பணம் இலங்கைக்குள் வந்துகொண்டிருக்கிறது. ஆகவே மீண்டும் போர் எழலாம் என வதந்திகளின் பட்டியல் நீண்டுகொண்டேபோகிறது.

2011ம் ஆண்டு முதன் முதலாக நான் இலங்கைக்குள் நுழைகிறபோது இந்த வதந்திகள் சற்று திசைமாறியிருந்தன. யார் எங்கே என்ன

பேசினாலும் சீக்கிரத்தில் அது போர் பற்றிய உரையாடலாக மாறியது. நான் சந்தித்த இலங்கைக்காரர்கள் பலரும் அந்நாடு தன்னுடனே சண்டையிடுவதைப் பார்த்தே தங்கள் காலத்தைக் கழித்துக் கொண்டிருப்பவர்கள். வடக்கையும் கிழக்கையும் இலங்கையிலிருந்து பிரித்தெடுத்துக் கொள்ளும் முயற்சியில் விடுதலைப் புலிகள் தீவிரமாக இருந்தார்கள். இந்தப் 'பிரச்னை'யில் தங்கள் நண்பனையோ உறவின ரையோ இழக்காதவர்கள் ஏறக்குறைய யாருமில்லை. விடுதலைப் புலிகள் சாதாரணக் குடிமக்கள் மீதும் அரசியல்வாதிகள் மீதும் அவ்வப்போது தாக்குதல் நடத்தி வந்த கொழும்புவிலும் (அங்குதான் பாதுகாப்பு நடவடிக்கைகள் திட்டமிடவும்பட்டன) பலவந்தமாக மாற்றினாலொழிய போர் பற்றிய பேச்சுகள் மாறாது.

ஸ்ரீலங்காவில் உரையாடலை ஆரம்பிப்பதில் சிரமமே கிடையாது. தேசம் முழுவதுமே ஒருவித பாதுகாப்பற்ற நிலை நிலவியது. வாழ்வும், மரணமும் உரையாடல் வழியாகவே ஒத்திகை பார்க்கப்பட்டன. அது ஒருவகை கலை. செய்நேர்த்தியோடு பயிலப்பட்ட கலை. உரை யாடல்கள் எல்லாமே பேசுபவர்களின் அறிதலுக்கு ஏற்ப நிகழ்வுகளின் எல்லைகளை விரித்துச் செல்பவையாக இருந்தன. காலம் என்றுமே ஸ்ரீலங்காவில் பரபரப்பாக இருந்ததில்லை. இப்போது மேலும் நத்தையாக ஊர்ந்து சென்றது.

கொழும்பு சென்றபோது சஞ்சயன் என்கிற என் நண்பருடன் தங்கினேன். அவர் ஒரு பத்திரிகையாளர், ஆவணப் படங்கள் எடுப்பவர். ஸ்ரீலங்காவுக்கு வரும் பத்திரிகையாளர்கள் அனைவரும் முதலில் நாடும் நபர் அவர். ஒரு பாட்டில் பீர் அருந்தியபடியே ஸ்ரீலங்காவைப்பற்றி மட்டுமல்ல உலகில் இருக்கும் அனைத்தைப் பற்றியும் அலுக்காமல், சளைக்காமல் பேசக்கூடியவர். பத்திரிகையாளர் களுக்கு அவரைப் போன்றவர்கள் மிகப் பெரிய வரம்.

சரி... நாம பப்புக்குப் போவோம் என்று அழைத்துச் செல்வார். பப்களின் உள்ளே பனிபோல் புகை மூட்டம் படர்ந்து காணப்படும். சஞ்சயன் வேறு தன்னுடைய உயர் ரக சிகரெட்களால் புகையின் கனத்தை அதிகப்படுத்துவார். இறுக்கமான டீ ஷர்ட்கள் அணிந்த ஆண்கள் பீர் அருந்தியபடி, வெண்ணெய் தடவிய மீன்களைச் சாப்பிட்டபடி, பில்லியர்ட்ஸ் விளையாடிக்கொண்டிருப்பார்கள். சஞ்சயன் கதையைத் தொடர்வார்:

'அவனை நான் முல்லைத் தீவில் சந்தித்தேன்' என்று நிறுத்தி, புகையை ஒருதரம் ஆழ இழுத்து, 'அகதி என்கிறதால் 25,000 ரூபாய் கிடைத்தது அவனுக்கு. ஒரு 25 இன்ச் டெலிவிஷன், டிவிடி பிளேயர் சில எண்பதாம் வருஷத்துப் பட டிவிடிக்கள் என்று சின்ன தியேட்டர் செட்

செய்துகொண்டு விட்டான்.' தொடர்ந்து அடக்கிய சிரிப்பு. 'காலை நேரங்களில் ஜெனரேட்டர் மூலம் செல்போன்களை சார்ஜ் செய்து கொடுப்பான். இதுதான் அவனுடைய தொழில். மற்ற அகதிகள் தமக்குக் கிடைக்கும் பணத்தைவைத்து என்னதான் செய்கிறார்களோ.' திரும்பவும் சிரிப்பு.

சஞ்சயனுடனும் பிறருடனும் எவ்வளவுக்கு எவ்வளவு பேசுகிறேனோ ஸ்ரீலங்காவைப் பற்றியும் அதன் வரலாறு பற்றியும் அவ்வளவுக்குத் தெரிந்துகொள்ளமுடிந்தது. ஊர் முழுவதும் சுற்றிக் கண்ணில் படுபவர் களிடமெல்லாம் அனைவரும் பேச விரும்பும் ஒரே ஒரு விஷயத்தைப் பற்றிப் பேசும்படி சஞ்சயன் சொன்னார். எல்லா திசைகளிலும் முடிவற்று நீளும் சுவர்போல் முழுச் சித்திரமும் கிடைக்காமல் போர் தொடர்பான செய்திகள் நீண்டுகொண்டே சென்றன.

2004ம் ஆண்டு முதன் முதலாக நான் இலங்கைக்கு வந்தபோதும் இப்படித்தான் இருந்தது. போர் நிறுத்த அறிவிப்பு அமலில் இருந் தாலும் அவ்வப்போது விடுதலைப் புலிகளும் ராணுவமும் ஒருவரை ஒருவர் தாக்கிக்கொண்டார்கள். போர் மீண்டும் ஆரம்பித்ததும் துடிப்புடன் சண்டைபோடப் பயிற்சி பெற்றுக்கொள்வதுபோல் அது இருந்தது. ஆங்காங்கே சோதனைச் சாவடிகள் போடப்பட்டு கொழும்பு நகரின் பாதுகாப்பு அதி உச்சத்தில் இருந்தது. எங்கு போனாலும் கையில் பாஸ்போர்ட் இருந்தாகவேண்டும். எங்கும் எதிலும் சந்தேகம் சூழ்ந்திருந்தது. ஒரு தடவை சைக்கிள் ரிக்ஷாவில் போய்க்கொண் டிருந்தோம். பிரமாண்ட மதிலால் சூழப்பட்ட பங்களா ஒன்றைக் கடந்து சென்றபோது, இதுதான் பிரதமரின் வீடா என்று கேட்டேன். ஓட்டுநர் பாதி திரும்பிப் பார்த்து 'இதையெல்லாம் எதற்குக் கேட்கிறான்?' என்பதுபோல ஒரு பார்வை பார்த்தார்.

துறைமுகத்துக்கு அருகில் இருந்த கிராண்ட் ஓரியண்டல் ஹோட்டலில் தங்கியிருந்தோம். முன்னொருகாலத்தில் அது பிரமாதமாக இருந் திருக்கக்கூடும். இப்போது, பழங்காலத்தில் உறைந்த கட்டடங்களுக்கு இயல்பாகவே வரும் ஒருவித மந்தத்தன்மையுடன் காணப்பட்டது. மேற்கூரைகள் மிகவும் தாழ்வாக இருந்தன. இருண்ட மரக் கட்டு மானங்கள் வெளிச்சத்தை உள்ளிழுத்துக்கொண்டிருந்தன. துறை முகத்தைப் பார்த்தபடி இருந்த அறையில் அமர்ந்துதான் தினமும் உணவருந்துவோம். வந்துபோகும் கப்பல்களைப் பார்த்தபடியே போர் நிறுத்தம் மெள்ளக் காற்றில் கரைந்து போவதைச் செய்தித்தாள்களில் படித்தபடியே உணவருந்துவோம்.

அங்கு தங்கியிருந்தபோது ஒருநாள் நண்பன் அறைக்குத் தூங்கப் போய் விட்டிருந்தான். எனக்குத் தூக்கம் வரவில்லை. அறையைப் பூட்டி

| 21 |

விட்டுக் கீழ்த்தளத்தில் இருந்த கிளப்புக்குச் சென்றேன். நியான் விளக்கொளி படர்ந்த அறையின் ஒரு மூலையில் உட்கார்ந்துகொண்டேன். வேறொரு மூலையில் ஒருவன் மூன்று பெண்களுடன் அமர்ந்திருந்தான். சிறிய ஸ்பீக்கர்களில் இருந்து புரியாத இசை வெள்ளம் பாய்ந்துகொண்டிருந்தது. அங்கு எங்களைத் தவிர வேறு யாருமே இல்லை. இவ்வளவு சோர்வூட்டக்கூடிய கிளப்பை நான் வேறு எங்கும் பார்த்ததே இல்லை.

அந்த மனிதன் சிறிது நேரம் கழித்து என் அருகில் வந்து உட்கார்ந்தான். என் முகத்தைப் பார்க்காமல், அந்தப் பெண்களைப் பார்த்தபடியே, அவர்களில் யார் வேண்டும் என்றான் ஆங்கிலத்தில்.

நான் அதற்காக வரவில்லை என்றேன். எதுவும் பேசாமல் கையில் இருந்த பானத்தை அருந்தினான். நீங்கள் சுற்றுலா பயணியா..?

ஆமாம்.

ஓ... போர் நிறுத்தம்பற்றி என்ன நினைக்கிறீங்க என்றான். சர்வ சாதாரணமாக விபச்சாரத்தில் இருந்து பேச்சு போருக்கு நகர்ந்தது. அடுத்த அரைமணி நேரம் ஹோட்டலில் விபச்சார ஏஜெண்டுடன் அரசியல் பேசினேன்.

அந்தமுறை அதிக இடங்களுக்குச் செல்லவில்லை. போர்கால கட்டத்தில் முடிவற்று நீளும் செக் போஸ்ட் சோதனைகள், ராணுவத்தின் அதிகபடியான நடமாட்டம், வன்முறை குறித்த தகவல் வெள்ளம் இவையெல்லாம் ஒரு வாரத்துக்குள்ளாகவே பழகிப் போய் விட்டது. அசாதாரண விஷயங்களே சாதாரணமாகிப்போன நிலையில் சாதாரண விஷயங்கள் எப்படியாகியிருக்கும் என்று வியந்தேன்.

இலங்கைத் தீவின் தோற்றம் ஒரு பார்வையில் கண்ணீர்த் துளிபோல இருக்கிறது. அதேநேரம், கை வெடிகுண்டின் குறுக்கு வெட்டுத் தோற்றம்போலவும், மேலே வடக்குப் பகுதியில் இருக்கும் யாழ்ப்பாணம் வெடி குண்டின் திரிபோலவும் (சேஃப்டி கிளிப்) இருக்கிறது. இந்தத் தோற்ற மயக்கம் ஒருவேளை வெறும் என் கற்பனையாகக்கூட இருக்கலாம். ஸ்ரீலங்காவைப்பற்றி நினைக்கும்போதெல்லாம் போரைப் பற்றி நினைக்காமல் இருக்கமுடியவில்லை. போரும் கண்ணீரும் எப்போதும் இந்நாட்டுடன் இணைந்திருக்கிறது. நான் பிறந்து வளர்ந்த தமிழ் நாட்டில் இருந்து ஸ்ரீலங்காவின் அருகமைக் கடற்கரை வெறும் 29 கி.மீ தொலைவில் இருக்கிறது. கரையோர முளைக்கம்பில் பிணைக்கப்பட்டிருக்கும் கட்டுமரத்தைப்போல் தமிழகம் மற்றும் ஸ்ரீலங்காவை அரசியலும் மொழியும் பிணைத்திருக்கின்றன. ஆகவே உலகத் தமிழர்களின் மற்றும் தமிழகத்தின் தலைநகரமான சென்னையில் வசித்தவர்கள்

மத்தியில் தூரத்து டில்லியில் நடக்கும் விஷயங்களைவிட ஸ்ரீலங்காவில் நடக்கும் விஷயங்கள் அதிக முக்கியத்துவம் பெற்றது ஆச்சரிய மில்லை. நான் வளர வளர இலங்கையின் போரும் சோகங்களும் என் கூடவே வளர்ந்தன. நான் பள்ளியில் படித்து முடித்தது, டிகிரி வாங்கியது, காதலில் உள்ளும் புறமுமாக விழுந்து எழுந்தது, வேலை களை மாற்றிக்கொண்டது, நாடு விட்டு நாடு சென்றது என என் வாழ்க்கை முழுவதும் அந்தப் போரும் தொடர்ந்து வந்தது. சில நேரங்களில் அந்தப் போர் எங்கள் அன்றாட வாழ்க்கையையும் உரசிச் சென்றது.

ஒருநாள் நானும் அம்மாவும் ஹைதராபாத்திலிருந்து சென்னைக்கு ரயிலில் வந்துகொண்டிருந்தோம். எங்கோ ரயில் நெடுநேரம் நின்றதால் தூக்கம் கலைந்து எழுந்தோம். நடு ராத்திரியானாலும் அந்தச் சின்ன ஸ்டேஷனின் பிளாட்ஃபார்ம் பகல்போலப் பரபரப்பாக இருந்தது.

'என்ன ஆயிற்று?' என்று அம்மா பிளாட்ஃபாரத்தில் போய்க்கொண் டிருந்த ஒருவரைக் கேட்க, அவர் பிரதமர் ராஜிவ் காந்தியை யாரோ கொலை செய்து விட்டதாகத் தெரிவித்தார். ராஜிவ் காந்தி இந்திய அமைதிப்படையை இலங்கைக்கு அனுப்பியதன் மூலமாக விடுதலைப் புலிகளின் விரோதத்தைச் சம்பாதித்துக்கொண்டார். சென்னையில் புறநகர்ப் பகுதியில் ஒரு சிறிய ஊரில் தேர்தல் பிரசாரக்கூட்டத்தில் பேசுவதற்காக ராஜிவ் வந்திருந்தார். அவருக்கு மாலை அணிவித்த பெண்ணொருத்தி காலைத் தொட்டு வணங்குவதுபோல் குனிந்து தன் இடுப்பு பெல்ட்டில் மறைத்து வைத்திருந்த வெடிகுண்டை இயக்கி ராஜிவ் காந்தியை வெடித்துச் சிதறச் செய்தாள்.

அந்தப் பெண்ணை நினைத்து எனக்கு வியப்பாக இருந்தது. யார் அவள், எந்த ஊர், எப்படிப்பட்ட குடும்பத்தைச் சேர்ந்தவள், ஏன் புலி களுடன் சேர்ந்தாள், எப்படி ராஜிவை வெடித்து சிதறடிக்கச் சம்மதித் தாள் என்பது போன்ற எண்ணங்கள் எனக்கு உண்டாயின. இன்னும் இலங்கையின் நிலை குறித்தும் புலம் பெயர்ந்த தமிழர்கள் குறித்தும் பேசப்படும் கதைகளின்மீது சுவாரஸ்யம் உண்டாயிற்று. ஆண்டாண்டு காலமாய்ப் போரிலேயே இருக்கும் அந்தத் தீவின்மீது தனிப்பட்ட ஆர்வம் உண்டாயிற்று. வன்முறை என்பது செய்தியாக இல்லாமல் அன்றாட நிகழ்வாகிவிட்ட ஒரு நாட்டில் நடந்துகொண்டிருக்கும் மாற்றங்களை அறிந்துகொள்ளும் ஆவல் உண்டானது.

2000-களின் இடைக்காலம் தொடங்கி விடுமுறையைக் கழிக்கவும் பயணக்கட்டுரைகள் எழுதவும் இலங்கைக்கு அடிக்கடிச் சென்று வந்தேன். சென்னையிலிருந்து ஐம்பதே நிமிடங்கள் விமானப் பயணம். 1980 தொடங்கி இப்போதுவரை இந்தியாவுக்கு வந்திருக்கும் ஒரு

| 23 |

லட்சம் தமிழ் அகதிகளில் பலரைப் பேட்டி கண்டு கட்டுரைகள் எழுதி யிருக்கிறேன். 2009 மே மாதம் போரின் இறுதி நாளன்று டில்லியில் ஒரு செய்தியாளர் அலுவலக அறையில் இருந்தேன். புலிகள் மீதும் அப்பாவித் தமிழர்கள் மீதும் இலங்கை ராணுவம் பாரபட்சமின்றி குண்டு பொழிந்ததும் அதனால் பலியானவர்களின் எண்ணிக்கை குறித்தும் ஏற்கெனவே செய்திகள் கசிந்து விட்டிருந்தன. புலிகளைக் கிளப்பி வெளிக்கொணர்வதற்காக சுமார் 40,000 அப்பாவி மக்களை இலங்கை ராணுவம் கொன்றுவிட்டதாக ஐக்கிய நாடுகள் அமைப்பின் செய்திக் குறிப்பொன்று தெரிவிக்கிறது. தொலைக்காட்சியில் போர் நடந்த இடங்களைக் காட்டினார்கள். ஒரு ராட்சசக் கரம் நாட்டையே நசுக்கியதுபோல் இருந்தது.

போர் முடிந்ததைத் தொடர்ந்து சமாதான வாழ்வுக்கான அரிய ஜன்னல் திறக்கப்பட்டது. மேலும் சுமார் முப்பது ஆண்டுகளாக வாய் மூடிக் கிடந்த மக்களுக்குத் தங்கள் வாழ்க்கை பற்றிப் பேச வாய்ப்புக் கிடைத்தது. அவற்றை வைத்து புதியதொரு சரித்திரத்தை நெய்யும் வாய்ப்பு உருவானது. 2011ம் ஆண்டு, என் அடுத்த இலங்கைப் பயணத்தின்போது எரிந்து முடிந்த இடத்தில் கிடக்கும் சாம்பலையும், எப்படித் தீப்பற்றிப் பரவியது என்பதையும் முக்கியமாக, இன்னும் பேரழிவுக்கான தீப்பிழம்புகள் சாம்பல் மூடி மறைந்து கிடக்கின்றனவா என்பதையும் ஆராய்வதற்காகச் சென்றேன்.

3

சஞ்சயாவுடன் ஒரு வாரம் தங்கியிருந்த பிறகு அதிர்ஷ்டவசமாக பார்க் ரோடுக்கு அப்பால் இருந்த பங்களாவில் முதல் தளத்தில் ஒரு அபார்ட்மெண்ட் கிடைத்தது. கனத்த, உருளும் இரும்புக் கதவும் இரும்பு வேலியும் பெரிய மதிலும்கொண்டிருந்தது அந்த அபார்ட் மெண்ட். மிகப்பெரிய மாநகராட்சி கிரிக்கெட் மைதானத்தையொட்டி அமைந்திருந்தது. தினமும் அதைச் சுற்றி ஓடி உடற்பயிற்சி செய்யலாம் என்று முதலில் நினைத்துக்கொண்டேன். ஆனால், அங்கு மாதக் கணக்கில் இருந்தபோதிலும் ஒருநாள்கூட அதைச் செய்யவில்லை.

ஒரு திசையில் வல்வட்டித்துறை பத்து நிமிட சைக்கிள் பயணத் தொலைவில் இருந்தது. எதிர்முனையில் அதே தொலைவில் இந்தியப் பெருங்கடல் இருந்தது. மழை மேகங்கள் கருக்கொள்ளும்போதே மழையின் வாசனையை நான் நுகர்ந்துவிடும் அளவுக்கு என் அபார்ட் மெண்ட் கடலுக்கு அருகில் இருந்தது. மளிகைக் கடைகள், உணவு விடுதிகள் என எல்லாமே அருகில் இருந்தன. ஒரு மருத்துவமனையும் (எனக்குத் தேவைப்படலாம்!) அருகில் இருந்தது. வசிக்க அருமையான இடம். சஞ்சயிடம் இதுபற்றி நான் சிலாகித்தபடியே பேசியபோது, சிரித்தபடியே என் கண்களை உற்றுப் பார்த்துச் சொன்னார்: டக்ளஸ் தேவானந்தாவின் வீடு உன் வீட்டுக்கு வெகு அருகில்தான் இருக்கிறது!

போரைக் கடந்து உயிர் பிழைத்த ஆச்சரிய மனிதர்களில் ஒருவர் டக்ளஸ் தேவானந்தா. புலிகளுக்கு விரோதமான ஒரு போராளிகள் இயக்கத்தின் தலைவர். டக்ளஸ் என்றே அழைக்கப்பட்டவர்; தேவானந்தா என்று ஒருபோதும் அழைக்கப்பட்டதில்லை. ஸ்ரீலங்கா விலும் இந்தியாவிலும் நான்குமுறை கைதான அவர் வெகுநளினமாக அரசியலுக்குள் நுழைந்தார். ஒரு பக்கம் விடுதலைப் புலிகளை விமர்சித்துக்கொண்டு, இன்னொரு பக்கம் பெரும்பான்மையினரான சிங்களக் கட்சிகளுக்குப் போட்டியாக அரசியல் நடத்தி அமைச்சரும்

| 25 |

ஆனவர். பண பலமும் அதிகார பலமும் ஈட்டியவர். துரோகியாக அடையாளப்படுத்தப்படுபவர்.

புலிகள் 11 முறை இவரைக் கொலை செய்ய முயன்று ஆச்சரியப்படும் வகையில் தொடர்ந்து தோற்றனர். 1998ம் ஆண்டு மருத்துவமனை ஒன்றிலிருந்து வெளியில் வந்துகொண்டிருந்த இவரது மார்பை நோக்கி புலிகள் கத்தியை வீச இவர் குனிந்து தப்பினார். 2007ம் வருஷம் வெடி குண்டைக் கட்டிக்கொண்டு வந்த ஒரு பெண் இவரைக் கொல்ல முயன்றபோது எந்தச் சேதமும் இன்றித் தப்பினார், ஆனால் இவரது செயலாளர் இறந்து போனார்.

எல்லாவற்றையும்விட 1995ம் ஆண்டு புலிகளிடமிருந்து இவர் தப்பியது ரொம்ப சுவாரஸ்யமான நிகழ்வு.

இவரைக் கொலை செய்ய வந்த புலிகள் அவருடைய பார்க் ரோடு வீட்டு வாசலில் இருந்த பாதுகாவலர்களைக் கை வெடிகுண்டு எறிந்து கொன்றார்கள். பிறகு குண்டுகளைப் பொழிந்தவாறு மாடியேறிச் சென்றார்கள். மாடியறையில் இருந்த டக்ளஸ் மேசையிலிருந்து கைத்துப்பாக்கியை எடுத்து விளக்குகளைச் சுட்டு இருட்டாக்கிவிட்டு இருளுடன் இருளாக பால்கனியிலிருந்து டைவ் அடித்து சாலையில் குதித்துத் தப்பியோடினாராம்.

உயிர் தப்பிய பாதுகாவலர்களுடன் சஞ்சயன் ஒருமுறை இந்த நிகழ்ச்சி குறித்துப் பேசினாராம். டக்ளஸ் கேட்டுக்கு அருகில் குதித்ததால் அவரது வேஷ்டி கேட்டில் மாட்டிக்கொண்டதாம். பின்னாலேயே குதித்த புலிகளும் அவரைத் துரத்த உள்ளாடையுடன், கைத்துப்பாக்கியால் பின்புறமாகச் சுட்டபடி ஓடினாராம்!

பார்க் ரோடு வீடு அமைதியான, அற்புதமான இடத்தில் இருக்கிறது என்று நான் சிலாகித்துச் சொன்னபோது சஞ்சயன் சொன்ன கதை இது!

ஒருநாள் மாலை இண்டி சமரஜீவா என்கிற இளம் வலைப்பதிவாளரை சுதந்திர நினைவுச் சின்னத்தின் அருகே சந்தித்தேன். இண்டி அமெரிக்காவிலும் கனடாவிலும் வளர்ந்தவர். அவரது பெற்றோர் பல்லாண்டுகளுக்கு முன்னமே ஸ்ரீலங்காவை விட்டுச் சென்றுவிட்டார்கள். பல்லாண்டுகளுக்குப் பின் தாயகம் திரும்பியிருந்தார். தன் காரில் ஊரின் சில பகுதிகளை எனக்குச் சுற்றிக் காட்டினார்.

சுதந்திர நினைவுச் சின்னத்தின் வாசலில் இளநீர் விற்றுக்கொண்டிருந்த ஒரு ஆள் தீவிரவாத இயக்கத்தில் சேர்ந்து இளநீர் வண்டிக்குள் குண்டு வைத்து உள்ளே தள்ளிவிட்டதைச் சொன்னார். அந்தப் பகுதி காவல் நிலையமும் பல்வேறு கட்டடங்களும் குண்டுகளை எதிர்க்கும் சக்தி

| 26 |

படைத்த சுவர்கள் உடையவையாக மாற்றப்பட்டிருப்பதைச் சுட்டிக்காட்டினார். பாகிஸ்தான் இலங்கைக்கு ராணுவ உதவிகள் செய்வதால் பாகிஸ்தான் தூதுவர் அலுவலகம் குண்டு வீசித் தாக்கப் பட்டதைச் சொன்னார். அதோ நிப்பான் ஹோட்டல் தெரிகிறதே... அதற்கு அருகில்தான் ஒரு மதிய நேரத்தில் ஒரு பஸ் வெடி குண்டு வைத்துத் தகர்க்கப்பட்டது. இதுதான் பெய்ரா ஏரி... நாம் கடந்து வந்தோமே அந்தக் கட்டடத்தில்தான் வருமான வரி ஆவணங்கள் வைக்கப்பட்டிருந்தன. புலிகளின் விமானம் வேறு இடத்தில் தாக்குதல் நடத்தப் போகும்போது தவறுதலாக இந்தக் கட்டடத்தில் மோதி வெடித்துவிட்டது. அதை யாரும் பெரிதாகக் கவனித்ததாகத் தெரிய வில்லை. அன்று கிரிக்கெட் உலகக் கோப்பை போட்டியை எல்லாரும் பார்த்துக்கொண்டிருந்ததால் என்று நினைக்கிறேன்.

அதோ தெரிகிறதே... அதுதான் மத்திய வங்கிக் கட்டடம். 1996-ல் புலிகள் அதைத் தாக்கினர். இந்தக் கதவின் வழியாகத்தான் ஒரு வண்டி நிறைய வெடிமருந்தைக் கொண்டுசென்று தகர்த்தனர். ஆர்மர் தெருவில் இந்த இடத்தில்தான் அதிபர் பிரேமதாஸாவைப் புலிகள் கொன்றனர். 1993-ல் ஒரு தற்கொலைப் போராளி அவரைக் கொன்றார். இதோ இப்போது நாம் கடற்படை தலைமையகம் வழியாகச் செல்கிறோம். நாலைந்து வருடங்களுக்கு முன்பென்றால், இந்தச் சாலையில் நிறுத்தி நிறுத்தி சோதனைசெய்வார்கள். இப்போதெல்லாம் எந்த ராணுவச் சோதனையும் இல்லாமல் பயணம் செய்யமுடிவதைப் பார்க்கையில் விநோதமாக இருக்கிறது. கடலோரமாகத்தான் புலி களிடமிருந்து கைப்பற்றிய போதைப் பொருட்கள், வெடி மருந்துகள் ஆயுதங்கள் இவற்றை நேவி காட்சிக்கு வைத்திருந்தது. என்னிடம் அந்தப் புகைப்படங்கள் இருக்கின்றன. பின்னர் காட்டுகிறேன். இப்படியாக சுமார் தொண்ணூறு நிமிடங்களுக்கு விடுதலைப் புலிகள் தாக்குதல் நடத்திய இடங்களையெல்லாம் சுற்றிக் காட்டினார்.

கொழும்பு அதன் துறைமுகத்தின் மூலம் அந்தப் பெயரைப் பெற்றது. சிங்களத்தில் அந்த வார்த்தையின் அர்த்தம் களனிக் கரையில் இருக்கும் துறைமுகம் அல்லது மாமரங்கள் நிறைந்த துறைமுகம் என்று பொருள். இரண்டிலுமே துறைமுகமே பிரதானம். 'U' வடிவில் அமைந்த துறைமுகம். முதலில் ரோமானியர்கள், அதன் பிறகு சீனர்கள், அரபு வணிகர்கள், இந்திய முஸ்லிம்கள் (ஸ்ரீலங்காவினர் அவர்களை மூர்கள் என்று அழைத்தனர்) வந்தனர். போர்ச்சுக்கிசியர்கள், டச்சுக்காரர்கள், பிரிட்டிஷார் என காலனியவாதிகள் தம் சாம்ராஜ்ஜியத்தை நிறுவினர். இன்று அந்த சாம்ராஜ்ஜியங்கள் எல்லாம் அங்கிருந்து அழிந்துவிட்டன. துறைமுகம் இன்றும் கம்பீரமாக நிற்கிறது.

எனினும் கொழும்பு மற்றும் ஸ்ரீலங்காவின் மீது அழுத்தமான கலாசார தாக்கத்தைச் செலுத்திய சக்தி காலனியம் மூலமாகவோ வணிகம் மூலமாகவோ வரவில்லை. புத்தர் ஞானம் பெற்ற ஒன்பதாம் மாதமே ஸ்ரீலங்காவுக்கு வந்து நாடு முழுக்கப் பயணம் செய்து தனது மதத்துக்கு உகந்த இடமாக அதைச் சொன்னதாகச் சொல்கிறார்கள். தன் பிரதம சீடனான சக்காவிடம் 'என் மதம் இலங்கையில் நிலைபெறும்' என்று நம்பிக்கை தெரிவித்தாராம். அதன் பிறகு கிமு 300ம் ஆண்டு அசோகர் தன் மகன் மஹிந்தாவிடம் புத்தர் ஞானம் பெற்ற போதி மரத்தின் கன்று ஒன்றைக் கொடுத்து இலங்கைக்கு அனுப்பினாராம். 'போ, இலங் கையை பௌத்தத்துக்கு மாற்று; இது ஏற்கெனவே புத்தர் சொன்னது. ஆகவே கடவுளர்களாகிய நாங்கள் துணையிருப்போம்' என்று இந்திரன் மஹிந்தாவிடம் சொன்னானாம். கிறித்தவம், இஸ்லாம், ஹிந்து மதம் எல்லாமும் இலங்கையில் இருந்தாலும் எழுபது சதவீதம் பௌத்த மதத்தினரே.

இலங்கை அரசுக்கும் பௌத்த மதத்துக்கும் இருக்கும் நெருக்கத்தை வாட்டிகன் நகருக்கும் கிறித்தவத்துக்கும் இருக்கும் நெருக்கமாகவோ அல்லது சௌதி அரேபிய நாடுகளுக்கும் இஸ்லாமுக்கும் இருக்கும் நெருக்கமாகவோ சொல்லலாம். இன்னொருவகையில் பார்த்தால் அதைவிடவும் ஆழமானது என்றே சொல்லலாம். ஏனென்றால், இந்த தேசங்கள் இப்போது சமீபத்தில்தான் தோன்றியவை. எங்கள் தேசமும் பௌத்தமும் வெகு முந்திய காலத்தில் இருந்தே இருந்து வருகின்றன.

ஒரு நாள் மகேஷ் என்கிற என் நண்பர் ஒருவருடன் ஊர்சுற்றப் புறப் பட்டேன். மகேஷ் முனைவர் பட்டத்துக்காக ஆராய்ச்சி மேற்கொண்டு அதைப் பாதியிலேயே விட்டவர். ஆராய்ச்சியை விட்டதற்கான காரணம் ரொம்ப சுவாரஸ்யமானது. பட்டணத்தில் பௌத்தம் என்கிற தலைப்பில் ஆராய்ச்சி செய்ய முற்பட்டார். ஆராய்ச்சியின் நோக்கம் பட்டணத்தில் பௌத்தம் காலப்போக்கில் என்னென்ன மாற்றங் களைக்கொண்டுவந்திருக்கிறது என்பதை ஆராய்வது. இந்த மாற்றங் களில் பெரும்பாலானவை தேய்வைக் காட்டுவனவாக இருந்தன.

முதலில் இந்தத் தலைப்பு எங்களுக்குப் பிடிக்கவில்லை, மாற்று என்றார்களாம். தலைப்பை மாற்றிய பின், இந்த ஆராய்ச்சிப் பொருள் வேண்டாம், வேறு ஏதாவது ஆராய்ச்சி மேற்கொண்டால் ஏற்றுக் கொள்கிறோம் என்றார்களாம். அத்துடன் வெளியில் வந்துவிட்டார். ஆனால், ஆராய்ச்சியை நிறுத்தவில்லை.

சாலையில் போய்க்கொண்டிருந்த பேருந்து ஒன்றைக் காட்டி 'இது மாதிரி பஸ்கள் போர் முடிந்ததிலிருந்து அதிகமாகி வருகின்றன' என்றார் மகேஷ்.

அவர் காண்பித்த பஸ்ஸின் பின்புறம் இலங்கை அதிபரின் படமும் பிங்க் நிறப் பூவும் இருந்தன. அருகில் 'இது கௌதம புத்தரின் ராஜ்யம்' என்று எழுதப்பட்டிருந்தது. நகரெங்கும் சாலையோர புத்தர் கோயில்களும் ஒலிபெருக்கிகளில் பௌத்த மந்திர முழக்கமும் அதிகரிக்க ஆரம்பித்திருப்பதாகவும் சொன்னார். புத்தரை மட்டுமே வழிபட்டு வந்தவர்கள் புத்த பிட்சுக்களை வழிபட ஆரம்பித்திருக்கும் வழக்கம் ஐந்தாறு ஆண்டுகளாகத்தான் பெருகி வருவதாகச் சொன்னார்.

தேவரம் மஹா விஹாரயா கோவிலில் சிறிது நேரம் செலவிட்டோம். அது போரில் உயிர் துறந்த லெப்டினட் கர்னல் ஒருவரின் பெற்றோரி னால் தானமாகத் தரப்பட்ட இடத்தில் கட்டப்பட்டிருந்தது. நான் ஸ்ரீலங்காவில் பார்த்தவற்றிலேயே மிகவும் பெரிய, அழகான கோவில் அதுதான். விசாலமான பிரகாரங்கள்கொண்ட அந்தக் கோவிலில் எட்டு அடி உயரக் கற்பலகையில் திரிபீடக வாசகங்கள் செதுக்கப் பட்டிருந்தன. போரில் உயிர் துறந்த வீரர்களின் பெற்றோர் கொடுத்த நன்கொடை மூலம் ஒரு சுவரோவியம் தீட்டப்பட்டிருந்தது. அதில் புத்த பகவான் பேரொளி வீசும் முகத்துடன் காட்டில் அமர்ந்தபடி, தனது முற்று முழுதான புத்தத் தன்மை மூலம், கறுப்பு நிறத்தில் குழப்பமாக இருக்கும் காட்டுவாசிகள் சிலரை அருகில் வரவிடாமல் தடுத்துக்கொண்டிருக்கிறார். அந்தக் கறுப்பு மனிதர்கள் தமிழர்கள் என்பதைத் தனியே சொல்லத் தேவையில்லை. பேரன்பு, பெருங் கருணை ஆகியவற்றின் மனிதக் குறியீட்டு உருவமான புத்தரும் ஒருவழியாக வெறுப்பதற்குச் சிலரைக் கண்டடைந்துவிட்டார்!

புத்தர் பிறந்த வருடத்தில் இருந்து இன்று வரைக்குமாக ஒவ்வொரு ஆண்டுக்கும் ஒவ்வொரு சிறிய சிலை வீதம் 2,600 சிலைகள் ஒரு இடத்தில் வைக்கப்பட்டிருந்தன. பெரும்பாலான சிலைகள் தங்க நிறத்தில் சூரிய ஒளியில் மின்னிக்கொண்டிருந்தன.

அங்கிருந்த கோவில் பணியாளர், ஸ்லாப்கள் எதற்காவது நன்கொடை தருகிறீர்களா என்று கேட்டார். சுமார் இரண்டு லட்ச ரூபாய் மட்டுமே ஆகும் என்றார். இல்லை நாங்கள் வெறுமனே பார்க்கத்தான் வந்தோம் என்று சொல்லிவிட்டு வெளியே வந்தோம்.

வேறொரு கோவிலுக்கும் சென்றோம். பிரதான மண்டபத்தில் புத்தரின் சிலை இருந்தது. அந்தக் கோவிலில் வேறு சிறிய கருவறைகளும் இருந்தன. அதில் ஹிந்து தெய்வங்கள் இருந்தன. வேலை, பணம், ஆரோக்கியம் எனப் பல விஷயங்களை ஹிந்து தெய்வங்களிடம் கேட்க முடியும். புத்தரிடம் அவற்றைக் கேட்க முடியாது. எனவே,

| 29 |

ஹிந்துக்கடவுள்கள் இங்கு மக்கள் மத்தியில் மிகவும் பிரபலம் என்று சொன்னார்கள். பௌத்த கோவில்களில் ஹிந்து தெய்வங்களின் சன்னதிகள் இருப்பது பல நூற்றாண்டுகளாக இருந்துவரும் வழக்கமே. எனினும் சமீப காலமாக ஹிந்து தெய்வங்களை இடம்பெயர்த்துவிட்டு தூய பௌத்தத்துக்குத் திரும்பவேண்டும் என்ற குரல் எழும்ப ஆரம்பித் திருக்கிறது.

4

1983ம் ஆண்டு வெளியான ஒரு புகைப்படம் என்னை ரொம்பப் பாதித்திருந்தது. இப்போது அந்தப் படத்தை இணையத்தில் தேடி எடுத்தேன். கொழும்பு நகரின் பேருந்து நிறுத்தம் ஒன்றில் ஒரு வெறிக் கும்பல் தமிழ் இளைஞன் ஒருவனை நிர்வாணப்படுத்தி ஒரு கல்லில் உட்கார வைத்திருக்கும் காட்சி அது. இரவு நேரம். அந்தக் கும்பல் அவனைச் சுற்றி நின்று சிரித்துக்கொண்டிருந்தது. வெள்ளை சட்டை, ரப்பர் செருப்பு, கண்ணாடி போட்ட ஒருவன்தான் வெறிச் சிரிப்பு சிரித்துக்கொண்டிருந்தான். அந்தத் தமிழனின் முன்னால் போஸ் கொடுத்தபடி ஆடிக்கொண்டிருந்தான். அந்த நிர்வாண மனிதன் மட்டும் அந்தப் படத்தில் இல்லையென்றால், அந்தப் புகைப்படம் பஸ்ஸுக்குக் காத்திருக்கும் நேரத்தில் கிண்டலடித்துக்கொண்டிருக்கும் ஏதோ ஒரு சாதாரண நண்பர்களின் கொண்டாட்டப் படமாக இருந்திருக்கும். அந்தக் கொடுஞ்செயலை அவர்கள் இவ்வளவு சர்வ சாதாரணமாக ரசித்துக் கொண்டாடுவதைப் பார்க்கும்போதெல்லாம் அடி வயிறு அதிரும்.

கறுப்பு ஜூலை கலவரத்தின் படங்களில் ஒன்று அது. முதலில் ராணுவ வண்டிகளின் மீதான தாக்குதல் நடந்திருந்தது.

ஸ்ரீலங்காவின் உள்நாட்டுப் போர் ஆரம்பித்த தினமாக 23, ஜூலை 1987 ஐச் சொல்வது வழக்கம். அந்த நாளில்தான் புலிகள் யாழ்ப் பாணத்தில் ரோந்து போய்க்கொண்டிருந்த 13 ராணுவ வீரர்களைக் கொன்றார்கள். அதைத் தொடர்ந்த ஒரு வாரம் கறுப்பு ஜூலை என்று அழைக்கப்பட்டது. காரணம் சிங்கள வெறியர்கள் ஆண்கள், பெண்கள், குழந்தைகள் என்று சுமார் 3,000 தமிழர்களைக் கொன்று குவித்தார்கள்.

கார்கள் சாலையில் நிறுத்தப்பட்டன. உள்ளே தமிழர்கள் இருந்தால் தயக்கமின்றிக் கொளுத்தினார்கள். சொத்துக்கள் கொள்ளையடிக்கப்

| 31 |

பட்டன. தமிழர்களை வீட்டிலிருந்து வெளியில் இழுத்துப் போட்டு மார்பில் டயரைக் கட்டிக் கொளுத்தினார்கள். ராணுவத்தினரும் காவல் துறையினரும் செய்த அதிகபட்ச நல்ல செயல் இந்த வன்முறையை வேடிக்கை பார்த்ததுமட்டுமே. சில இடங்களில் அவர்களும் வன்முறையில் ஈடுபட்டனர். 'முறிந்த பனை' என்ற நூலில் ராணுவம் செய்த அட்டூழியங்கள் விவரிக்கப்பட்டிருக்கின்றன. 'நுவரெலியாவில் கலவரக் கும்பல் ஒவ்வொரு தமிழர் கடையைச் சுற்றி பெட்ரோலை ஊற்றிக் கொளுத்தினர். அவர்களுக்கான பெட்ரோல் ராணுவத்தால் தரப்பட்டது. கலவரக் கும்பலால் தவறவிடப்பட்ட கடைகளை ராணுவத்தினர் கொளுத்தினர். மதிய வாக்கில் நுவரெலியாவே தீப் பிழம்புகளால் நிறைந்து காணப்பட்டது'.

நூற்றுக்கணக்கான தமிழர்கள் சிங்கள நண்பர்கள் வீட்டில் தஞ்சம் புகுந்தார்கள். ஆயிரக்கணக்கான தமிழர்கள் தங்கள் வீடுகளை விட்டு வடக்குப் பகுதிக்கு ஓடினார்கள். கலவரங்கள் கட்டுக்குக் கொண்டு வரப்பட்டன. ஆனால், வன்முறையை ஒடுக்க முடியவில்லை. *1976*ம் ஆண்டு தங்கள் அமைப்பு உருவாக்கப்பட்ட நாளிலிருந்தே புலிகள் ராணுவத்தினரையும் அரசாங்க ஊழியர்களையும் தாக்கியும் கொன்றும் வந்தார்கள். அப்போதிலிருந்தே இது தொடங்கிவிட்டது. சிங்களர்-தமிழர் கலவரங்கள் *1956*லும், *1958*லும்கூட நடந்தன. *1977, 1981* இல் தொடர்ந்தன. கடைசி கலவரத்தில் மாமா 'க' வின் மாமனாரும் பிற தமிழர்கள் அனைவரும் பேல்மதுல்லாவில் இருந்து அலறியடித்துக் கொண்டு வெளியேறினர் (என் மாமா மட்டும்தான் அதன் பின்னர் சொந்த ஊருக்குத் திரும்பினார். அங்கு வசித்த ஒரே தமிழ் குடும்பம் அவருடையதுமட்டுமே. *1983* கலவரத்தில் அவரை யாரும் ஒன்றும் செய்யவில்லை. சிங்களர்களின் கோபம் அப்படியானதுதான்).

அதிருப்தி தனக்கான தீப்பொறிகளைத் தானே விசிறிவிட்டுக் கொள்ளும். கொதி நிலைக்குக்கொண்டு செல்லும். இலங்கையின் வரலாறு தமிழர்களை தென்னிந்திய ராஜ்ஜியங்களில் இருந்து படை யெடுத்துவந்த அந்நியர்களாகவே சித்திரிக்கிறது. பத்தொன்பதாம் நூற்றாண்டின் இறுதி மற்றும் இருபதாம் நூற்றாண்டின் இடைப்பகுதி யில் இந்த உரசல்கள் மறு அவதாரம் எடுத்தன. அரசாங்கப் பணிகளிலும் பல்கலைக்கழகங்களில் மாணவர்களாகவும் மக்கள்தொகை விகிதத் துக்கு அதிகமான தமிழர்கள் இருந்தனர்.

காலனிய வழமைக்கு ஏற்ப ஸ்ரீலங்காவின் தென் பகுதியில் பிரிட்டிஷார் சில பள்ளிகளை ஆரம்பித்தனர். அதில் சிங்களக் குழந்தைகள் தாய் மொழி வழிக் கல்வி கற்றனர். ஆனால், வடக்கில் வசித்த தமிழர்கள் அமெரிக்கத் திருச்சபைகளின் பள்ளிகளில் படித்து ஆங்கிலத்தில் தேர்ச்சி பெற்றனர். நிர்வாக மொழியாக ஆங்கிலம் இருந்ததால், அதில்

தேர்ச்சி பெற்ற தமிழர்கள், எந்த முறைகேடான செயலையும் செய்யாமலேயே அதிக ஆதாயங்களைப் பெறும் நிலையில் இருந்தார்கள்.

1901ம் ஆண்டு மக்கள் தொகைக் கணக்கெடுப்பின்போது, நாட்டின் மக்கள் தொகையான முப்பத்தைந்து லட்சத்தில் கால் பாகம் தமிழர்களாக இருந்தனர். யாருக்கும் முக்கியத்துவம் வந்துவிடக்கூடாது என்பதற்காகவோ என்னவோ பிரிட்டிஷ் அரசாங்கம் மக்களை ஏழு பிரிவுகளாகப் பிரித்திருந்தது. அவை:

ஐரோப்பியர்கள், பர்கெர்கள் (ஜெர்மானிய, போர்த்துகீசிய, டச்சு பிரிட்டிஷ் காலனிகளிலிருந்து குடி பெயர்ந்து இலங்கை வந்தவர்கள்), சிங்களர்கள், தமிழர்கள், மூர்கள் எனப்படும் தென்னிந்திய முஸ்லிம்கள், மலாய்க்காரர்கள், வேடர்கள் எனப்படும் இலங்கையின் பூர்விகப் பழங்குடியினர்.

இந்த ஏழு பிரிவுகள் 1911ம் ஆண்டு கணக்கெடுப்பின்போது பத்தாக உயர்ந்தது. மதப் பிரிவுகளாகப் பார்க்கையில் பதினொன்றாக இருந்தது. ஏகப்பட்ட உட்பிரிவுகள். சிறிய வித்தியாசம்கூடத் தனி அடையாளமாக அங்கீகரிக்கப்பட்டது. சிங்களன் என்கிறவன் தெற்கத்திய சிங்களனாகவோ கண்டி சிங்களனாகவோ இருபிரிவுகளாக இருந்தனர். பலகாலமாக இருக்கும் தமிழர்கள் இலங்கைத் தமிழர்களாகவும், அண்மையில் குடிபெயர்ந்து வந்தவர்கள் இந்தியத் தமிழர்களாகவும் ஆகியிருந்தார்கள்.

கிறிஸ்தவர்கள் கதை கொஞ்சம் வினோதமானது. ரோமன் கத்தோலிக், பிரெஸ்பிடேரியன், வெஸ்லியன், மெத்தேடிஸ்ட், பாப்டிஸ்ட், காங்க்ரிகேஷனலிஸ்ட், சால்வேஷனிஸ்ட் என்று ஏகப்பட்ட பிரிவுகளுக்கு உள்ளாகி, இங்கிலாந்து திருச்சபையைச் சேர்ந்தவர்கள் என்றும் இதர திருச்சபைகள் என்றும் இரு பிரிவுகள் வேறு இருந்தன.

இப்படி மாறுபட்ட அடையாளங்களைக்கொண்ட மக்களை உள்ளடக்கியதாக சட்டமன்றத் தொகுதிகளை உருவாக்கியதன் மூலம் வலுவான ஒருங்கிணைப்போ, தேசிய உணர்வோ எழாமல் பிரிட்டிஷ் அரசு பார்த்துக்கொண்டது.

1948ம் ஆண்டு இலங்கை சுதந்திரம் பெற்ற பிறகு சிங்கள தேசியவாதத்துக்கு ஆதரவு பெருகியது. தோட்டத் தொழிலாளர்களாக இருந்த இந்தியத் தமிழர்களின் வாக்குரிமை பறிக்கப்பட்டது. அவர்களது முன்னோர்கள் அண்மையில் அதாவது நூறு வருஷங்களுக்கு முன்னர்தான் இந்தியாவிலிருந்து வந்தவர்கள் என்பது காரணமாகச் சொல்லப்பட்டது. 1956ம் ஆண்டு சிங்களம் மட்டும்தான் நாட்டின் மொழி என்று நாடாளுமன்றத்தில் சட்டம் நிறைவேற்றப்பட்டது. இரண்டாண்டுகள்

| 33 |

கழித்து அந்தச் சட்டத்தில் சிங்களம் மட்டுமே, தமிழும் இருக்கலாம் என்ற குழப்பமான சமரசம் செய்துகொள்ளப்பட்டது. ஆனாலும் சிங்களத்துக்கு இணையாகத் தமிழைக் கொண்டு வருவதற்கு இது எந்த வகையிலும் உதவவில்லை. சில பள்ளிகளில் தமிழ் கற்பிக்கப்பட்டது. தமிழர்கள் தங்கள் தேர்வுகளைத் தாய்மொழியில் எழுத முடிந்தது. அவ்வளவே. அரசு உத்தியோகங்களுக்குத் தமிழர்கள் பெருவாரியாகத் தேர்வாவதோ அரசாங்க தஸ்தாவேஜுகள் தமிழில் எழுதப்படுவதோ நடக்கவே இல்லை.

1971ம் ஆண்டிலிருந்து பல்கலைக்கழகங்களில் சேர்வதற்குத் தமிழர்களுக்கு, சிங்களர்களை விட மதிப்பெண் அதிகம் தேவை என்று வலியுறுத்த ஆரம்பித்தார்கள். இந்த நிலை உண்டாகக் காரணம் இருந்தது. 1969ம் ஆண்டு தமிழர்கள் மொத்த மக்கள் தொகையில் இருபது சதவீதம் இருந்தார்கள். ஆனால், மருத்துவக் கல்லூரிகளில் ஐம்பது சதவீதம் தமிழர்கள்; பொறியியல் கல்லூரிகளில் நாற்பத்தெட்டு சதவீதம் தமிழர்கள்.

1971ம் ஆண்டு தமிழர்களுக்கு மதிப்பெண் அதிகம் தேவை என்று முடிவான பிறகு, இது இருபத்திரெண்டு சதவீதமாகவும், இருபத்தெட்டு சதவீதமாகவும் குறைந்தது. 1972ம் ஆண்டு இதர மதங்களைப் பின்னுக்குத் தள்ளி பௌத்த மதத்துக்கு அதீத முக்கியத்துவம் தர ஆரம்பித்தார்கள். தமிழர்களின் மேலான நிலை இனியும் தொடர முடியாது என்பதை 1970 களின் இறுதிவரை பல்வேறு வழிகளில் சிங்களர்கள் உணர்த்தி வந்தனர். இந்தக் காலக் கட்டத்தில்தான் தமிழர்களின் அரசியல் கட்சிகள் தமிழர் பகுதிகளுக்கு பிராந்திய அதிகாரத்துக்குப் பதிலாகத் தனி நாடு கேட்க ஆரம்பித்தார்கள். இதே காலக் கட்டத்தில் புலிகள் உள்ளிட்ட சில தீவிரவாத அமைப்புகள் தமிழர்களுக்கான தனி நாட்டை (ஈழத்தை) அரசியல்ரீதியாகப் பெற முடியாது; துப்பாக்கி முனையில் மட்டுமே பெற முடியும் என்கிற தீர்மானத்துக்கு வந்தார்கள்.

1983ம் ஆண்டு கலவரங்கள் தொடங்கினாலும், என்னைப் பொறுத்த வரை எதிர்ப்புகள் 1975, ஜுலை 27ம் தேதியே தொடங்கி விட்டன.

வழக்கமாக எல்லா ஞாயிற்றுக் கிழமைகளிலும் செய்வது போன்றே தான் யாழ்ப்பண மேயர் துரையப்பா அன்றும் செய்தார். இரண்டு நண்பர்களுடன் தன் வெள்ளை பியாகியோ காரில் கிளம்பினார் அருகிலிருந்த வரதராஜப் பெருமாள் கோவிலுக்குப் புறப்பட்டார். துரையப்பா ஒரு சுறுசுறுப்பான, தீர்மானமான அரசியல்வாதி. அவர் மீது தமிழ் இயக்கங்களுக்குக் கோபம் வந்ததற்குக் காரணம் இருந்தது.

| 34 |

தமிழறிஞர் ஒருவரின் பேச்சைக் கேட்பதற்காக பின்மாலையில் கூடியிருந்த மக்கள் கூட்டம் ஒன்றைச் சிங்கள ராணுவ அதிகாரி ஒருவரும், நாற்பது கிளர்ச்சித் தடுப்புப் போலிஸாரும் கலைத்தார்கள். சாதாரணமாக இல்லை; கண்ணீர்ப்புகை போட்டுக் கூட்டத்தைக் கலைத்தனர். மேலிருந்து மின்கம்பி அறுந்து விழுந்து மின்சாரம் தாக்கி ஏழு பேர் இறந்தனர். இந்த நிகழ்வை தமிழர்கள் மீது தொடுக்கப்பட்ட தாக்குதலாகச் சித்திரிக்க தமிழ் தேசியவாதிகளுக்கு அதிக சிரமம் இருக்கவே இல்லை.

கோயிலில், துரையப்பா வந்து இறங்க வேண்டிய இடத்தில் நான்கு இளைஞர்கள் - உண்மையில் பையன்கள் - காத்திருந்தார்கள். அந்த நால்வரும் வந்து இறங்கிய அவரை 'வணக்கம் ஐயா' என்று கைகூப்பி வணங்கியதாகச் சொல்லப்படுகிறது. இறுதி மரியாதை, துப்பாக்கியால் சுடுவதற்கு முன்! துரையப்பாவுடன் அப்போது இருந்த அவரது சகாக்களில் ஒருவர் துப்பாக்கி ஒன்றை நடுங்கும் கரங்களில் பிடித்து துரையப்பாவின் நெற்றிப் பொட்டில் வைத்த ஒரு பையனை நினைவு கூர்கிறார்.

அவர்தான் வேலுப்பிள்ளை பிரபாகரன். தான் ஓர் அங்கமாக இருக்க விரும்பாத ஒரு நாட்டின் பிரதிநிதியைக் கொன்று தன் போரை ஆரம்பித்த கணம் அது. பிரபாகரன் காவ்ரிலோ பிரின்சிப் போல் செயல் பட்ட தருணம். பிரின்சிப் போலல்லாமல் பிரபாகரன் தனது போரின் நாயகராகவே இறுதிவரை இருந்தார். 1976-ல் புலிகள் இயக்கத்தை ஆரம்பித்தார்.

இந்த உள்நாட்டுப் போர் 2009, மே'18ம் தேதி பிரபாகரன் இறந்த போதுதான் முடிவுக்கு வந்தது.

துரையப்பாவைக் கொன்ற பிரபாகரன் நேராக புன்னலைக்காட்டுவன் என்கிற கிராமத்தில் இருந்த நண்பன் ராகவனின் வீட்டுக்குப் போனார். போலிஸாரின் தேடுதல் வேகம் குறையும்வரை தன் பாட்டி வீட்டில் பாதுகாப்பாக பிரபாகரனை வைத்திருந்தார் ராகவன். புலிகளின் அமைப்பு தொடங்கப்பட்டபோது முதன்முதலில் அதில் இணைந்த கோபக்கார இளைஞர்களில் ராகவனும் ஒருவர். பிரபாகரனின் தொடக்க கால சகாக்களில் ராகவன் மட்டுமே நான் சந்தித்தபோது உயிருடன் இருந்தவர்.

ராகவனை நான் சந்தித்தது அதிர்ஷ்டவசமாக என்றுதான் சொல்ல வேண்டும். நான் முதலில் சந்தித்தது ராகவனின் துணைவியார் நிர்மலாவை. அப்போது அவருக்கு ஐம்பதுக்கு மேல் வயதாகி யிருந்தது. தலைமுடி கறுப்பாகவே இருந்தது. ஒரு சில வெள்ளை

| 35 |

முடிகள் முன் நெற்றியில் இருந்து மெள்ள எரியத் தொடங்கும் சுடர்போல் படர ஆரம்பித்திருந்தது. ஒரு சில வருடங்கள் கழித்துப் பார்த்தபோது வெண் சுடர் பற்றிப் படர்ந்துவிட்டிருந்தது. ராகவனும் நிர்மலாவும் குழந்தைகளுடன் இங்கிலாந்தில் இருந்தார்கள். தன் தகப்பனாரின் சொத்து வழக்கு தொடர்பாக நிர்மலா யாழ்ப்பாணம் வந்திருந்தார். இங்கிலாந்தின் இதமான தட்ப வெப்பத்துக்குப் பழக்கப்பட்டிருந்த அவருடைய உடலில் ஸ்ரீலங்காவின் சூட்டினால் கொப்பளங்கள், தடிப்புகள் ஏற்பட்டிருந்தன.

நிர்மலா 1970 களில் யாழ்ப்பாணத்தில் ஆசிரியை. ஈழ ஆதரவாளர், புலிகள் அமைப்பில் ஒரு துடிப்பான உறுப்பினர். இந்தக் காரணங்களால், 1982ம் ஆண்டு, இலங்கையின் தீவிரவாதத் தடுப்புச் சட்டத்தின்படி கைதான முதல் பெண்மணி அவர்தான். சுமார் இரண்டாண்டுகள் சிறையில் இருந்த அவரை திரைப்படங்களில் வருவதுபோல், புலிகள் ஒருநாள் இரவோடு இரவாகச் சிறையைத் தகர்த்து தூக்கிக்கொண்டு போய் வெளிநாட்டில் விட்டுவிட்டார்கள். அதன் பின்னர் வெளிநாட்டிலேயேதான் இருக்கிறார். கொஞ்ச காலம் தென்னிந்தியாவில் புலிகளின் பாதுகாப்பில் இருந்தார். புலிகளுக்கு வன்முறைமீது இருக்கும் பெருங்காதலையும் அவர்களுடைய கோபம் தன் மீது திரும்பினால் வரும் பின்விளைவுகளையும் கண்டு அஞ்சியவர் பிறகு லண்டனில் நிரந்தர அடைக்கலம் தேடிக்கொண்டார்.

நிர்மலாவைப்போலவே புலிகளால் தென்னிந்தியாவில் சிறிது காலம் ஒளித்து வைக்கப்பட்டிருந்த ராகவனுக்கும் நிர்மலாவுக்கும் காதல் மலர்ந்தது. 1986-ல் நிர்மலா லண்டனுக்குப் புறப்பட்டுப் போய் விட்டார். தங்களையே அழித்துக் கொள்ளும் தன்மை வாய்ந்த புலிகளின் இந்தக் குணத்தில் ராகவனுக்கும் சற்று சலிப்பு உண்டாகி, நான்கு மாதங்களில் அவரும் நிர்மலாவைத் தொடர்ந்தார்.

நிர்மலா சொல்கிறார் : 'அவர் இங்கிலாந்துக்கு வந்தபோது அவரிடம் எந்தத் திறமையும் இல்லை. பத்து ஆண்டுகளாக கெரில்லாப் போர் புரிந்த போராளியாக இருந்த அனுபவம் மட்டுமே அவருக்கு இருந்தது. எங்கள் மூத்த குழந்தை பிறந்தபோது ஒரு பெட்ரோல் பங்கில் வேலை செய்யும் கட்டாயத்துக்குத் தள்ளப்பட்டார்.'

ராகவனை முதன் முதலில் பார்க்கிறபோது எனக்கு ஒன்று தோன்றியது; எனக்கு மட்டும் நிர்மலாவின் நட்பு கிடைத்திருக்காவிட்டால் அவர் என்னுடன் பேசச் சம்மதித்திருக்கவே மாட்டார். கொழும்புவில், ஒரு காஃபி ஷாப்பில் நிர்மலா அறிமுகம் செய்ய, நாங்கள் பேச ஆரம்பித்தோம். அவரும் கொஞ்ச நேரம் பேசிவிட்டுப் புறப்படுவதாகத்தான் இருந்தார். ஆனால், வானம் பொத்துக்கொண்டு ஊற்றத் தொடங்கியது.

அந்த காஃபி ஷாப் எவ்வளவு முடியுமோ அவ்வளவு இயற்கையோடு இணைந்ததாக இருக்கும்வகையில் வடிவமைக்கப்பட்டிருந்தது. தூறல்கள் எங்களை நனைத்தன. சுமார் ஐந்து மணி நேரத்துக்கு அந்த இடத்தைவிட்டு நகரமுடியாமல் சிறைவைக்கப்பட்டோம். பல கோப்பை காஃபி அருந்தினோம். ராகவன் மெள்ளத் தன் மனத்தின் பதுங்கு குழியில் இருந்து வெளியே வந்து சகஜமாகப் பேச ஆரம்பித்தார்.

5

அது 1971.

பல்கலைக்கழகங்களில் நுழையவேண்டுமென்றால் தமிழர்கள் அதிக மதிப்பெண் எடுக்கவேண்டும் என்ற சட்டத்திருத்தம் கொண்டு வரப்பட்ட சமயம். புன்னலைக்கட்டுவன் பகுதியில் அவர் இன்னமும் பள்ளியிலிருந்து வெளிவராத பையனாக, 15 வயதுச் சிறுவனாக இருந்தார். அவரது பெற்றோர் ஆசிரியர்கள். அவர்களுக்கு அரசியலில் அதிக ஈடுபாடு இருக்கவில்லை. ஆனால், இந்த மதிப்பெண் சீர்திருத்தம் ஏதோ ஒன்றின் தொடக்கமாக இருப்பதாகத் தோன்றியது.

1972ம் ஆண்டு இந்தச் சீர்திருத்தத்துக்கு எதிராக ஆயிரக்கணக்கான மாணவர்கள் பேரணி நடத்தியபோது நானும் அதில் இருந்தேன் என்றார் ராகவன்.

1972ம் வருஷத்து அரசியல் சட்டத் திருத்தங்களுக்குப் பெருவாரியான எதிர்ப்பு இருந்ததைச் சொன்னார். அதே சமயம் புலிகள் அமைப்பி லிருந்து விலகிய பின்னரே அரசியல் சாசனத்தின் முழு விவரங்களைத் தெரிந்துகொண்டதையும் ஒப்புக்கொண்டார்.

இரவுகளில் வீட்டில் யாருக்கும் தெரியாமல் வெளியே வந்து நண்பர் களாகச் சேர்ந்து, கறுப்புக் கொடி ஏற்றுதல், சுவர்களில் அரசுக்கு எதிராக கோஷங்கள் எழுதுதல் என ஆரம்பித்திருக்கிறார்.

ராகவன் மேலும் சொன்னது:

1973-ம் ஆண்டா 1974-ம் ஆண்டா என்று சரியாக நினைவில்லை. அப்போதைய கல்வி அமைச்சர் படி உத்தின் முகம்மது (தமிழர்களின் கல்வியைப் பாதிக்கும் மதிப்பெண் சீர்திருத்த யோசனை இவருடையது தான்; எனவே தமிழர்களின் பரம விரோதி) எங்கள் கிராமத்துக்கு வருவதாக இருந்தது. அந்தப் பகுதியில் இருந்த பள்ளிகள்

அனைத்தையும் அலங்கரிக்குமாறு உத்தரவு வந்திருந்தது. அலங்காரங்கள் எல்லாம் முடிந்தபின், நடு இரவில் என் அப்பா ஆசிரியராக இருந்த பள்ளியில் சுவரில் 'திரும்பிப் போ பட் உத்தின்' என்று எழுதிவிட்டு வந்தேன். அது நானாகத்தான் இருக்கும் என்பது தெரிந்து அப்பா கடிந்துகொண்டார்.

1970 களின் தொடக்கத்தில் இலங்கையில் கலவரங்களுக்கு பஞ்சமே இல்லாமல் இருந்தது. தமிழ் தேசிய இயக்கங்களுடன் தொடர்பின்றி மார்க்சிஸ்டுகள் ஒரு பக்கம் கலகத்தை ஆரம்பித்திருந்தனர். தொழிற்சாலைகளில் வெடிகுண்டுகள் தயாரித்தார்கள். காவல் நிலையங்களைக் குடிசைத் தொழில் முறையில் தயாரித்த துப்பாக்கிகளால் தாக்கினார்கள். இரண்டு ஊர்களைப் பிடித்துவைத்துக்கொண்டார்கள். அவற்றை ராணுவம் வந்து விடுவிக்க வேண்டியதாக இருந்தது.

இந்த சம்பவங்களின்போது ஆயிரக்கணக்கானோர் இறந்தார்கள். எத்தனை ஆயிரம் என்பதில்தான் சந்தேகமே. சிலர் 'வெறும் ஆயிரமா... ஐம்பதாயிரம் பேர் கொல்லப்பட்டார்கள்' என்றார்கள். கொழும்புவின் களனி நதியில் பிணங்கள் படகு போல் மிதந்து சென்றதாக ஒரு ஃப்ரெஞ்சு பத்திரிகையாளர் எழுதினார். மார்க்சிஸ்ட் என்று சந்தேகம் வந்தாலே சாகடித்தார்கள். நூற்றுக்கணக்கானோர் அதை வேடிக்கை பார்த்தனர். மக்களை அச்சுறுத்தவேண்டும் என்பதற்காகவே காவலர்கள் அந்தப் பிணங்களை அப்படி மிதக்கவிட்டனர். நதி இல்லாத இடங்களில் மார்க்சிஸ்ட் என்று சந்தேகப்பட்டவர்களைப் பிடித்து அவர்களுக்கான சவக்குழியை அவர்களையே வெட்டச் செய்து கொன்று போட்டு மூடினர். இந்த ரகசியங்கள் வரலாற்றில் புதையுண்டு கிடக்கின்றன. அவ்வப்போது இப்படிக் கூட்டாகப் புதைக்கப்பட்டவர்களின் கல்லறைகள் தோண்டியெடுக்கப்படுவது வழக்கமான நிகழ்வாக இருக்கிறது.

இவையெல்லாம் ஸ்ரீலங்காவின் தெற்கில் நடந்தவை. பெருமளவுக்கு காந்தியவாதியான சாமுவேல் செல்வநாயகம் தமிழர்களின் பெருவிருப்பத்துக்குரிய தலைவராக இருந்தார். இலங்கை அரசின் மொழி சார்ந்த நடவடிக்கைகளினால் மனம் வெறுத்த அவர் 1972-ல் தனது நாடாளுமன்றப் பதவியை ராஜினாமா செய்தார். வல்வட்டித்துறையில் இருந்த அவருடைய வீட்டுக்குச் சற்று தொலைவில் யாழ்ப்பாணக் கடற்கரையோரமாக வேலுப்பிள்ளை பிரபாகரன் தலைமையில் ஒரு கும்பல் பேருந்தை வழி மறித்து நிறுத்தியது. அதில் இருந்த அனைவரையும் இறக்கச் சொன்னது. பேருந்தின் பெட்ரோல் டேங்கில் இருந்த பெட்ரோலை வைத்தே அதை எரித்தது.

யாழ்ப்பாணத்து விவரமறியாச் சிறுவனாக இருந்த தான் விடுதலைப் புலியாக மாறியது எப்படி என்பதை ராகவனால் சொல்ல இயல

| 39 |

வில்லை. அந்த மாற்றமானது மிகவும் இயல்பானதாகவே அவருடையை மனத்தில் பதிந்திருக்கிறது. அன்று யாழ்ப்பாணத்தில் இருந்த இளைஞர் களுக்கு ஒரே ஒருவிதமான கல்வி மற்றுமே கிடைத்தது. அந்தக் கல்வியின் பின்விளைவு ஒரேவிதமானதாக மட்டுமே இருந்தது. யாழ்ப்பாணத்து நூல் நிலையங்களுக்குச் சென்று அங்கிருந்த 'விடுதலை' இதழ்களைப் படித்தார். 1972ம் வருஷ சட்டத் திருத்தத்துக்கு நாடாளுமன்றத்தில் ஓட்டளித்த தமிழ் உறுப்பினரைக் கொல்ல முயன்ற ஜீவா என்பவர் ராகவனுக்கு நண்பர் ஆனார்.

புன்னலைகாட்டுவனில் பதுங்கியிருந்த, பிரபாகரன் நீங்கலான வேறு இரு புலிகளை ராகவன் நினைவு கூர்ந்தார். குறிப்பாக செட்டி என்கிறவர் குறித்துச் சொன்னார்.

'செட்டியை ஒரு மறைவிடத்திலிருந்து இன்னொரு மறைவிடத்துக்கு என் சைக்கிளில் அழைத்துப் போவது என் வேலை. ஒவ்வொரு முறையும் ஒரு புதுப் பாதையை உபயோகிக்க வேண்டும். செட்டியிடம் ஒரு ஸ்மித் அண்ட் வெஸ்ஸன் ரிவால்வர் இருந்தது. அதைப் பார்க்கை யில் எனக்கு சிலிர்க்கும். யாழ்ப்பாணத்தில் துப்பாக்கிகளே அப்போது கிடையாது.

'செட்டிக்கு அந்தத் துப்பாக்கியை இடுப்பில் மறைத்து வைப்பது சிரமமாக இருந்தது. கண்ணியமான யாழ்ப்பாண இளைஞர்கள் சட்டையை இன் செய்து கொள்வது வாடிக்கையாக இருந்தது. சட்டையை வெளியே எடுத்துவிட்டால் அது பிறருடைய கவனத்தை இழுத்துவிடும் அபாயம் இருந்தது. இந்தப் பிரச்னையின் காரணமாக செட்டி லுங்கி அணிந்து இடுப்பில் பெல்ட் அணிந்து அதில் துப்பாக்கியைச் செருகி வைத்திருந்தான்.'

செட்டி தன் துப்பாக்கியை உபயோகிக்க, ராகவனை அனுமதிக்க வில்லை. ஆகவே ராகவன் பிள்ளைகளுக்கு ட்யூஷன் சொல்லிக் கொடுத்துப் பணம் சேர்த்து ஒரு செகண்ட் ஹேண்ட் 0.32 கேலிபர் எனப்படும் கைத் துப்பாக்கியை நானூறு ரூபாய்க்கு வாங்கினார். சொந்த மாகத் துப்பாக்கி வைத்திருந்தால் இயக்கத்தில் சேர்த்துக்கொண்டு விடுவார்கள் என்ற நம்பிக்கையில் போய்ச் சேர்க்கச் சொல்லிக் கேட்டிருக்கிறார். செட்டி, துப்பாக்கியைக் காட்டு பார்க்கலாம் என்று கேட்டிருக்கிறார். இவர் எடுத்துக் காட்டியதும் அதை வாங்கிக் கொண்டவர் சரி, போய்ட்டு வா என்று சொல்லிவிட்டாராம். திருப்பித் தரவே இல்லை. உனக்கு வயது பத்தாது. நீ சின்னவன். உன்னைப் பின்னர் சேர்த்துக்கொள்கிறோம். நீ இப்போது போய்ப் படி என்று சொல்லி துரத்திவிட்டாராம். ராகவனின் துப்பாக்கியை வைத்து செட்டி பின்னர் ஒரு நாள் கூட்டுறவு பண்டகசாலை ஒன்றைக் கைப்பற்றினார்.

| 40 |

செட்டி ராணுவத்தில் மிகக் குறுகிய காலமே இருந்தாலும் அவர் வாழ்ந்த வாழ்க்கை ராகவனைப் பொறாமைப்பட வைத்தது. பணத்தை அவர் தண்ணீராகச் செலவு செய்தார். ஆஸ்டின் கார் வாங்கினார். முடிவில் ஒருநாள் கைதானார். கைது செய்யப்படுவதற்குக் கொஞ்ச நாட்களுக்கு முன்னர் ராகவனை அவர் பிரபாகரனுக்கு அறிமுகம் செய்திருக்கிறார். ராகவனை விட இரண்டு வயதே பெரியவரான பிரபாகரனை எல்லாரும் 'தம்பி' என்று அழைத்தார்கள். அப்போதே அவர் அரசால் தேடப்பட்ட நபராகிவிட்டிருந்தார். அப்போதுதான் இந்தியாவில் சில காலம் இருந்துவிட்டு வந்திருந்தார்.

அந்த நாட்களைப் பற்றிப் பேசும்போது ராகவனின் குரலில் ஒருவித உற்சாகம் வந்ததைப் பார்க்க முடிந்தது. சட்டத்தை எதிர்த்துக்கொண்டு கொள்கைக்காக வாழ்வதில் இருக்கும் வசீகரம், உலகை மாற்றப் புறப்பட்ட இளைஞர்களின் சாகச உணர்வுகள்...

பிரபாகரன் குறித்து ராகவன் சொல்வது:

'பிரபாகரன் வசீகர ஆளுமைகொண்டவர். ரொம்ப நட்பானவர். எனக்கு அவரை ரொம்பப் பிடித்திருந்தது. கொஞ்சம் கனவு காணும் டைப் என்றாலும் திட்டமிட்டுச் செயல்படுகிறவராகவும் இருந்தார்.'

இருபது வயதே ஆனவராக இருந்தாலும் பிரபாகரன் ஒரு பண்பட்ட போராளியாகச் சிந்திக்கவும் நடந்து கொள்ளவும் செய்தார். தன் வாழ் நாள் முழுவதும் ஓர் இடத்தில் நாலைந்து நாட்களுக்கு மேல் தங்கிய தில்லை. நதியைப்போல் ஓடிக்கொண்டேயிருந்தார். அப்போது முழுக்கைச் சட்டையும் லுங்கியுமே அவரது ஆடையாக இருந்தது. சைக்கிளில்தான் யாழ்ப்பாணம் முழுதும் சுற்றினார். காவலர்கள், செக்போஸ்ட் அதிகாரிகள் ஆகியோரிடமிருந்து தப்பிக்கும் நோக்கில் குறுக்குப் பாதையில்தான் எப்போதும் பயணம் செய்வார். அரசு நிறு வனங்களை அறவே அணுகுவதில்லை. மஞ்சக் காமாலை வந்தபோது கூட அரசாங்க ஆஸ்பத்திரிக்கோ அரசு மருத்துவரையோ நாடவில்லை. தானாக மெல்லக் குணமாகட்டும் என்று விட்டுவிட்டார்.

அவர் சம்பந்தமான புகைப்படங்களைத் திட்டமிட்டு அழித்தார். அவரைத் தேடும் போலிஸ் மிகப் பழைய ஒரு பள்ளிக்கூடப் புகைப் படத்தை வைத்தே தேட வேண்டியிருந்தது. பிரபாகரன் அப்போதெல் லாம் நிதி சேர்க்கப் படாதபாடுபட்டார். ஒரு தரம் என்னை சைக்கிளி லேயே தன் சொந்த ஊரான வல்வட்டித்துறைக்கு அனுப்பி ஓர் ஆதரவாளரிடம் நிதி வாங்கி வரச் சொன்னார். அந்தத் தொகை, உண்டியலில் போட்டு வைத்திருந்த பத்து ரூபாய்!

தனி ஈழக் கொள்கையை இளைஞர்கள் மனத்தில் விதைப்பதில் பிரபாகரன் விற்பன்னராக இருந்தார். அவருடைய வழிதான் சரியான வழி என்று நாங்கள் நம்பினோம். தனி ஈழம்பற்றி ராகவன் சொல்கிறார்:

'இன்று என்னால் நிதானமாக யோசித்துப் பார்க்க முடிகிறது. எங்களுடைய வயது, பக்குவமின்மை காரணமாக வன்முறை மீதான கவர்ச்சியினால் மயங்கிவிட்டோம்.'

இந்த ஒப்புதல் வாக்குமூலம் என்னை ஒரு கணம் அதிரச் செய்தது. அதேநேரம் வன்முறையை நியாயப்படுத்திக்கொண்டிருப்பதைவிட முட்டாள்த்தனத்தை ஒப்புக்கொள்வதன் மூலமே அவர் தன்னை மீட்டெடுத்துக்கொள்ளமுடியும் என்பது புரிந்தது.

ஜனநாயக வழிமுறைகள் எந்தப் பலனையும் தரவில்லை என்பதை விரக்தியுடன் பார்த்தவர்கள் போராளிகள். ஒவ்வொரு தேர்தலிலும் தமிழர்களுடைய வாக்குகளைப் பெற்றுத் தருகிறோம், கூடுதல் உரிமைகள் கொடுங்கள் என்று தமிழ்க் கட்சிகள் பெரிய சிங்களக் கட்சி களுடன் கூட்டணி அமைப்பார்கள். சிங்களக் கட்சி வெற்றி பெற்றதும் கூட்டணியை உதறித் தள்ளிவிட்டு வாக்குறுதிகளைக் காற்றில் பறக்கவிட்டுவிடும்.

'தேர்தல் என்கிற வழிமுறையில் வெளிப்படைத் தன்மையே இல்லை, ஆகவே என்னைப் பொறுத்தவரை ஆயுதப் போராட்டத்தையே நம்பினேன்' என்றார் ராகவன்.

துரையப்பாவின் கொலையைத் தொடர்ந்து ராகவனின் பாட்டி வீட்டில் பல மாதங்கள் தலைமறைவாக இருந்தார் பிரபாகரன்.

'அப்போது நான் பள்ளிப் பிள்ளைகளுக்கு ட்யூஷன் சொல்லிக் கொடுத்துக் கொண்டிருந்தேன். பிரபாகரன் சற்று குட்டையாகவும் என்னைவிடச் சின்னவராகவும் தோற்றமளித்ததால் அவரை என் மாணவர் என்றும் தங்குவதற்கு இடம் வேண்டியிருப்பதால் இங்கே இருக்கட்டும் என்றும் சொல்லிப் பாட்டியைச் சமாளித்தேன். உண்மையில் காவலர்களிடம் எனக்குப் பயமில்லை. என் பெற்றோருக்குத் தெரிந்துவிட்டால் என்ன ஆகும் என்றுதான் பயந்தேன்' என்று சிரித்தார் ராகவன்.

பிரபாகரன் அப்போது பொதுமக்கள் முன் வந்தது ஒரே ஒருதடவை தான். அது மிகவும் நாடகீயமான நிகழ்வு: ராகவன் உள்ளிட்ட சில ஆயுதம் ஏந்திய மனிதர்களுடன் வங்கி ஒன்றில் நுழைந்த பிரபாகரன், ஐந்தே நிமிடங்களில் 7,00,000 ரூபாய் மதிப்புள்ள பணம், நகையுடன் வெளியேறினார். அடுத்த மே மாதத்தில் தமிழ் புதிய புலிகள் என்ற அமைப்பை தமிழீழ விடுதலைப் புலிகள் என்று பெயர் மாற்றினார்.

கர்ஜிக்கும் புலியின் படத்தைப் புதிய லோகோவாகத் தேர்ந்தெடுத்தார். குறுக்கு மறுக்காக வைக்கப்பட்ட இரண்டு துப்பாக்கிகளின் மேல் புலியின் பாதங்கள் பதிந்திருந்தன. சில நாட்களில் சுமார் 20 உறுப்பினர்களைக் கொண்ட புலிகள் அமைப்பு அடர்ந்த வன்னி காட்டுப் பகுதியை ஆக்கிரமித்துக்கொண்டது. வவுனியாவில் 40 ஏக்கர் விஸ்தீரணத்தில் அமைந்த பூந்தோட்டம் என்கிற பண்ணையில் முதல் பயிற்சி முகாம் ஒன்றை அமைத்தார். அந்தப் பண்ணையில் முன் பாகத்தில் காய்கறித் தோட்டம், நெல் வயல்கள் இருந்தன. அதன் பின்பகுதியில் எத்தனை புலிகளை வேண்டுமானாலும் தடையின்றி உள்ளே மறைத்துக் கொள்ளும்வகையில், என்னவிதமான பயிற்சியையும் மேற்கொள்ள முடிந்தவகையில் அடர்ந்த வன்னிக் காடு ஆரம்பமானது.

சிறிய நாடானாலும் ஸ்ரீலங்காவில் எல்லாவகை நிலப்பரப்புகளும் உள்ளன. மலையின் மீது அமைந்திருக்கும் கண்டி முடியாட்சிக் காலத்தில் தலைநகராக விளங்கியது. 1815ம் ஆண்டு, ஆங்கிலேயர் வந்து ஆக்கிரமித்தபோது இறுதி மன்னர்கள் அடிபணிந்தது இங்கே தான். நாட்டைச் சுற்றி இருக்கும் கடற்பரப்பு வானிலிருந்து பார்க்கிற போது மங்கலான மஞ்சள் நிறத்தில் ஜரிகை அமைத்ததுபோல் இருக்கும். கடலோரமாய்ச் சுற்றி வந்தால் ஏறக்குறைய ஆயிரம் கிலோ மீட்டர்கள் இருக்கும். மார்க்கோ போலோ இலங்கைபற்றிக் குறிப் பிட்டிருக்கிறார்; எனினும் இங்கு வந்திருக்கமாட்டார் என்றே தோன்று கிறது. இங்கு வந்து போன பயணிகள் சொன்ன குறிப்புகளில் இருந்து இலங்கைத் தீவு புராதன காலத்தில் இன்னும் பெரிதாக இருந்திருக்கும் என்று சொல்கிறார். வடக்கிலிருந்து வீசிய புயலால் பெருமளவு நிலப் பகுதியும் மலைகளும் அரித்துக் கடலோடு போய்விட்டன.

ஓர் இந்தியர், அதுவும் தமிழர் இலங்கையில் எங்கே சென்றாலும் சந்தேகக் கண்களோடு பார்க்கப்படுகிறார். உள்நாட்டுப் போரின் கடைசி கட்டத்தில் நடந்த படுகொலைகளைத் தடுக்கத் தேவையான முயற்சி களை இந்திய அரசு எடுக்கவில்லை என்று அதன் மீது தமிழர்களுக்கு வெறுப்பு இருக்கிறது. இது நியாயமான உணர்வுதான். 1980களில் இந்திய அரசு விடுதலைப் புலிகளுக்குப் பயிற்சியும் ஆயுதமும் கொடுத்தது என்றும் இந்தியத் தமிழர்கள் ஈழக் கோரிக்கையை ஆதரிக் கிறார்கள் என்றும் சொல்லி சிங்களர்களுக்கும் இந்தியர்கள் மீது விமர்சனங்கள் இருக்கின்றன. இவையும் நியாயமான உணர்வுகளே. என் தேசத்தின் தவறான அயல்நாட்டுக் கொள்கைக்கு பதில் சொல்லியாக வேண்டிய நிலையில் இருந்த நான் உடனடியாக ஒரு மன்னிப்பைத் தெரிவித்தாகவேண்டியிருந்தது.

எனது வேலையில் இருந்து எனது அடையாளத்தைத் தனித்துப் பார்க்க வேண்டியது மிகவும் அவசியம். அதுபோலவே, ஒரு முட்டையின்

| 43 |

வெள்ளைக் கருவையும் மஞ்சள் கருவையும் பிரித்துப் பார்ப்பதுபோல் தமிழர் பிரச்னையையும் புலிகளையும் பாகுபடுத்திப் பார்ப்பது அவசியம்.

ராகவன் சொன்னார்: நான் புலிகளின் வன்முறையை ஆதரிக்கவில்லை. படுகொலைகளில் கை தேர்ந்த நிபுணத்துவத்தை வெளிப்படுத்திய புலிகளை ஒருவர் எப்படி நியாயப்படுத்த முடியும்? ராணுவ வீரர்களையும் அரசியல்வாதிகளையும் கொன்றார்கள். அனுராதபுரத்தின் கம்பீரமான புத்த தேவாலயத்தில் புத்த பிட்சுகளையும் தல யாத்திரைக்கு வந்த பக்தர்களையும் கொடூரமாகக் கொன்றார்கள் புலிகள். நாடெங்கிலும் இருந்த சிங்களப் பெண்களையும், குழந்தைகளையும் கொன்று குவித்தார்கள். விமானங்களையும், ரயில்களையும் தகர்த்தார்கள்.

விவசாயிகள் வயல்களில் நாற்று நடுவதுபோல் புலிகள் நாடு முழுவதும் கண்ணிவெடிகளைப் பதித்தனர். அவையெல்லாம் போர் முடிந்து நான்காண்டுகள் ஆகியும் இன்னமும் முழுமையாக அகற்றப் படவில்லை. அந்த வேலை முடிவு பெற 2020ம் ஆண்டுவரை ஆகலாம் என்று அனுமானிக்கப்பட்டிருக்கிறது. நாடெங்கிலும் பஸ்களிலும், ரயில்களிலும், கட்டடங்களிலும் புலிகள் குண்டுகள் வைத்தவண்ணம் இருந்தனர். குழந்தைகளைப் பள்ளிக்கு அனுப்பும் எந்தத் தாய்க்கும் மாலை முழுதாகக் குழந்தையைத் திரும்பப் பார்க்கமுடியும் என்கிற நம்பிக்கை இருந்திருக்கவில்லை.

ஒவ்வொரு பிடிவாதமான நேர்மைக்கும் வன்முறையே பதிலடியாக இருந்தது. 1992ம் ஆண்டு, முஸ்லிம்களும் சிங்களர்களும் நிறைந்த பேருந்து ஒன்றை வெடிவைத்துத் தகர்ப்பதற்காக புலிகள் நிறுத்தினார்கள். ராஜ குலேந்திரன் என்கிற ஒரே ஒரு தமிழர் மட்டும் அதில் இருந்தார். அவரை இறங்கித் தப்பிப் போகுமாறு வாய்ப்பளித்தார்கள். ஆனால், அவரோ தான் மட்டும் தப்பிப் போக மறுத்துவிட்டார். மற்றவர்களையும் கொல்லாதீர்கள் என்றார். அவரை வண்டியிலிருந்து இறக்கி முதலில் வெட்டிக் கொன்றார்கள் புலிகள். பிறகு சிங்களர்கள், முஸ்லிம்களுடன் பேருந்தைத் தகர்த்தார்கள்.

புலிகள்பற்றி அல்லது போர்பற்றி நான் படித்தவை எல்லாமே இதுபோன்ற படுகொலைகளின் பட்டியலாகவே இருந்தன. ஒருமுறை யதேச்சையாக ஓர் ஊரை அடையாளப்படுத்த நினைத்தபோது அந்த ஊரின் நிலப்பரப்போ, அங்கு வைத்த மக்களோ அங்கு காணப்பட்ட மரஞ் செடிகொடிகளோ நினைவுக்கு வராமல் அங்கு 20 வருடங்களுக்கு முன் நடந்த படுகொலையே நினைவுக்கு வந்தது. என் நினைவில் ஶ்ரீலங்கா என்று பதிவாகியிருப்பது போரினால் பாதிக்கப்பட்ட ஶ்ரீலங்காவே.

ஈழக் கோரிக்கை தொடர்பான விடுதலைப் புலிகளின் பயணம் என்பது அடுத்தடுத்த அரசியல் நடவடிக்கைகளின் தொடர்ச்சியான நகர்வாக அல்லாமல் படுகொலைகளின் அணிவரிசையாகவே இருக்கிறது. புலிகளின் கட்டுப்பாட்டில் இருந்த பகுதிகளில், தமிழ்க் குடும்பங்கள் தங்கள் குடும்பத்து வாரிசு ஒருவரை புலிகள் இயக்கத்துக்கு அனுப்பியாக வேண்டும் என்று நிர்ப்பந்திக்கப்பட்டார்கள். குடும்பத் துக்கு ஒருவர் போதும் என்று உறுதி அளித்த புலிகள், போர் தொடர்ந்த போது இன்னும் அதிக ஆட்கள் தேவை என்று திரும்ப வந்தார்கள். சிறுவர்களையும் சிறுமிகளையும் சேர்த்துக்கொண்டு சரியான பயிற்சி கொடுக்காமல் போர்முனைக்கு அனுப்பி அவர்களின் சாவைத் துரிதப் படுத்தினார்கள். கழுத்தில் சயனைட் குப்பிகளை அணியுமாறும், பிடிபட்டால் அதை விழுங்கிச் செத்துப் போகுமாறும் நிர்ப்பந்தித்தனர்.

ஆண்களுக்கும் பெண்களுக்கும் வெடிகுண்டுக் கச்சைகள் அணிவித்து சொன்ன இடங்களில் வெடித்துச் சிதறுமாறு பணிக்கப்பட்டார்கள். துப்பாக்கிக்குண்டுகளில் இருந்து தப்பிக்க அப்பாவி தமிழ் மக்களைக் கேடயமாகப் பயன்படுத்தினார்கள் புலிகள். தமது தாழிட்ட உலகுக்குள் இருந்துகொண்டு, தாம் துரோகம் என்று கருதியவற்றுக்கு உடனடி மரணத்தைப் பரிசாகத் தந்தார்கள்.

சமாதானப் பேச்சு வார்த்தைக்கு இணங்கும்படிக் கேட்டுக்கொண்ட வர்கள்கூடக் கொல்லப்பட்டார்கள். என் தோழியின் கணவரும் நாடாளுமன்ற உறுப்பினருமான நீலன் திருச்செல்வம், பிரபாகரனிடம் சமாதானப் பேச்சுவார்த்தைகளை ஏற்குமாறு கேட்டுக்கொண்டதற்காக அவரது நிஸான் காரோடு வெடிவைத்துத் தகர்த்தெறியப்பட்டார்.

பிரபாகரன் உருவாக்கிய இயக்கம் இத்தகையதே. இயக்கத்துக்கும் தனக்கும் ஒரு கொடூரமான தோற்றத்தை உருவாக்கி வளர்த்து வைத்திருந்தார் பிரபாகரன்.

பிரபாகரனின் அப்பா அரசாங்கத்தில் நிர்வாக அதிகாரியாக இருந்தவர். 1950களில் மக்களால் பெரிதும் மதிக்கப்பட்ட பதவி அது. அப்போது வல்வட்டித் துறை என்கிற மீனவர் கிராமத்தில் வசித்து வந்தார்கள். கொஞ்சம் பணக்காரக் குடும்பம். நிலபுலன்கள் நிறைய இருந்தன. உள்ளூர்க் கோயில்களில் அறங்காவலர்களாக இருந்தார்கள் அந்தக் குடும்பத்தினர். 1867ம் ஆண்டு கட்டப்பட்ட சிவன் கோயிலுக்கு அவர்கள் பெருமளவில் நன்கொடை தந்திருந்தார்கள்.

இந்த வசதிகள் மெல்ல அழிந்து பிரபாகரனின் தகப்பனார் காலத்தில், வேலை செய்துதான் பிழைக்க வேண்டும் என்கிற நிலைக்கு அந்தக் குடும்பம் வந்திருந்தது. அரசாங்க ஊழியர்கள் எல்லாரும் சிங்களத்தில்

| 45 |

பேசவும் எழுதவும் அறிந்திருக்கவேண்டும் என்கிற சட்டம் வந்தபோது பவ்யமாக அதைக் கற்றுக்கொண்டார்.

வன்முறையில் நாட்டம் உண்டாகுமாறு பிரபாகரனுக்கு குழந்தைப் பருவத்தில் ஏதேனும் நிகழ்ந்துள்ளதா என்பதை அறிந்து கொள்ளும் ஆர்வம் எனக்கு ஏற்பட்டது.

பிரபாகரனின் வாழ்க்கை வரலாற்றை எழுதியிருக்கும் சிலர் அவருக்கு கவண், பொய்த் துப்பாக்கிகள்கொண்டு அணில்கள், ஓணான்களை அடிப்பதில் ஆர்வம் இருந்ததைச் சொல்கிறார்கள்; பள்ளியின் ரசாயனக் கூடத்திலிருந்து கொண்டு வந்த ரசாயனங்களை வைத்து வெடிமருந்து தயாரித்ததைச் சொல்கிறார்கள்; கராத்தே கற்பதில் ஆர்வம் இருந்ததைச் சொல்கிறார்கள். பிரபாகரனின் அண்ணனுக்குப் பள்ளித் தோழனான ஒருவரை வல்வட்டித்துறையில் சந்தித்தேன். இவரது ஒன்றுவிட்ட சகோதரர்தான் பிரபாகரனின் சகோதரியை மணந்தவர். அவர் சொன்னார்:

'நான் தினமும் பள்ளிக்கு பிரபாகரன் வீட்டு வழியாகத்தான் சைக்கிளில் போவேன். பிரபாகரனின் அண்ணன் என் தோழன் என்பதால் சைக்கிளில் பிரபாகரனை ஏற்றிப் போவேன். ஒருநாள் வேறொரு பையனை சைக்கிளில் ஏற்றிக்கொண்டு பிரபாகரன் வீட்டைக் கடந்த போது, ஓடும் சைக்கிளிலிருந்து அந்தப் பையனை உதைத்து உருட்டி விட்டார் பதினோரு வயதான பிரபாகரன். அப்போதே அவர் விட்டுக்கொடுக்கும் குணம் அற்றவராக இருந்தார்.'

வயதில் தன்னைவிட மிகவும் இளையவரான பிரபாகரன் அந்த வயதிலேயே தன்னுடன் அரசியல் பேசுவார் என்றும் அவர் சொன்னார். இந்தியாவில் சிறிது காலமே நீடித்த தமிழ் பிரிவினைவாதம் பற்றிய புத்தகங்களை பிரபாகரன் ஆர்வத்துடன் படித்ததை நினைவுகூர்ந்தார். அவருடைய ஆசிரியர் தமிழ் தேசியக் கருத்தாக்கத்தைக்கொண்டவராக இருந்தார். எனினும் சுற்றி நடப்பவையே பெருமளவுக்கு பிரபாகரனுக்கு அந்த உணர்வுகளை ஊட்டின.

அரசாங்க உத்தியோகத்தில் இன வேறுபாடு பெரிதும் பாதிப்பதை பிரபாகரனின் தகப்பனார் சொல்லக் கேட்டிருக்கிறார். 1958 மதக் கலவரத்தில் ஒரு ஹிந்து மதத் துறவி சிங்களர்களால் உயிருடன் கொளுத்தப்பட்டார். 1986ம் ஆண்டு ஒரு பேட்டியில் பிரபாகரன் அதுபற்றிச் சொன்னது: 'சாதுவான ஒரு துறவியே எரித்துக் கொல்லப்படு கிறார் என்றால், நாம் திருப்பி அடிக்காமல் இருக்கலாமா என்பதுதான் மக்களின் எண்ணமாக இருந்தது.' பதினெட்டு வயதாகும்போது அரசாங்க பஸ் ஒன்றைக் கொளுத்தி, தான் தேர்ந்தெடுத்த பாதையைக் காட்டினார்.

பிரபாகரனை நேரில் பார்த்தவர்கள் அவர் குள்ளமாகவும், குண்டாகவும் இருப்பார் என்றும், அப்படிப்பட்ட புரட்சி இயக்கத்தின் தலைவர் என்று சொல்ல இயலாத அளவு மெல்லிய குரலில் பேசுகிறவர் என்றும் சொன்னார்கள்.

காட்டில் அடையாளம் தெரியாமல் இருக்க உதவும்படியாக பெரும்பாலும் பச்சை மற்றும் பழுப்புத்திட்டுகள் நிறைந்த ராணுவ உடையையே அணிந்திருப்பார். அந்த உடை தர்பூசணியின் தோல்போல் அவருடைய உடம்பில் ஒட்டிக்கொண்டிருந்தது.

விடுதலைப் புலிகளைக் காப்பாற்ற வேண்டுமென்றால், முதலில் தன்னைக் காப்பாற்றிக் கொள்ளவேண்டும் என்று அவர் நினைத்தார். அவர் அப்படி நினைத்ததில் ஒருவகையில் தவறு ஏதும் இல்லை. ஆனால், ஒருவகையான மனச்சிதைவுக்குள்ளானவராகவே இருந்தார். தொடர்ந்து ஒரே இடத்தில் தங்கியதில்லை அவர். பொதுமக்கள் முன்பு பல நாட்களுக்கு ஒருமுறைதான் தோன்றுவார். உறுப்பினர்களின் விசுவாசத்தைக் கண்காணித்துக்கொண்டே இருப்பார். இயக்கத்தின் ஒற்றுமையையும் உறுதியையும் காப்பதற்காக யாரும் திருமணம் செய்து கொள்ளக்கூடாது என்று சொல்வார்.

ஆப்பரேஷன் டே பிரேக் படத்தில் நாஜி படையினர் செஸ் போராளியை அவருடைய மனைவி, குழந்தைகளை அச்சுறுத்திப் பணிய வைக்கும் காட்சியைப் பார்த்து, 'இதனால்தான் நம்ம நோக்கத்துக்கு கல்யாணம், குழந்தைகள் எல்லாம் கூடாது என்று சொன்னேன்' என்றாராம் ராகவனிடம்.

தானே ஒரு கணவனாக, தகப்பனாக இருந்த பிரபாகரன் ஈழத்துக்காக உயிர் உள்பட எதையும் தியாகம் கேட்கத் தயங்கவில்லை. தன் பாதையை ஏற்காத தமிழர்களையும் தன் உறுப்பினர்களான புலி களையுமே கொல்வதற்கு அவர் தயங்கியதில்லை. அரசியல்வாதி களையும் சிங்களக் குடிமக்களையும் கொல்லவும் தயக்கம் காட்டிய தில்லை. பெண்கள், குழந்தைகள், பலவீனமானவர்கள் என்றெல்லாம் எந்த விதிவிலக்கும் காட்டியதில்லை.

யாழ்ப்பாணம் நூல்நிலையத்தில் உணவு விடுதியில் உட்கார்ந்திருந்த போது நிர்மலா என்னிடம், 'இந்த நூல்நிலையம் கட்டுவதற்கு நிதியுதவி செய்தவர் யார் தெரியுமா?' என்று கேட்டுவிட்டு, நிதி அளித்த சதீஷ் என்கிற போட்டி விடுதலை இயக்கத்தவரைப் பற்றிச் சொன்னார். அது பல்வேறு விடுதலை இயக்கங்கள் தங்களுக்குள் சண்டையிட்டுக்கொண்ட காலம். 1986 அல்லது 87-ல் சதீஷும் அவருடைய நண்பரும் புலிகளிடம் சிக்கிக்கொண்டார்கள். புலிகள் பூவா

தலையா போட்டு, தலை விழுந்தால் சதீஷைக் கொல்வேன், பூ விழுந் தால் அவன் நண்பனைக் கொல்வேன் என்று விளையாடினார்களாம். நாணயத்தைச் சுண்டிவிட்டார்கள். பூ விழுந்தது. சதீஷின் தலை தப்பியது.

பத்தே ஆண்டுகளில், தேவை என்று நினைத்த விஷயத்துக்குக் கொலை செய்வதிலிருந்து விளையாட்டாகக் கொலை செய்யும் நிலைக்குப் புலிகள் வந்திருந்தனர். பத்து ஆண்டுகள் என்பது ஒரு இயக்கம் சீர்குலைவு அடைய மிகக் குறுகிய காலம். தொடக்கத்தி லேயே ஒழுங்கின்றி இருந்தாலொழிய அப்படி நிகழ்வது அபூர்வம்.

6

சில சமயம் காலைப்பொழுதுகளில் பார்க் ரோடில் இருக்கும் இலங்கை நவீன மருத்துவமனையில் ரேடியாலஜி பிரிவில் பணி யாற்றும் செல்லையா துரைராஜாவைச் சந்திப்பதுண்டு.

செல்லையா துரைராஜா இலங்கை ராணுவத்தில் மேஜர் ஜெனரலாகப் பணியாற்றி 1998ம் ஆண்டு ஓய்வு பெற்றவர். இது சற்று ஆச்சரியமான விஷயம். அதாவது ஒரு தமிழர் இலங்கை ராணுவத்தில் இருப்பது அல்ல; அது ஆச்சரியமானதுதான் என்றாலும் என் ஆச்சரியம் வேறு. ஒரு தமிழர், தனது சமூகத்தினரின் நலனுக்காகப் போராடுவதாகச் சொல்லிக்கொள்ளும் கொரில்லாக்களுக்கு எதிராக, சிங்கள வீரர் களுக்கு ஆணைகள் பிறப்பித்தது ஓர் ஆச்சரியமே.

துரைராஜா ராணுவ மருத்துவச் சேவைப் பிரிவின் இயக்குனர். உயிர்களை எடுப்பதைவிட, காப்பதில் அதிக அனுபவம் பெற்றவர். இன்னொரு ஆச்சரியம், தமிழர்கள் வளர்ச்சி அடைவது முட்டுக்கட்டை போடப்பட்டதால்தான் உள்நாட்டுப் போரே தொடங்கியது. ஆனால் துரைராஜா மேஜர் ஜெனரல்வரை வளர்ச்சி அடைந்தவர்!

காலையில் எட்டுமணிக்கு போன் செய்து 'பார்க்க வரவா' என்று கேட்டால், வாங்க வாங்க.. இன்று பரபரப்பு எதுவும் இல்லை. நாம் நிதானமாக அமர்ந்து பேசலாம் என்று சொல்வார். நானும் புறப்பட்டுச் செல்வேன். ஆனால், மருத்துவர்கள் ஆலோசனை கேட்டு வந்த வண்ணம் இருப்பார்கள். நோயாளிகளின் உறவினர்கள் ஆறுதல் வார்த்தை கேட்டு வரிசையாக வருவார்கள். நர்ஸ்கள் எக்ஸ் ரே ரிப்போர்ட்கள், ரத்தப் பரிசோதனை அறிக்கைகள் எனக் கொண்டுவந்து காட்டிச் செல்வார்கள். என்னை ஓரமாக உட்காரச் சொல்லிவிட்டு இவற்றையெல்லாம் பார்ப்பார். வாழ்வுக்கும் மரணத்துக்கும் இடை யில் ஊடாடும் மருத்துவரின் நேரத்தை நான் ஆக்கிரமிப்பது குறித்துக்

குற்ற உணர்ச்சி மேலிடும். பின்மதியம் உணவருந்தப் புறப்படுவார். 'இன்று ஒரு 20 நிமிடம் மட்டுமே பேச வாய்ப்புக் கிடைத்தது அல்லவா. மன்னித்துவிடுங்கள். இப்படித்தான் திடீரென்று ஏதாவது வேலைகள் வந்துவிடும். வேறொரு நாள் வாருங்கள். நிதானமாகப் பேசலாம்' என்று சொல்வார். அந்த வேறொரு நாட்களும் இப்படியாகவே கழியும்.

76 வயதுக்கு அவர் மிகவும் இளமையாக இருந்தார். நிஜமான வயதைப் பிள்ளைகள் உள்பட யாரிடமும் அவர் சொன்னதில்லையாம். சின்ன வயசுல நிறைய விளையாட்டுகள் விளையாடுவேன் என்று ஒருமுறை சொன்னார். ஆனால், அது எவ்வளவு தன்னடக்கமான வார்த்தைகள் என்பது பின்னர்தான் தெரிந்தது. உண்மையில் அவர் இலங்கைக்காகக் கூடைப் பந்து, பூப்பந்து, கோல்ஃப், குத்துச் சண்டை, ரக்பி என்று பலவற்றில் சர்வதேச அளவில் கலந்துகொண்டிருப்பவர் என்பது மற்றவர்கள் சொல்லித்தான் தெரிந்தது. 2002ம் ஆண்டு கோல்ஃபுக்காக தங்கப்பதக்கம்கூட வாங்கியிருக்கிறார்.

மேஜர் ஜெனரல் துரைராஜா முதலில் சொன்ன விஷயம்: ராணுவத்தில் தமிழர்கள் சேர முடியாது என்று எந்தத் தடையும் இருந்ததில்லை. கீழ்நிலைப் பதவியில் இருந்து உயர் பதவிவரை அனைத்திலும் அவர்கள் இருந்தார்கள்.

இதர தமிழர்களைப்போலவே சிங்களம் கற்காவிட்டால் பதவி உயர்வு கிடையாது என்கிற நிர்பந்தம் இவருக்கும் இருந்திருக்கிறது. அவரது தகப்பனார்போல சரளமாகப் பேசத் தெரியாவிட்டாலும் ஓரளவு கற்கவும் செய்திருக்கிறார். சிங்களம் கற்க மறுத்த தன் சக தமிழ் ஊழியர்களிடம் இவர் கேட்டார்: 'நீ ஃபிரான்ஸில் இருந்தால் பிரமோஷனுக்காக ஃப்ரெஞ்ச் கற்பாயா மாட்டாயா?'. அந்நிய நாட்டில் இருக்கும்போது அந்த நாட்டு மொழியைக் கற்றுக்கொள்ள வேண்டி வருவதையும் சொந்த நாட்டிலேயே இன்னொரு மொழி உங்கள் மீது திணிக்கப்படுவதையும் எப்படி அவரால் ஒப்பிட்டுப் பேச முடிகிறது என்று எனக்கு ஆச்சரியமாக இருந்தது. துரைராஜா தனது தமிழ் தன்மைகளைப்பற்றி எதுவும் நினைக்கவில்லை. அல்லது அதைத் தனது புன்னகைக்கும் இழுவையான பேச்சுக்கும் பின்னால் திறமையாக மறைத்துக்கொண்டுவிடுகிறார்.

1983ம் ஆண்டு இனக்கலவரத்தின்போது துரைராஜாவின் சகோதரி வீடும் சிங்களர்களின் தீக்கு இரையாகியிருந்தது. அப்போது விசுவாசமான அரசு ஊழியராக 24 மணிநேரம், வாரம் 7 நாட்கள் நிவாரணப் பணிகள் மேற்கொள்ள வேண்டியிருந்தது. இரவு உணவுக்கு மட்டுமே வீட்டுக்குப் போக முடிந்தது. அவருடைய குடும்பத்தினர் தமது

நண்பர்களிடம், அவர் ராணுவ வீரர் அல்ல; ஒரு மருத்துவர்தான் என்று தெளிவாக எடுத்துச் சொல்லவேண்டியிருந்ததைச் சொன்னார்.

'எனக்குப் புலிகள் பால் அனுதாபமும் கிடையாது, காழ்ப்பும் கிடையாது. இந்த அரசியல் விவகாரங்களில் நான் தலையை நுழைப்ப தில்லை. அது உங்களைக் குழப்பத்திலேயே ஆழ்த்தும். புலிகள் நம்மைத் தாக்குகிறார்கள் என்று நினைப்பேன். நான் யாழ்ப்பாணத் துக்குப் போயிருந்தால் என்னைத் தாக்கியிருப்பார்கள். நான் சிங்களனா, தமிழனா என்று பார்க்கும் பொறுமைகூட இருந்திருக்காது. இது ஒரு விளையாட்டு மாதிரி. என் டீம், என்னவாக இருந்தாலும் என் டீமுக்காகவே நான் விளையாட வேண்டும்' என்றார்.

உள்நாட்டுப்போர் தொடரத் தொடர ராணுவத்தில் முப்பது சதவீதமாக இருந்த தமிழர்களின் எண்ணிக்கை குறையத் தொடங்கி, 1990 களில் ஒன்றுமில்லாமல் ஆகிவிட்டதைச் சொன்னார். 1998ம் ஆண்டு ஓய்வு பெறும்போது துரைராஜாவைத் தவிர வேறு தமிழர்களே இல்லை ராணுவத்தில். தமிழர்கள் யாரும் இலங்கை ராணுவத்தில் சேரத் தயாராக இருக்கவில்லை என்பதும் உண்மைதான். ஆனால், வெளிப் படையாகச் சொல்லாவிட்டாலும் தமிழர்களைச் சேர்த்துக்கொள்வது தொடர்பாகப் பெரும் தயக்கமும் இருந்தது.

பணி மூப்பு அடிப்படையில் வரவேண்டிய வழக்கமான பதவி உயர்வுகள் கூடத் தமிழர்களுக்குப் பல சமயம் மறுக்கப்பட்டதைச் சொன்னார். தன் சகா ஒருவருக்கு நெடுங்காலம் பதவி உயர்வு மறுக்கப்பட்டதைத் தொடர்ந்து, தான் ராஜினாமா செய்வதாக அழுத்தம் கொடுத்து வாங்கித் தந்ததாகச் சொன்னார். அவருக்கேகூட சில சமயம் அப்படி ஆகும் போது நேராக உயர் அதிகாரிகளிடம் போய் 'என்ன... தாமதத்துக்குக் காரணம் 'த' ஃபேக்டரா?' என்று நேரடியாகக் குற்றம்சாட்டும் வகை யில் அதட்டுவது ஒன்றே தன் முன்னால் இருந்த வழியாக இருந்ததாகச் சொன்னார்.

'போரின் இறுதி நாட்களில் மனித உரிமை மீறல்கள் நடந்தது உண்மை. தமிழர்களின் அடுத்த தலைமுறையையே ஒழிப்பது அவர்கள் நோக்கமாக இருந்தது. இது பெரும்பான்மை இனத்தின் மனப்பாங்கு. தமிழர்களைச் சுத்தமாக அழிக்க நினைத்தார்கள். என்னிடம் வரும் சிங்கள பேஷண்டுகள்கூட 'குண்டு போட்டு அவர்கள் எல்லாரையும் அழித்துவிடவேண்டும்' என்பார்கள். எனக்கு ஆத்திரமாக வரும். ஆனாலும் எதுவும் பேசமாட்டேன்' என்றார். தொடர்ந்து, 'ஒட்டு மொத்த இனத்தையும் இப்படிப் பேசும் சிலரை வைத்து எடை போட்டு விடக்கூடாது அல்லவா?' என்றார்.

மனித உரிமை மீறல்கள் குறித்துச் சொல்லும்போது அதை அரசியல் வாதிகளின் தவறாகவே அவர் குறிப்பிட்டார். ராணுவம் அதைச் செய்ய நேர்ந்ததை ஒரு தாயைக் குறை சொல்லும் மனப்பாங்குடன், வலியோடு குறிப்பிட்டார்.

போரை விரைவில் முடிவுக்குக்கொண்டுவர இலங்கை ராணுவம் குடிமக்களைக் கொன்றது என்பதென்னவோ உண்மைதான். ராணுவம் தமிழர்களின் பகுதிகளைக் கைப்பற்றியபடி முன்னேறியபோது இது தவிர்க்க முடியாமல் நேர்ந்ததா... பிரபாகரன் திட்டமிட்டு அப்பாவி மக்களைக் கேடயமாகப் பிடித்ததால் நேர்ந்ததா? தெரியவில்லை. ராணுவம் முன்னேறி வந்தபோது அதன் கட்டுப்பாட்டில் இருக்கும் பகுதிகளுக்கு செல்வதைக் காட்டிலும் பின்வாங்கி ஓடும் புலிகளுடன் செல்வதே நல்லது என்று மக்கள் நினைத்தார்கள். பிரபாகரனும் போர் நிறுத்தம் கேட்க வேண்டுமானால் குடிமக்களின் பாதுகாப்பைச் சுட்டிக் காட்டிக் கேட்கலாம் என்பதால் அவர்கள் மத்தியிலேயே இருக்க முடிவு செய்தார்.

எத்தனை குடிமக்கள், எப்படி இறந்தார்கள் என்பதெல்லாம் தெரிய வில்லை. அரசாங்கம் ஒன்பதாயிரம் என்கிறது. ஐக்கிய நாடுகள் சபை குறைந்த பட்சம் நாற்பதாயிரமோ அதற்கும் மேலோ என்று கணக் கிட்டிருக்கிறது. நான் கேள்விப்பட்ட அதிகபட்ச எண்ணிக்கை எழுபத்தைந்தாயிரம், இது கடந்த 25 ஆண்டுகளில் நிகழ்ந்த மொத்த மரணங்களின் எண்ணிக்கைக்குச் சமம்.

★ வன்னியை பத்திரிகையாளர்கள் பார்வையிலிருந்தும், உதவிக் குழுக் களின் பார்வையிலிருந்தும் மறைத்ததன் மூலம் உலக அரங்குக்குப் பதில் சொல்ல வேண்டிய அவசியத்தை இலங்கை அரசு தவிர்த்ததா?

★ துப்பாக்கியும் வெடிகுண்டுகளும் பயன்படுத்தக்கூடாத No fire zone களை கனரக ஆயுதங்கள்கொண்டு தகர்த்ததா இலங்கை ராணுவம்?

★ போருக்குத் தொடர்பில்லாதவர்களும் போர்க் கைதிகளும் சேனல் – 4 காட்டியதுபோல நியாயமற்ற முறையில் கொல்லப்பட்டார்களா?

★ கண்ணைக் கட்டி அம்மணமாக வரிசையில் நிற்க வைக்கப்பட்டுப் பின் மண்டையில் சுடப்பட்டு அவர்கள் இறந்தார்களா?

★ 'பெண்களும் குழந்தைகளும் இருக்கும் வார்டுகளில் குண்டு போடுகிறார்கள். கடவுளே, வார்த்தைகளே இல்லை, இன்னமும் பிணங்களை எண்ணிக்கொண்டிருக்கிறேன்' என்று கண்ணால் கண்ட ஒருவர் ஐக்கிய நாடுகள் சபையின் செய்தித் தொடர்பாளர் கார்டான் வியஸ்க்கு (Gordon Weiss) குறுஞ்செய்தியாக அனுப்பியது ராணுவம் மருத்துவமனையில் குண்டு வீசியதைப் பார்த்துத்தானா?

| 52 |

இவற்றையெல்லாம் நம்புவதா அல்லது இலங்கை அதிபரின் சகோதரரும், நாட்டின் பாதுகாப்புச் செயலருமான கோத்தபய ராஜபக்சே ஆகஸ்ட் 2010-ல் சமர்ப்பித்த பதினேழு பக்க அறிக்கையை நம்புவதா?

அந்த அறிக்கையின் ஒரு பகுதி கீழ்காணுமாறு சொல்கிறது:

'தொடக்கத்திலிருந்தே ராணுவ நடவடிக்கைகளின் திட்டம் வகுக்கப்பட்டபோது இணையாக இன்னொரு திட்டமும் வகுக்கப்பட்டது. அந்தத் திட்டம், குடிமக்கள் மீது அக்கறைகொண்டு தயாரிக்கப்பட்டது. No fire zone, கொள்கைரீதியான செயல்பாடுகள், கனரக ஆயுதங்கள் பயன்பாட்டுக்கான கட்டுப்பாடுகள், இவை குறித்தெல்லாம் ராணுவ வீரர்களுக்குப் பயிற்சி அளித்துக் குடிமக்கள் மரணத்தைத் தவிர்ப்பதே இந்தத் திட்டத்தின் நோக்கம். ஆனால், ராணுவத்துக்கு சமமான பலமுள்ள வலுவான தீவிரவாத அமைப்பு குடிமக்களைக் கேடயமாகப் பயன்படுத்துமானால் அவர்களின் மரணம் தவிர்க்க முடியாததாகிறது.'

விசாரணைக் குழு ராஜபக்சேவை நம்புவதாக முடிவு செய்தது.

சுமார் ஆயிரம் பேர்களின் வாக்குமூலமும் ஐந்தாயிரம் பேர்களின் எழுத்து மூலமான அறிக்கைகளும் அடங்கிய 388 பக்கங்கள்கொண்ட அறிக்கையை விசாரணைக் குழு சமர்ப்பித்தது. அதில், மோதலின் இறுதிப் பகுதியில் குடிமக்கள் மரணம் நிகழ்ந்தது உண்மைதான்; ஆனால், புலிகள் மீதான தாக்குதலில் இடையே சிக்கிக்கொண்டு விட்டதாலும் புலிகள் தங்கள் மக்களைக் கொன்றதாலும், அந்தப் பகுதியிலிருந்து மக்களை விடுவிக்கப் புலிகள் மறுத்ததாலும் அந்த மரணங்கள் நிகழ்ந்ததாகக் கூறப்பட்டிருக்கிறது. மேலும், பாதுகாப்புப் படைகள் வேண்டுமென்றே குடிமக்களைக் குறிவைத்துத் தாக்கியதாக யாருமே கூறவில்லை என்றும் அந்த அறிக்கையில் இருக்கிறது.

இந்த அறிக்கைகள் அரசை விமர்சித்தவர்களின் எரி ஆயுதக் கிடங்கில் மேலும் சில வெடி மருந்தைக்கொண்டு சேர்த்தது. அரசை ஆதரிப்பவர்கள் மத்தியிலோ கூடுதலாக நாலைந்து தூண்களை ஊன்றி முட்டுக் கொடுத்தது. ஆனால், இவற்றின் நடுவில் மாட்டிக்கொண்ட மக்களுக்கு எந்தத் தெளிவையும் தரவில்லை. அரசு எந்தத் தவறும் செய்யவில்லை என்று இந்த வெற்றியைக் கொண்டாடவும் வழி செய்யவில்லை. அரசு போர்க் குற்றம் செய்திருக்கிறது என்று அதை வெளிப்படையாக விமர்சிக்கவும் வழி செய்யவில்லை.

ஒருநாள் கோல்ஃப் கிளப்பில் துரைராஜாவிடம், ராணுவத்தில் தனியொரு தமிழராக இருக்கும் அனுபவம் பற்றிக் கேட்டபோது சொன்னார்: 'நீங்கள் தவறான நபரிடம் வந்து செய்தி திரட்டிக் கொண்டிருக்கிறீர்கள். உண்மையில் நீங்கள் போக வேண்டிய இடம்

| 53 |

கனடா. ராணுவத்திலிருந்து ஓய்வு பெற்ற தமிழர்கள் பலர் அங்கே இருக்கிறார்கள். நான் ரொம்ப கவனமாகவும், பாதுகாப்பு உணர்வுடனும் சொல்லும் விஷயங்களை அவர்கள் எந்தத் தடையுமின்றிச் சுதந்திரமாகச் சொல்வார்கள்' என்றார்.

'யாரிடம் பேசலாம்?' என்று கேட்டேன்.

'டோரண்ட்டோவில் சிவஞானம் என்று ஒருவர் இருக்கிறார். ராணுவத்தில் ரேடியோகிராஃபராக இருந்தவர்தான். வெறுத்துப் போய் ராஜினாமா செய்துவிட்டுப் போனவர். அவரைக் கண்டுபிடித்துப் பேசுங்கள்' என்றார்.

7

என்னால் கனடாவில் சிவஞானத்தைக் கண்டுபிடிக்க முடியவில்லை. ரவி பரமானந்தன் என்று ஒருவரைச் சந்திக்க நேர்ந்தது. அவரும் இலங்கை ராணுவத்தில் பணியாற்றியவரே.

'தமிழ் பேசத் தெரியுமா?' என்றார்.

'தெரியும்' என்றேன்.

'படிக்க?'

'ரொம்ப சுமாராக' என்று ஒப்புக்கொண்டேன். நம்பிக்கைக்குப் பாத்திர மானவன்தானா என்று சோதிக்கிறாரோ?

அவருடன் சுமார் ஏழு மணி நேரம் பேசிக்கொண்டிருந்தேன். பதினெட்டு ஆண்டுகளுக்கு முன்னர் இலங்கையிலிருந்து கனடா வந்து விட்டார். நான் சந்தித்தபோது கனடா சிறைச்சாலையில் அதிகாரியாகப் பணியாற்றிக்கொண்டு இருந்தார்.

'ராணுவத்தில் பணிபுரியும் தமிழர்களை வௌவாலுக்கு ஒப்பிடலாம். குட்டி போட்டு பால் கொடுக்கும் பிராணிகள் வௌவாலை 'நீ ஒரு பறவை, எங்களோடு என்ன பேச்சு' என்று துரத்தும். பறவைகளிடம் போனால் 'நீ பறவையே அல்ல. நீ ஒன்றும் முட்டையிட்டுக் குஞ்சு பொறிப்பதில்லையே' என்று அவை விரட்டும்' என்றார்.

ஆரம்பத்தில் அரசியல் விஷயங்கள் எல்லாம் பெரிதாக எதுவும் தெரியாது. புலிகள் தமிழ் ஈழத்துக்காக ஆயுதம் ஏந்தும்போது அவர் களை அங்கீகரிக்க மறுத்தார் ரவி. ஆயுதம் ஏந்தி சக மக்களைக் கொன்று நீ விரும்புவதைப் பெற முடியாது. பேசி, விவாதித்து அமைதியான முறையில் பெற்றுக் கொள் என்பதுதான் அவருடைய நிலைப்பாடாக இருந்திருக்கிறது.

| 55 |

தென்னிந்தியாவில் தமிழகத்தில் ஆரம்பித்து இலங்கை வழியே மலேஷியாவரை பரவப் போகும் அகண்ட தமிழ் ராஜ்யம் குறித்த அச்சம் சிங்களர்கள் மனத்தில் இருந்தது அப்போது. தமிழர்கள் தங்கள் நாடு மொத்தத்தையும் எடுத்துக்கொண்டு விடுவார்கள் என்று அவர்கள் அஞ்சினார்கள். நாட்டையும் பௌத்தத்தையும் இந்தியாவிலிருந்து வந்திருக்கும் தமிழர்களிடமிருந்து காக்க வேண்டும் என்கிற அச்சம் சிங்களர்களுக்கு உண்டாயிற்று.

பதவி உயர்வுகள் மறுக்கப்பட்டபோது தமிழர்கள் ஏன் விரக்தியும், கொதிப்பும் அடைகிறார்கள் என்பது அவருக்குப் புரிந்தது. பிரச்னைக் குள்ளான பகுதிகளில் சிங்கள ராணுவ வீரர்கள் தமிழர்களைக் கொல் வதும், கற்பழிப்பதுமான கதைகளைக் கேள்விப்பட ஆரம்பித்திருக் கிறார்.

ஆனாலும் பிரிவினை பேசுகிறவர்களை அவர் ஆதரிக்கவில்லை. புலிகளின் ரத்தச் சிவப்புக் கொடியைப் பார்க்கையில் அசௌகரியமான உணர்ந்தார். போராளிகள் சக தமிழர்களிடமே கடுமையாகத்தான் நடந்தார்கள் என்பதால் யாழ்ப்பாணம் போகும் போதெல்லாம் உயிரைக் கையில் பிடித்துக்கொண்டு இருந்ததாகக் குறிப்பிட்டார்.

இலங்கையின் வட பகுதியிலிருந்து கொழும்புவுக்கு ஓர் இரவில் பயணம் செய்தபோது இரண்டு போராளிகள் அவர் பயணம் செய்த பேருந்தைக் கொள்ளை அடிப்பதற்காக நிறுத்திய அனுபவத்தை நினைவு கூர்ந்தார். தன் ராணுவ அடையாளங்களை அவசரமாகப் பேருந்து இருக்கைக்குக் கீழே ஒளித்து வைத்திருக்காவிட்டால் கட்டாயம் கொலை செய்திருப்பார்கள் என்றார்.

யாழ்ப்பாணத்திலிருக்கும் காங்கேசன்துறைக்குப் போனபோது புலி களின் வன்முறையைக் கண்ணால் பார்த்தேன். நாங்கள் ஒரு பேருந்து நிறுத்தத்தில் நின்றுகொண்டிருந்தோம். எதிரில் இருந்த கடைக்கு இரண்டு பேர் வந்தார்கள். ஏதோ விசாரித்தனர். அடுத்த வினாடியே கடைக்காரனை இழுத்து வட்டு டப் டப் என்று சுட்டனர். கீழே விழுந்த உடம்பை மேலும் இரண்டுதடவை சுட்டனர். இரண்டு போராளிகள் கூட்டத்தை விலக்கினர். மேலும் இருவர் இறந்தவனின் உடலை எடுத்துச் சென்றார்கள். ஓரிரு நிமிடங்களில் ஓர் உயிர், இந்த உலகில் இருந்து எடுக்கப்பட்டதற்கான எந்தத் தடமும் இல்லாமல், அழிக்கப் பட்டது.

இனப் பிரச்னையை முதன்முதலில் 1977ம் ஆண்டு பார்த்ததை நினைவு கூர்கிறார். தமிழ் ஹோட்டல்களும், தமிழ் சினிமாக் கொட்டகைகளும், தமிழ்ப் பெயர்ப் பலகைகளும் தீக்கிரையாகி, சாம்பலாகிக் கிடந்ததை நினைவு கூர்கிறார். 'ஒரு முறை கலவரத்தின்போது பத்து நாட்கள்

| 56 |

பள்ளிக்கு விடுமுறை விடப்பட்டது. மீண்டும் பள்ளி திறந்தபோது பெரும்பாலான மேஜை, பெஞ்சுகள் காணாமல் போய்விட்டிருந்தன. எல்லாம் பக்கத்தில் இருந்த சிங்களப் பள்ளிக்குக் கொண்டுசெல்ல பட்டிருந்தன'.

'ஓரிரு வாரங்கள் கழித்து வேதியல் சோதனைச்சாலையில் ஏதோ வெடித்துப் புகை வரத் தொடங்கியது. ஆசிரியர்கள் ஏதோ குண்டு வீசப் பட்டதாகப் பயந்து அனைவரையும் ஓடச் சொன்னார்கள். நாங்கள் முதல் தளத்தில் இருந்தோம். என் நண்பன் ஒருவன் படிகளில் இறங்க நேரம் இல்லை என்று நினைத்து மாடியில் இருந்து கீழே குதித்துக் கையை உடைத்துக்கொண்டான். நாங்கள் எல்லாரும் வெட்டிக் கொல்லப்பட்டுத் தீயில் எரிக்கப்பட்டுவிடுவோம் என்று பயந்தோம்.'

பள்ளிப் படிப்பு முடித்ததும் ஓரிரு ஹோட்டல்கள், தியேட்டர்களில் பகுதி நேர வேலை பார்த்திருக்கிறார். முதலில் அப்பாவைப் போல் ராணுவத்தில் சேர அவருக்கு விருப்பம் இருந்திருக்கவில்லை. ஆனால், கடைசியில் வேறு வழியில்லாமல் சேர்ந்திருக்கிறார்.

1981ம் ஆண்டு நாடாளுமன்ற உறுப்பினர் ஒருவரிடம் ராணுவத்தில் வேலைக்காக சிபாரிசுக் கடிதம் வாங்கப் போன அனுபவத்தை ரவி நினைவுகூர்ந்தார்:

'என்னிடம் வருவதற்குப் பதில் நீ தொண்டைமானிடம் அல்லவா போயிருக்க வேண்டும் என்றார். விளையாட்டுக்குச் சொல்கிறாரா இல்லையா... இதற்கு சிரிப்பதா வேண்டாமா என்று தெரியாமல் குழம்பியபடி நின்றேன். அந்த எம்.பி 'வந்து என்னைச் சுட்டுட மாட்டியே?' என்று கேட்டபடி சிரித்துக்கொண்டே சிபாரிசுக் கடிதத்தில் கையெழுத்திட்டார். இது வேடிக்கையாகச் சொன்னது என்று எனக்குப் புரிந்தது. எனவே நானும் சேர்ந்து சிரித்தேன். 1981இல் கமிஷண்ட் ஆஃபீஸராகச் சேர்ந்தேன்.'

ரவி வேலைக்குச் சேர்ந்தபோது புலிகள் மிகச் சிறிய அளவில்தான் இயங்கி வந்திருக்கிறார்கள். எப்போதோ ஒரு சமயம் ராணுவ லாரியை மடக்கித் துப்பாக்கிகளைப் பறிப்பது, என்றோ ஒரு நாள் ஒன்றிரண்டு போலிஸாரைக் கொல்வது இந்த அளவில்தான் இருந்தார்கள். ரவியின் 18 மாதப் பயிற்சிக் காலத்தில் அவரது மேலதிகாரிகளில் ஒருவர்,

'செய்திகளில் வரும் விஷயங்களை நினைத்துக் குழப்பிக் கொள்ள வேண்டாம். இது ஒன்றும் பெரிய விஷயமல்ல. அவர்களிடம் ஆயுதம் இருக்கிறது, மக்களைச் சுடுவார்கள் என்பதெல்லாம் உண்மைதான். அவர்களால் பெரிதாக ஒன்றும் செய்துவிட முடியாது. சீக்கிரமாய்

| 57 |

அவர்களைக் கட்டுப்பாட்டுக்குக் கொண்டுவந்துவிடலாம்' என்று சொன்னாராம்.

1983, ஜூலை 23ம் தேதி.

ரவியும் அவருடைய சகாக்களும் ஒரு ராணுவ லாரியில் அரைத் தூக்கத்துடன் காத்திருந்தார்கள். பனகோடாவிலிருந்து அம்பாறைக்கு ஒரு பயிற்சிக்குப் போகக் காத்திருந்தார்கள். அவர்களின் அதிகாரிகளில் ஒருவர் தகவல் கருவி ஒன்றைப் பெற்று வருவதற்காக ராணுவ கேம்ப் அலுவலகத்துக்குப் போயிருந்தார். இதோ அதோ என்று நேரம் ஓடியது. 10, 20, 30 நிமிடங்கள் கழித்து வந்தவர்,

'ஒரு கெட்ட செய்தி. புலிகள் யாழ்ப்பாணத்தில் இருக்கும் ராணுவ முகாமைத் தாக்கியிருக்கிறார்கள். பதிமூன்று பேர் கொல்லப்பட்டார்கள்' என்று அவர் வாசித்த பெயர்களில் அவர்களுடன் வர வேண்டிய அதிகாரி பெயரும் இருந்தது.

'எனக்கு அதைக் கேட்டதும் அதிர்ச்சியாக இருந்தது. அந்த அதிகாரியுடன் இரண்டு வாரத்துக்கு முன்பு கூடிப் பேசி மது அருந்தி சந்தோஷமாக இருந்திருந்தேன். அவர் அந்தப் பக்கம் போனார். நான் இங்கு வந்திருந்தேன். இன்று அவர் இல்லை.'

அந்த அம்பாறை முகாம் உலகில் இருந்து துண்டிக்கப்பட்டதாக இருந்தது. நாங்கள் பேருந்தில் திரும்பி அங்கு சென்றோம். யாரும் பேசிக்கொள்ளவில்லை. இப்படியான கலவரம் நடக்கும் என்று எதிர் பார்த்திருக்கவில்லை. ஏதோ கெட்டது நடக்கப் போகிறது என்று உள்ளுணர்வு சொன்னது. 'நல்லது நாம் அவர்களை ஒரு கை பார்த்து விடுவோம். ராணுவத்தில் பயிற்சி பெறும்போது தமிழர், சிங்களர், பர்கர் என்றெல்லாம் நாம் வேறுபாடு பார்ப்பதில்லை. நாம் ராணுவத்தினர். அவர்கள் ராணுவத்தினரைக் கொன்றிருக்கிறார்கள். பதிலடி கொடுப்போம்' என்றே சொன்னேன்.

அம்பாறையில் காட்டுக்கு மத்தியில் பயிற்சியில் இருக்கும்போது நாட்டில் நடந்துகொண்டிருக்கும் கலவரங்கள் குறித்து செய்திகள் வர ஆரம்பித்தன. நாடுபற்றி எரிகிறது என்று பேசிக்கொண்டார்கள். போலிஸ் பாதுகாப்பில் போய்க்கொண்டிருந்த தமிழ் டாக்டரை அவர் குடும்பத்தின் கண்ணெதிரில், அவருடன் பாதுகாப்புக்கிருந்த காவல் அதிகாரியின் கண்ணெதிரில் கலவரக்காரர்கள் வெட்டிப் போட்டார்கள். ராணுவத்தினர் ரவிக்கும், இதர தமிழ் அதிகாரிகளுக்கும் உடனடியாக வாகனங்கள் கொடுத்து தத்தம் குடும்பத்தாரின் பாதுகாப்பை உறுதி செய்ய அனுப்பினார்கள்.

கலவரம் பரவத் தொடங்கும் முன் எல்லா தமிழ் ராணுவ அதிகாரிகளும் அம்பாறை முகாமுக்கு அனுப்பப்பட்டிருப்பதை ரவி பார்த்தார். டேவிட், பாட்ரிக், மஹிந்தன், கனகராஜ் எல்லாரும் அங்கு வந்து சேர்ந்திருந்தனர். பொறியாளரான சந்திரகுமாரும் வொர்க் சர்வீஸில் இருந்த கதிர்காமநாதனும் மட்டும்தான் வந்து சேர்ந்திருக்கவில்லை. இதைச் சொல்லிவிட்டு அவர் சிறிது இடைவெளி விட்டார். அந்த அமைதி ஒரு கேள்வியை என்னுள் எழுப்பியது.

ஆனால், எல்லா தமிழ் அதிகாரிகளும் ஒரே இடத்தில் இருந்தது ஒரு தற்செயல் நிகழ்வுதான் இல்லையா..?

ரவி என்னை நேராகப் பார்க்கவில்லை. கடந்த காலத்துக்குள் எதையோ தேடுவதுபோல் பார்த்துவிட்டு, எனக்குத் தெரியவில்லை என்று சொல்லி நிறுத்தியவர், 'தற்செயலானதாகத்தான் இருந்திருக்கும் என்று நம்பவே விரும்பினேன். ஆனால், கனடாவுக்கு வந்த பிறகு பல கேள்விகள் என்னுள் எழுகின்றன. உலகில் நடக்கும் பல விஷயங்கள் பற்றிக் கேள்விப்படுகிறேன். இது எப்படி சாத்தியம் என்ற கேள்வி எனக்குள் தகிக்கிறது.'

ரவி தன் குடும்பத்தாரைப் பார்க்கப் போகவில்லை. அவர்கள் ராணுவப் பகுதியில் இருப்பதால் பாதுகாப்பாக இருப்பார்கள் என்பது அவர் நம்பிக்கை. போய் வந்தவர்கள், கலவரங்கள் அவ்வப்போது இன்னும் தொடர்வதையும், போலிஸ்காரர்கள் சும்மா வேடிக்கை பார்த்துக் கொண்டு நிற்பதையும் சொன்னார்களாம். அது குறித்து ரவியின் கருத்து: கும்பலாக வருபவர்கள் காவலர்களைப் பார்த்து டாட்டா காட்டிவிட்டுப் போய்க்கொண்டே இருப்பார்கள். ஆயிரம் பேர் கூட்டமாக வரும்போது, ஒரு நூறு பேர்தான் என்று வைத்துக் கொண்டாலும், ஒரே ஒரு பிஸ்டலை வைத்திருக்கும் காவலரால் என்ன செய்ய முடியும். ஒரே ஒருவரைத்தான் சுடமுடியும். அதுகூடக் கடினமே. ஆகவே அவர்கள் மேல் தவறில்லை.'

1983 கலவரங்கள் முடிந்து உள்நாட்டுப் போர் தொடங்கியபோது அம்பாறையில் நிலைமை கட்டுக்கடங்காமல் போயிற்று. திடீர் திடீரென்று தமிழர்கள் காணாமல் காணாமல் போனார்கள். சைக்கிளில் போனவர்களை ஜீப்பிலிருந்து சுட்டு வழிப்பறி செய்தார்கள். புலிகள் கிராமப்புறங்களில் குடிசைகள் அமைத்து டிவி செட்டுகள் வைத்து அரசுக்கு எதிராகப் பிரசாரம் செய்தார்கள். குழந்தைகள் டிவியே பார்த்ததில்லை என்பதால் ஆவலோடு அதைப் பார்த்தார்கள். ரவியின் தோழர் ஒருவர், தான் பங்குபெற்ற தாக்குதல்பற்றிச் சொன்னதை ரவி என்னிடம் சொன்னார். வாசலில் காவலுக்கு இருக்கும் ஒரே ஒரு புலியைச் சுட்டுவிட்டு ராணுவத்தினர் அந்தச் குடிசையைச் சுற்றி

வளைத்தார்கள். உள்ளே இருப்பது குழந்தைகள் என்பது ராணுவத் தினருக்குத் தெரியாது. இரவு நேரம் அல்லவா? சடசடவென சுட்டுக் கொன்றார்கள். என் நண்பனும் அதில் ஈடுபட்டான். ஆனால், குழந் தைகள் இருந்தது தெரியவந்தபோது மிகவும் வருந்தினான். ஆனால், என்ன செய்ய, நடக்கக் கூடாதது நடந்துவிட்டது. இதில் யாரைக் குறை சொல்ல?

ஒரு முறை ரவி ஃபோட்டோ ஸ்டுடியோ ஒன்றுக்குத் தான் டெவலப் செய்யக் கொடுத்திருந்த படங்களை வாங்கிக் கொள்ளச் சென்றிருக் கிறார். அப்போது வேறு யூனிட்டில் இருக்கும் தன் சக ஆஃபிஸர் ஒருவர் தந்திருந்த படங்கள் தயாராகி அவர் வாங்கிச் செல்லக் காத்திருப் பதைப் பார்த்திருக்கிறார். அதில் பாதி தலை இல்லாத ஒரு ஆள் தரையில் விழுந்து கிடந்தார். அவருக்கு அருகில் தமிழ் பத்திரிகையான வீர கேசரி விழுந்து கிடந்தது..

நண்பரிடம் இது குறித்து அவர் ஏதும் கேட்கவில்லை.

ஆனால், பிற டிரைனிங் பேட்சுகளில் இருந்து அவர் ஒரு விஷயம் தெரிந்துகொண்டார். அவர்களின் மேலதிகாரிகள், பயிற்சியின் போது,

'நீங்கள் எல்லாரும் ஒரு ஆளை எப்படிக் கொல்வது என்று தெரிந்து கொள்ள வேண்டும். ஆகவே ஒவ்வொருவரும் ஒரு தமிழனைத் தேர்ந் தெடுத்து அவனைக் கொன்று பயிற்சி எடுத்துக் கொள்ளுங்கள்' என்று சொன்னார்களாம். அப்படிப் பயிற்சிக்காகக் கொல்லப்பட்டவரின் படம் தான் அன்று பார்த்த படமாம்.

அம்பாறை பயிற்சி முகாமுக்குப் பின்பக்கத்தில் ஒரு குவாரி இருக்கிறது. ரவி சிறு வயதில் அங்கு போயிருந்திருக்கிறார். ஒற்றை யானை ஒன்று அந்த மலைச்சரிவில் வேகமாக மேலே ஏறிச் செல்வதைப் பார்த்தேன். அந்தக் காட்சி என் மனத்தில் ஆழமாகப் பதிந்திருக்கிறது என்று சொன்னவர் சிறிது தயங்கியபடியே இன்னொரு விஷயம் சொன்னார். இப்போது சொல்லும் தகவல் நான் நேரடியாகக் கேட்டுத் தெரிந்து கொண்ட ஒன்று. இந்தத் தகவலைச் சொன்னவரை என் உயிர் போனாலும் காட்டிக் கொடுக்கமாட்டேன். என் குடும்பத்தினர் அல்லாத ஒருவரிடம் முதன் முதலாக இப்போதுதான் பகிர்ந்துகொள் கிறேன் என்ற பெரிய பீடிகைக்குப் பிறகு அவர் சொன்னதைக் கேட்டு நான் அதிர்ந்தேன்: அம்பாறை முகாமின் பின் பக்கத்தில் இருக்கும் குவாரிக்கு அணையா விளக்கு என்று பெயர். ராணுவத்தினர், தாம் கொன்ற தமிழர்களின் உடல்களை அங்கு வைத்துத்தான் எரித்தனர்..

வாராவாரம் ராணுவத்தினர் வண்டியை எடுத்துக்கொண்டு அக்கம் பக்கத்து கிராமங்களுக்குச் செல்வார்கள். அங்கிருக்கும் தமிழர்களைச்

சிறியவர், பெரியவர் என்ற வித்தியாசம் பார்க்காமல் வண்டியில் ஏற்றிக் கொள்வார்கள். முகாமுக்குக்கொண்டு வந்து, வரிசையாகச் சுட்டுத் தள்ளி எரிப்பார்கள். இது 1980களின் கடைசிப் பகுதியில் நடந்தது என்று நினைக்கிறேன். ராணுவத்தினரைக் கேள்வி கேட்க யாருமே அங்கு இல்லை.

பின்னாளில் போர் பற்றிய செய்திகள், நூல்களை நான் படித்தபோது இந்த சம்பவங்கள்பற்றி ஏதேனும் குறிப்பு இருக்கிறதா என்று பார்த்தேன். ஆனால் எங்குமே இதுபற்றி எதுவும் சொல்லப்பட்டிருக்க வில்லை. உண்மையில் போர் பற்றிய பெரும்பாலான தகவல்கள் ஆவணப்படுத்தப்படவே இல்லை. என்னைப் பொறுத்தவரையில் இந்த நிகழ்வானது, ரவியின் சிறு வயது அனுபவமும் 1980களின் படுகொலைகளும் இணைந்து உருவானதுபோல் தெரிகிறது. அணையா விளக்குக் குவாரியில் உடல்கள் முடிவற்று எரிய, ஒற்றை யானை மேலும் கீழுமாக ஏறி இறங்கிக்கொண்டிருக்கிறது. ஒற்றை யானை நீங்கலாக அங்கு இருந்தவை அனைத்தும் எரிந்து பொட்டல் காடாகிவிட்டன.

ரவி ஒரு நாள் அவருடைய புகைப்பட ஆல்பத்தை எடுத்துக்கொண்டு வந்து காட்டினார். ஒன்றில் இள வயது அதிகாரியாக அடர் நிறச் சீருடை யில் தங்க பெல்ட் மின்னச் சிரித்துக்கொண்டிருக்கிறார். இன்னொன்றில் ராணுவ நண்பர்கள் ஒரு அறையில் சந்தோஷமாகச் சிரித்துக்கொண்டிருக் கிறார்கள். மது பான பாட்டில்கள் ஃபிரேமுக்குள் இல்லையென்ற போதிலும் அவற்றின் இருப்பை என்னால் உணர முடிந்தது. இன்னொரு புகைப்படத்தில் ரவி பளபளக்கும் ஷூக்கள் மின்ன நின்றுகொண்டிருக் கிறார். அவருடைய கைகள் பேண்ட் பாக்கெட்டுக்குள் நுழைக்கப் பட்டிருக்கின்றன. கீழே இருக்கும் டேபிளில் அப்போதுதான் படித்து முடித்ததுபோல் ஏராளமான காமிக்ஸ் புத்தகங்கள் இறைந்து கிடக் கின்றன. அதைப் பார்க்கும்போது ஒரு சிறுவனுடைய அறையை ராணுவ வீரன் கைப்பற்றியிருப்பதுபோல் தோன்றியது.

ராணுவத்தில் தமிழர்களுக்கு பதவி உயர்வுகள் தள்ளிப் போனாலும், எல்லா அதிகாரிகளும் இனவெறி பிடித்தவர்கள் அல்ல என்றார் ரவி. பெரும்பாலோர் பரந்த மனம் படைத்தவர்களே, தங்கள் மீது செலுத்தப் பட்ட அழுத்தம் காரணமாய்ச் சிலர் பாரபட்சமாய் நடக்க வேண்டி யிருந்தது என்றார். ஒற்றுக் கேட்கப்பட்ட புலிகளின் தகவல் பரிமாற்றங் களை மொழி பெயர்க்கும் பிரிவில் பதவி உயர்வுக்கு வாய்ப்பு கிட்டிய போது அது ரவிக்குத் தரப்படவில்லை. அவருக்கு பதிலாகத் தமிழ் முஸ்லிம்களுக்கு அந்த இடங்கள் ஒதுக்கப்பட்டன.

ராணுவத்தில் இருந்த தமிழர்கள் தங்கள் பெயர்களை சிங்களர்கள் போல ஒலிக்குமாறு மாற்றிக்கொண்டார்கள். உதாரணத்துக்கு

| 61 |

நடராஜசிங்கம் என்கிற பெயரில் இருந்தவர் ராஜசிங்கே என்று மாற்றிக் கொண்டார். இன்னொருத்தர் தன் பெயருக்குப் பின்னாலிருந்த தமிழ் தகப்பனார் பெயருக்குப் பதில் சிங்கள அம்மாவின் பேரைச் சேர்த்துக் கொண்டார். இது ரொம்பக் கேவலமானது. இப்படிச் செய்தவர்கள் முதுகுக்குப் பின்னால் நகைப்புக்குள்ளானார்கள்.

ஒருமுறை ரவியின் இஸ்லாமிய நண்பர் ராணுவத்தால் வீட்டுச்சிறையில் அடைக்கப்பட்டார். அவரைப் பார்க்க ரவி போயிருந்திருக்கிறார். கம்பிக்குப் பின்னால் இருந்த அவருடன் பேசிவிட்டுத் திரும்பிப் பார்த்தபோது தூரத்தில் மரத்தடியில் ஒருவர் ரவியை வேவு பார்த்துக் கொண்டிருப்பதைக் கண்டார். எதையும் வெளியில் காட்டிக் கொள்ளாமல் மெள்ள முகாமுக்குத் திரும்பியிருக்கிறார். அந்த ஒற்றரோ அவசர அவசரமாக ஓடிப் போயிருக்கிறார். பின்னர்தான் தெரியவந்தது, ரவியின் பெட்டியை ராணுவத்தினர் சோதித்துப் பார்த்துக்கொண்டிருந் திருக்கிறார்கள். ரவி திரும்பி வரும் செய்தியை அவர்களுக்குத் தெரியப் படுத்தவே அந்த ஒற்றர் அப்படி ஓடியிருக்கிறார்.

போரினால் ரவி ராணுவம், சொந்த சமூகத்தினர் என இரு தரப்பின ராலும் அந்நியமாகப் பார்க்கப்பட்டார். யாழ்ப்பாணத்துக்குப் போய் வருவது மிகவும் அபாயமானதாக இருந்தது. இலங்கை ராணுவத்தில் இருப்பவர் என்பது தெரிந்தால் புலிகள் கொன்றுவிடுவார்கள். இலங்கை ராணுவத்தினரும்கூட அடிக்கடி யாழ்ப்பாணத்துக்குப் போய் வந்தால் சந்தேகப்படுவார்கள்.

ரவி வெள்ளவத்தைக்குப் போவதை முழுமையாக நிறுத்திக்கொண் டார். தமிழ்க் கோயில்களுக்குப் போவதில்லை. 1983 க்குப் பிறகு தமிழ் பேசுவதையே நிறுத்திக்கொண்டார். அவருடைய மனைவி செல்வி சொல்கிறார், 'நான் இவரை முதன்முதலில் சந்தித்தபோது இவர் பேசிய தமிழ் கொடூரமாக இருந்தது. சுத்தமாக வழக்கம் விட்டுப் போயிருந்தது புரிந்தது.'

இலங்கை அரசில், முக்கியமாக ராணுவத்தில் பணிபுரியும் தமிழர் களுக்குத் தங்கள் இனத்தில் பெண் கிடைப்பதில் இருந்த சிரமத்தை யும், தன் மனைவியின் உறவினர்கள் அவ்வப்போது கேலியும், அவமானமும் செய்ததையும் ரவி குறிப்பிட்டார்.

1992-ல் ரவி ஓய்வுக்கு விண்ணப்பித்தபோது அது மறுக்கப்பட்டது. யாழ்ப்பாணத்தைத் திரும்பக் கைப்பற்றும் பணி தீவிரமடைந்துள்ள நிலையில் ராணுவத்தில் ஏற்கெனவே ஆட்கள் குறைவாக இருப்பதை யும், ஓய்வு பெற்ற அதிகாரிகளுக்கு அதிக ஊதியம் கொடுத்துத் திரும்ப அழைத்துக் கொள்வதையும் சுட்டிக் காட்டி, ஓய்வுத் திட்டங்கள் தள்ளி வைக்கப்பட்டிருப்பதாகத் தெரிவித்தார்கள்.

முடிவாக ரவி சொன்னவை யோசிக்க வைத்தன.

'போர் எப்படி முடிவுக்கு வரும் என்பது எனக்கு முன்பே தெரிந்து இருந்தது. 9/11க்குப் பிறகு ஒரு நாடு தான் தீவிரவாதிகளாகக் கருதுபவர்களுக்கு எதிராகக் கடுமையான நடவடிக்கை எடுக்க சர்வ தேச சமூகம் அனுமதி கொடுத்திருந்தது. 2005-06 வாக்கில் ராணுவம் தன்னைப் பலப்படுத்திக்கொள்ள ஆரம்பித்திருந்தது. ஆனால், குடிமக்கள் மீது தாக்குதல் இந்த அளவுக்கு நடக்கும் என்று நான் எதிர்பார்த்திருக்க வில்லை. ஏற்கெனவே பத்து லட்சம் தமிழர்கள் இலங்கையிலிருந்து வெளியேறியாகிவிட்டது. ஒரு லட்சமோ அல்லது அதற்கும் மிகுதியானவர்களோ இறந்து போயிருப்பார்கள். இளைஞர் களே பாக்கி இல்லை. இப்போது இருப்பவர்களில் ஆண்களை விடப் பெண்கள் அதிகம். அவர்களிலும் ஏராளமான விதவைகள். ராணுவ வீரர்கள் சுற்றித் திரிந்த வண்ணம் இருக்கிறார்கள். டெஸ்டோஸ்டிரான் கூடுதலாகச் சுரக்கும் பகுதி அது. இரண்டும் சேர்ந்து என்ன ஆகும் என்கிற கணக்கை நீங்கள் போட்டுக் கொள்ளுங்கள். இன்னும் இருபது வருடங்களில் வடக்கிலும் கிழக்கிலும் சிங்களரே பெரும்பான்மையாக இருப்பார்கள். ஈழம் என்ற கருத்தாக்கமே இல்லாமலாகிவிடும். எல்லாம் சிங்களமயமாகிவிடும்.'

இங்கு நீங்கள் சந்தோஷமாக இருக்கிறீர்களா என்று கேட்டேன்.

ஆரம்பத்தில் மகிழ்ச்சியாக இல்லை. கனடாவுக்குப் புதிதாக வந்தபோது இருந்ததைவிட ராணுவத்தில் நிம்மதியாக இருந்தேன். ஆனால், இப்போது எல்லாம் மாறிவிட்டன. நல்ல வேலை, நல்ல சம்பளம், புதிய நண்பர்கள் கிடைத்திருக்கிறார்கள். என் குடும்பத்தை நன்கு பராமரித்து வளர்த்து வருகிறேன். சுதந்தர மனிதனாக உணர்கிறேன்.'

தனது சொந்த நாட்டில் இருந்து தன்னிச்சையாகப் புலம் பெயர்ந்த ஒருவரிடமிருந்து இதைக் கேட்க விசித்திரமாக இருந்தது. இன்னொரு வகையில் அவர் சொல்வது சரிதான். அவர் நிஜத்தில் புலம் பெயர் வதற்கு முன்பே மனதளவில் அந்த நாட்டில் இருந்து வெளியேறியிருந் தார்.

| 63 |

8

கனடா போகும் வழியில் லண்டனில் ராகவன் – நிர்மலாவைச் சந்திக்கப் போயிருந்தேன். ரவியைப்போலவே எண்பதுகளில் ராகவனும் விரக்தி அடைந்து லண்டன் வந்தவர்தான்.

'ஆயுதப் போரில் எங்கள் எல்லாருக்கும் நம்பிக்கை இருந்தது என்றாலும் அதை எப்படி நடத்துவது என்பதில் தெளிவில்லை. ஒரு பள்ளிப் பிள்ளைபோல பிரபாகரன் கெரில்லா போர் முறையைத் துவக்கினார். Teach Yourself Shooting என்கிற லண்டனில் பிரசுரிக்கப் பட்ட புத்தகம் ஒன்றை எங்கிருந்தோ வாங்கி வந்தார். அதன் உதவியோடு சுடுவதற்குக் கற்றுக்கொண்டார். தினந்தோறும் தன் ஸ்மித் அண்ட் வெஸ்ஸன் துப்பாக்கியைத் திறந்து சுத்தம் செய்து எண்ணெய் போடுவார். இலக்கு நோக்கிச் சுடும் பயிற்சியில் ஈடுபடுவார். அவர் மட்டும் நிறைய தோட்டாக்களை எடுத்துக்கொள்வார். காவல்துறை என்னைத்தானே கொல்லக் கங்கணம் கட்டிக்கொண்டு அலைகிறது என்று அதை நியாயப்படுத்துவார்' என்று ஆரம்பித்தார்.

வன்னி காடுகளில் ஆழத்தில் புகுந்து கரைந்து போன புலிகள் தாங்களே ஒரு பயிற்சி முறைமையை உருவாக்கிக்கொண்டார்கள். தீவிரமான உடற்பயிற்சிகளுடன் தொடக்கம். பிறகு ஓட்டம், பஸ்கி, தவழ்தல் என்று போய் பிறகு சுடும் பயிற்சி. பனந்தோப்புகளில் குடிசைகளில் தங்கினார்கள் புலிகள்.

ராகவன் எங்கிருக்கிறார் என்பது அவர் குடும்பத்தாருக்கே தெரியாது. 1977ம் ஆண்டு போலிஸார் ராகவன் வீட்டுக்கு வந்து தேடியபோது அவரது சகோதரர் மட்டக்களப்பில் மாமா வீட்டில் இருக்கலாம் என்று சொல்லியிருக்கிறார். அவர் வேண்டுமென்றே பொய் சொல்லவில்லை. ராகவன் இருநூறு ரூபாய் கொடுத்து கள்ளத் தோணியில் இந்தியா போய்விட்டது அவருக்குத் தெரியாது.

சுமார் ஒரு வருஷம் கழித்து யாழ்ப்பாணத்தில் தென்மேற்கில் பிரபாகரன் புதிதாக அமைத்த முகாமுக்கு வந்தார் ராகவன். அப்போது நடந்த சம்பவம் ஒன்றை விவரித்தார்.

'கொலை செய்த எங்கள் கூட்டாளிகளில் ஒருவனைத் தேடி அந்த முகாமுக்கு பஸ்தியாம்பிள்ளை என்கிற போலிஸ் அதிகாரியும் அவரது உதவியாளர்கள் இருவரும் வந்தார்கள். பிள்ளை இயந்திரத் துப்பாக்கி வைத்திருந்தார். அவருடைய சகாக்கள் இருவரில் ஒருவர் இரட்டைக் குழாய் துப்பாக்கியும் இன்னொருவர் கைத் துப்பாக்கியும் வைத்திருந் தார்கள். பஸ்தியாம்பிள்ளை தமிழர்தான். ஆனால் சில குற்றங்களுக்காக பிரபாகரன் மேல் தீராத கோபம்கொண்டிருந்தார். 'உங்க மகன் என் கையில் கிடைச்சா அவனை நூறு துண்டா நறுக்கிடுவேன்' என்று அவர் பிரபாகரனின் தாயாரிடம் சொன்னதுண்டு.

'ஐந்து புலிகள் தங்கியிருந்த குடிசையின் முன்னால் வந்து நின்று கொண்டு, 'வெளியே வாருங்கள்' என்றார்கள் அவர்கள். எங்கள் வலிமையை அவர்கள் குறைத்து மதிப்பிட்டு விட்டார்கள். நாங்கள் சண்டையிடுவோம் என்று அவர்கள் எதிர்பார்க்கவில்லை.

'நாங்கள் எப்போதுமே ஆயுதங்களைப் பாதுகாப்புக் கருதி, தலைமேல் தொங்கும் கூடையில் வைத்திருப்போம். அவற்றை எடுக்கவோ, குண்டு களைப் போடவோ நேரமில்லை. கைகளை உயர்த்தியபடி கிராமத்து விவசாயிகள் போல் வெகுளியாக வெளியே வந்தோம். மின்னல் வேகத்தில் கண்களால் ஜாடை செய்துகொண்டு அவர்கள் மேல் பாய்ந்து ஆயுதங்களைப் பறித்தோம். மூவரையும் சுட்டுவிட்டு அவர்கள் வந்த வண்டியை எங்கள் வசமாக்கிக்கொண்டோம். மூன்று நாட்களுக்குப் பிறகு பஸ்தியாம்பிள்ளையின் உடல் சிதைந்த நிலையில் கண்டெடுக்கப் பட்டது. எல்லாரும் அதைச் செய்தது நாங்கள்தான் என்று நினைத்தார்கள். இல்லை, அது காட்டு மிருகங்களின் செயல்.'

'பஸ்தியாம்பிள்ளை ஒரு கொடூரனாகவும், துரோகியாகவும் சித்தரிக்கப் பட்டவர். இப்போது நினைத்துப் பார்க்கும்போது அவர் மக்களைச் சித்திரவதை செய்தவர் அல்ல என்பது தெரிகிறது. கைதானவர்களை அடிப்பார்; பிற்பாடு அவர்களிடம் நல்ல முறையிலும் நடந்து கொள்வார் என்பதையும் நான் கேள்விப்பட்டிருக்கிறேன். அவர் ஒரு காவல் அதிகாரி. அவர் தன் வேலையைத்தான் செய்தார். ஆனால் அந்தக் காலக் கட்டத்தில் நாங்கள் இப்படியெல்லாம் யோசிக்கவில்லை.'

பஸ்தியாம்பிள்ளை கொலையான பிறகு நாடு புலிகளைக் கண்டு அஞ்ச ஆரம்பித்தது. தமிழர்களுக்குப் புலிகள் மீது மதிப்பு உருவானது. உறுப்பினர்களின் எண்ணிக்கை அதிகரிக்க ஆரம்பித்தது. 1979-ல் ஒன்றாகப் பயிற்சிபெற்று ஒன்றாக இணைந்து வாழும் எழுபது

கெரில்லாக்கள் உருவாகி இருந்தனர். புதிதாக இணைகிறவர்களைத் தேர்ந்தெடுப்பதில் பிரபாகரன் மிகவும் கறாராக இருந்தார். அவர் மட்டும் அப்படி இல்லாமல் இருந்திருந்தால் அதிகம் பேர் சேர்ந்திருப் பார்கள்.

1978 அல்லது 79லேயே மெள்ள எதேச்சாதிகாரமும் கொடூரமும் இயக்கத்தில் தலையெடுக்க ஆரம்பித்ததை ராகவன் கவனித்திருக் கிறார். தங்கள் இயக்கத்தைச் சேர்ந்த இருவரை பிரபாகரன் கொன்றார். ஒருவர் புலிகள் அமைப்பிலிருந்து விலகி மட்டக்களப்புக்கு, தன் குடும்பத்தாரிடம் செல்ல விரும்பினார் என்பதால் கொல்லப்பட்டார். இன்னொருவர் போட்டி விடுதலை இயக்கம் ஒன்றில் சேரப்போவதாக சந்தேகிக்கப்பட்டுக் கொலை செய்யப்பட்டார்.

இந்தக் கொலைகள் குறித்து பிரபாகரன் தன்னிடம் பேசியதை ராகவன் நினைவு கூர்கிறார்.

'தன் செயலுக்கு பிரபாகரன் ரொம்பவும் வருந்தியதுபோலத்தான் அவர் பேசியவிதத்தில் தெரிந்தது. வேறு வழியே எனக்குத் தெரியவில்லை என்றார். எங்களில் பலரால் இதை ஜீரணிக்க முடியவில்லை. போராளி களாக ஒன்றாக இணைந்து வாழ்ந்து பார்த்தால்தான் அப்படிக் கொல்லப்படுவதன் வலி தெரியும். பிரபாகரன் ஒருவகையான அவதார புருஷராகத் தன்னைக் கருதிக்கொண்டார். தன் செயல்கள் எதற்கும் அவர் வருந்தியதோ மன்னிப்புக் கோரியதோ கிடையாது. தன் செயல் களை அவர் சரியா தவறா என்றெல்லாம் ஆராய்ந்ததே கிடையாது.'

இதை அவரோடு விவாதித்தீர்களா என்று கேட்டேன்.

இல்லை என்றார்.

'ஓர் அமைப்பாக ஏற்றுக்கொண்டபின் உடன்பாடு இல்லாவிட்டாலும் அதை வெளிக்காட்டிக்கொள்ளவேண்டாம் என்று விட்டுவிட்டேன். ஆனால் அந்த சம்பவத்தில் தொடங்கி நானும் என்னைப் போன்ற பலரும் அமைப்பைக் குறித்து சிந்திக்கத் தொடங்கினோம். சந்தேகங்கள் தோன்ற ஆரம்பித்தன.

'1979க்கும் 1982க்கும் இடைப்பட்ட காலம் புலிகளுக்கு பிளவுக் காலம். பிளவு, பிளவு மேலும் பிளவு. ஒன்று உறுப்பினர்கள் வெளி யேறினார்கள் அல்லது துரத்தப்பட்டார்கள். பிரபாகரனால் வெளி யேற்றப்பட்ட மூத்த புலி ஒருவர் திருமணம் செய்து கொண்டதை யடுத்து இயக்கத்தின் கட்டுப்பாட்டை மீறிவிட்டார் என்று எதிர்ப்பு எழுந்தது. அவர் உடனே போட்டி இயக்கமான TELO (Tamil Eelam Liberation Organisation) வில் சேர்ந்ததுடன் என்னையும் அதில்

சேருமாறு அழைத்தார். அந்த இயக்கத்தினர் பலவீனமான நிலையில் இருந்தார்கள். வெறுமனே கூடி உட்கார்ந்து படம் பார்த்துக்கொண்டிருந்தார்கள். பகுதி நேர வேலைபோல இயங்கிக்கொண்டிருந்தார்கள்.

1982, மே மாதம் ஒருநாள் ராகவனும் பிரபாகரனும் பாண்டி பஜாரில் திரைப்படம் பார்த்துவிட்டு இரவு உணவுக்காகப் போய்க்கொண்டிருந்தார்கள். அப்போது உமா மகேஸ்வரனைக் கண்டார்கள். அவர் வழி தவறிய புலி. உமா மகேஸ்வரன் பிரபாகரனால் புலிகள் அமைப்பிலிருந்து வெளியேற்றப்பட்டவர். அதே வழக்கமான வார்த்தைகளையே குலுக்கிப் போட்டு PLOTE (People's Liberation Organisation of Tamil Eelam) என்கிற அமைப்பைத் தொடங்கியவர். முதலில் துப்பாக்கிகளை வெளியே எடுத்த ராகவனும் பிரபாகரனும் அவரைச் சுட முயன்றபோது அவர் தப்பிவிட்டார். அவருடன் இருந்த சகா ஒருவருக்கு அடிபட்டு ரத்தம் கொட்ட, பிரபாகரனையும், ராகவனையும் சூழ்ந்துகொண்ட கூட்டம் போலிஸில் சிக்க வைத்தது. ஆனால் பெயிலில் இருந்தபோது அவர்கள் தப்பி மீண்டும் இலங்கைக்கு ஓடிவிட்டார்கள்.

சென்னை செய்தித்தாள் ஒன்றில் வந்திருந்த புகைப்படம் ஒன்றை ராகவன் இன்னமும் வைத்திருக்கிறார். இருவரையும் CRPF இன் சுமார் பத்து போலிஸார் சூழ்ந்திருக்கிறார்கள். கான்ஸ்டபிள்கள் அரை நிஜாரில் இருந்த காலம். பிரபாகரன் இந்தப் பூனையும் பால் குடிக்குமா என்கிற தோற்றத்தில் இருக்கிறார். ராகவன் வெள்ளை டி-ஷர்ட்டை இன் செய்துகொண்டு உயரமாக மிடுக்காகப் புன்சிரிப்புடன் இருக்கிறார்.

'கைதாகிறபோது போலிஸார் ராகவன்தான் தலைவர், பிரபாகரன் அஸிஸ்டண்ட் என்று நினைத்தார்கள்' என்று சொன்ன நிர்மலா, 1978ம் வருஷம் தான் வகுப்பு நடத்திக்கொண்டிருந்தபோது மாணவன் ஒருவன் சொன்னதை நினைவுகூர்ந்தார். வங்கி ஒன்றை முற்றுகை இட்டுக் கொண்டிருந்த புலிகளைப் பார்த்துவிட்டு வந்திருந்தான் அந்த மாணவன்.

'அந்தக் கூட்டத்தில் ஒரு வெளிநாட்டு ஃபைட்டரும் இருந்தான். அநேகமா லெபனான் அல்லது பாலஸ்தீனத்துலேர்ந்து வந்த ஆளா இருக்கணும்' என்று அந்த மாணவன் குறிப்பிட்டது ராகவனையே என்று சொன்னார்.

பாண்டி பஜார் துப்பாக்கிச் சூடு சம்பவம் ராகவனுக்கு வருத்தமளித்தது. அவர் பிரபாகரனிடம், 'இது வேலைக்கு ஆகாது, நாமெல்லாரும் ஒருவரை ஒருவர் மாய்த்துக்கொண்டு முடியப்போகிறோம்' என்று சொல்லியிருக்கிறார்.

புலிகள் நானூறு பேராக வளர்ந்திருந்தபோது ஒற்றர்கள், ஒற்றருக்கு ஒற்றர்கள் என்று செய்திகள் பிரபாகரனுக்கு வந்தவண்ணம் இருந்தது. புலிகள் அமைப்பில் சேர்கிறவர்களிடம் கேட்கப்பட்ட முதல் கேள்வி 'உன் சகோதரன் PLOTE அமைப்பில் சேர்ந்தால், அவனைக் கொல் வதற்கு நீ தயாராக இருப்பாயா?' என்பதே.

'இது ரொம்பத் துயரமானது. இலங்கை அரசை எதிர்த்து நிற்பாயா... என்கிற கேள்விக்கு பதில் PLOTE உறுப்பினரைக் கொல்வாயா என்பதே அவரது கேள்வியாக இருந்தது' என்றார் ராகவன்.

இந்த உணர்வுதான் ராகவனுக்கு விரக்தியைத் தந்தது. இதர இனத்த வரை அல்ல, இதரத் தமிழர்களைக் கொல்வதே நோக்கமாக இருந்தது. சரியான திசையில் பயன்படுத்தப்பட்டால் கொல்வதுகூட ஒரு சரியான வழிமுறையே. ஆனால் ஆயுதப் போராட்டத்தில் ஈடுபட்டிருக்கும் இன்னொரு சகாவைக் கொல்வது சரியான வழியல்ல. அது வெறும் கொலை. முன்னாள் மாவோயிஸப் போராளி சிறைப்பிடிக்கப்பட்டது பற்றி என்னிடம் சொன்னது நினைவுக்கு வந்தது: 'ஒரு வர்க்க எதிரியை அழித்தோம்.' எனக்கு அவர் என்ன சொல்ல வருகிறார் என்பது முதலில் புரியவில்லை. ஒரு மனிதரை அவர் கொன்றிருக்கிறார். அதைத்தான் அப்படிச் சொல்லியிருக்கிறார். சித்தாந்தங்கள் மனிதர்களைச் சிதைப்பது போலவே வார்த்தைகளையும் சிதைத்துவிடுகின்றன.

ராகவன் மறுபடியும் 1985ம் ஆண்டு சென்னை வந்தபோது புலிகள் அமைப்பிலிருந்து விலகுவது என்று முடிவு செய்தார். பாதுகாப்பான ஒரு வீட்டில் இருந்த நிர்மலாவைச் சந்தித்தார். காதல் அரும்பியது. சென்னையெங்கும் புலிகள் பதுங்கியிருந்தார்கள். பிரபாகரனின் கரங்கள் சென்னையிலும் நீண்டிருந்தது. இங்குகூட அவருடைய கரங்கள் நீண்டிருந்தன. ஸ்டாலினின் ரஷ்யாவில் வசிப்பதுபோல்தான் இருந்தது. 'நாங்கள் எங்கே போனாலும் சுற்றிலும் கவனிக்க வேண்டி யிருந்தது' என்றார் நிர்மலா. ஏதாவது அலுவலகத்துக்குச் சென்று நாற்காலியில் உட்கார்ந்தால் ஏதேனும் ரெக்கார்டர்கள் ஒளித்து வைக்கப் பட்டிருக்கின்றனவா என்று எங்கள் கைகள் எங்களை அறியாமலேயே மேஜையின் அடிப்பாகத்தைத் துழாவிப் பார்க்கும். 1986ம் ஆண்டு கிறிஸ்டினா எட்வர்ட்ஸ் (நான் பொதுவாகப் புடைவை கட்டுவதே இல்லை. பேண்டும் சட்டையும்தான். மேலும் என் ஆங்கிலம் வெகுவாக பிரிட்டிஷ்தன்மையோடு இருக்கும். எனவே அந்தப் பெயர்) என்கிற பொய்ப் பெயரில் இந்திய பாஸ்போர்ட் ஒன்றை நிர்மலாவின் சகாக்கள் அவருக்குப் பெற்றுத் தந்தார்கள். பிரிட்டனுக்கு நிர்மலா போனதும் குறுகிய இடைவெளியில் ராகவனும் போய்ச் சேர்ந்தார்.

அவருடைய கதையைக் கேட்டதும் எனக்கு முதலில் தோன்றியது இதுதான்: வன்முறை என்பது எளிதில் கைமீறிப்போய்விடக்கூடியது.

| 68 |

புலிகள் ஆயுதத்தைக் கையில் எடுத்திருக்கவே கூடாது இல்லையா என்று அவரிடம் நேரடியாகவே கேட்டேன்.

ராகவன் உடனே இடைமறித்துச் சொன்னார், 'நாங்கள் வெகு சீக்கிரத்தில் ஆயுதம் ஏந்தியது தவறாக இருந்திருக்கலாம். ஆயுதமே இல்லாமல் அமைதி வழியில் போராடி உரிமைகளைப் பெற முடிந் திருந்தால் நன்றாகத்தான் இருந்திருக்கும். ஆனால் அப்படி முடிந் திருக்குமா... வேறு வழி இருந்ததா என்று எனக்கு இப்போதும் தெரிய வில்லை. மக்கள் பிரபாகரனை ஒரு அசுரனாகச் சித்திரிக்கிறார்கள்.'

இந்த சமயத்தில் உள்ளிருந்து நிர்மலா குறுக்கிட்டு 'ஆமாம் அவர் அசுரன்தான்' என்றார்.

ராகவன் அதை ஏற்கவில்லை. 'அது உன்னுடைய கருத்து' என்றார்.

நிர்மலா சட்டுவத்துடன் சமையலறையில் இருந்து புயல்போல் வந்தார்: 'என்ன என்னுடைய கருத்து? புலிகள் பண்ணின கொடூரங்கள். குறிப்பாகப் போர் முடியும் தறுவாயில் செய்த கொடூரங்கள்.. அவற்றை உங்களால் மறுக்க முடியுமா?'

ராகவன் இதற்கு பதில் சொல்லவில்லை. எனக்கெதிரில் இந்த விவாதம் தொடர்வதை அவர் விரும்பவில்லையா அல்லது அவரிடம் பதில் இல்லையா தெரியவில்லை. தொலைக்காட்சியைப் பார்த்துக் கொண்டிருந்த அவர் தாடை இறுகுவதை என்னால் பார்க்க முடிந்தது.

2009 மே மாதம் புலிகள் தோற்கடிக்கப்பட்டபோது எப்படி உணர்ந் தீர்கள் என்று ராகவனிடம் கேட்டேன்.

'ரொம்பவும் கோபமாகவும் வருத்தமாகவும் இருந்தது' என்றார். தொடர்ந்து, 'கோபம் இலங்கை அரசின் மீது மட்டுமில்லை. தமிழர்கள் மீது அக்கறை இல்லாமல் போரை இவ்விதமாக நடத்தியதற்காகப் புலிகளின்மீதும் கோபம் வந்தது. அவர்கள் அனைவரையும் நான் அறிவேன் என்பதால் வருத்தமும் உண்டு. பிரபாகரன் கொல்லப்பட்ட திலும் எனக்கு வருத்தமே' என்றார். அவர் குரலில் இருந்த உணர்வை என்னால் புரிந்து கொள்ள இயலவில்லை.

பிற்பாடு நிர்மலா சொன்னார்,

'மே மாதம் 18ம் தேதி 2009ம் ஆண்டு பிரபாகரன் கொல்லப்பட்ட செய்தி வந்தபோது ராகவன் மூச்சு முட்டக் குடித்துவிட்டு அழுத வண்ணம் இருந்தார். வெறும் கறுப்புக் கொடி, கேலிச் சித்திரங்கள் என்று தொடங்கிய ஒரு போராட்டம் வெகு பிரமாண்டமாக வளர்ந்து எங்கேயோ கொடூரமாகப் பிழையாகிக் கடைசியில் தோற்றதற்காகவே அந்தக் கண்ணீர்.'

இரண்டு

வடக்கு

1

வெள்ளவத்தையில் இருந்து யாழ்ப்பாணத்துக்கு தனியார் பேருந்துகளில் 1000 ரூபாய் கட்டணம். அரசுப் பேருந்துகளும் உண்டு. கட்டணம் வெகு குறைவுதான். ஆனால், பயங்கரக் கூட்டமாக இருக்கும். முதல் முறை நான் யாழ்ப்பாணத்துக்குப் போனபோது கிட்டத்தட்ட பேருந்தைத் தவறவிட இருந்தேன். பாஸ்போர்ட்டை அறையிலேயே வைத்துவிட்டுப் புறப்பட்டிருந்தேன். பிறகு அரக்கப் பரக்க வந்து எடுத்துக்கொண்டு போவதற்குள் பேருந்து புறப்பட்டு விட்டது. விழுந்தடித்து ஏறிக்கொண்டேன். நல்லவேளையாக முன்பதிவு செய்த என்னுடைய இருக்கையை வேறு யாருக்கும் மறு விற்பனை செய்திருக்கவில்லை. பக்கத்து இருக்கையில் ஒரு பாதிரியார் இருந்தார். பேருந்தில் ஏ.ஸி. மிக அதிகமாகக் குளிராக இருந்தது. நடுங்கிக்கொண்டே பயணம் செய்தேன். தூங்கவே முடியவில்லை. வவுனியாவரை சாலை நன்றாக இருந்தது. வன்னியை அடைந்ததும் மோசமாக ஆரம்பித்தது. கிளிநொச்சி பகுதியில் சாலை படு மோசமாக இருந்தது. ராணுவ வண்டிகள் தொடர்ந்து வந்து போனதால் சாலைகள் சிதைந்து போயிருந்தன. அவை சீர்செய்யப்பட்டிருக்கவும் இல்லை. நள்ளிரவு இரண்டு மணிக்கு ஓமந்தை செக்போஸ்டில் வண்டி நிறுத்தப் பட்டது. இலங்கை குடிமகன்கள் தங்கள் அடையாள அட்டையைக் காட்டவேண்டியிருந்தது. வெளி நாட்டினர் கீழே இறங்கிச் சென்று பாஸ்போர்ட்டைக் காட்டவேண்டும். எனக்கு சிங்களம் தெரியாது. அங்கிருந்தவர்களுக்கு தமிழ் தெரியவே இல்லை. தமிழர் பகுதிக்குச் செல்லும் வழியில் தமிழ் தெரியாத காவலர்கள் நியமிக்கப் பட்டிருப்பது எனக்கு விசித்திரமாக இருந்தது. ஒரு விண்ணப்பத்தைக் கொடுத்து நிரப்பச் சொன்னார்கள். யாரைப் பார்க்கப் போகிறேன் என்ற கேள்விக்கு நண்பரைப் பார்க்க என்று எழுதினேன். எங்கு தங்கப் போகிறீர்கள்... முகவரி தாருங்கள் என்றார்கள். விருந்தினர் விடுதியின் பெயரை எழுதினேன். அந்தக் காவலர் என் பாஸ்போர்ட்டை

| 73 |

வாங்கிக்கொண்டு வேறொரு அறைக்குச் சென்றார். அங்கு என் பாஸ்போர்ட்டை நகலெடுக்கும் சத்தம் கேட்டது. எனக்கு என் பேருந்தினர் என்னை விட்டு விட்டுப் போய்விடுவார்களோ என்று பயமாக இருந்தது.

அந்த நள்ளிரவிலும் அந்த செக் போஸ்ட் இரைச்சலாகவே இருந்தது. ஸ்பீக்கரில் ஒலித்த பௌத்த மந்திரங்கள் அமைதியைக் குத்திக் கிழித்துக்கொண்டிருந்தன. சோதனைகள் முடிந்து பேருந்தில் ஏறினேன். ஏற்கெனவே தூக்கம் இல்லை. இப்போது சுத்தமாக விழிப்பு வந்துவிட்டது. கிளிநொச்சியை அடைந்தபோது கீழ்வானம் சிவக்க ஆரம்பித்திருந்தது. எரிந்த வீடுகள், குண்டு வெடிப்பினால் சிதைந்த கட்டடங்கள், ராணுவ முகாம்கள் என காட்சிகள் மாறி மாறித் தெரிந்தன. ஒவ்வொரு கிலோமீட்டர் இடைவெளியிலும் கண்ணி வெடிகள் என மூன்று மொழிகளில் மஞ்சள் நாடாவால் அடையாளப் படுத்தப்பட்டிருப்பதைக் கண்டேன்.

1984-ல் புலிகள் இந்த ஏ-9 பாதையைக் கைப்பற்றிக் குடிமக்கள் போக்குவரத்தைத் தம் கட்டுப்பாட்டுக்குள் கொண்டுவந்தனர். உள்ளே வர, வெளியே செல்ல ஆவணங்கள், முத்திரை என இரு நாடுகளுக் கிடையிலான எல்லையோர டவுண்போலவே இந்தப் பகுதியை வைத்திருந்தனர். 2002-2005 வாக்கில் சிங்கள அரசு கிளிநொச்சிவரை இந்தப் பாதையைத் திறந்தது. ஆனால், 2006 வாக்கில் போர் தொடங்கி யதும் இந்தப் பாதை மூடப்பட்டது. ரயில் பாதை ஏற்கெனவே முடக்கப்பட்டிருந்தது. விமானப் பயணத்துக்கு அதிகப் பணம் தேவைப்படும். எனவே இந்த நெடுஞ்சாலை வெறும் சாலை மட்டு மல்ல. இலங்கையின் தென் பகுதியையும் வட பகுதியையும் இணைக்கும் ரத்த நாளம் போன்றது.

யாழ்ப்பாணம் போரினால் பெரிய முக்கியத்துவம் அடைந்த சிறிய பகுதி. ஒரு ஆட்டோ ரிக்‌ஷாவில் போனால் ஏழே நிமிடத்தில் முழு ஊரையும் சுற்றி வந்துவிடலாம். நொறுங்கிய சிறிய மற்றும் பெரிய கோவில்கள், தீப்பெட்டி அளவிலான கடைகள், பனைமரங்கள்... அதைத் தாண்டியதும் அடுத்த ஊருக்கான நெடுஞ்சாலை. இவ்வளவு சிறிய ஊரா தேசத்தின் மீது இத்தனை பெரிய பாதிப்பை ஏற்படுத்தி யிருக்கிறது என்று வியந்தேன்.

ராணுவக் காரணங்களுக்காக புலிகள் கிளிநொச்சியைத் தலைமை நகரமாக வைத்திருந்தனர். ஆனால், யாழ்ப்பாணமே அவர்களுடைய பிரதான ஊர். ஈழம் மலர்ந்திருந்தால் அதுவே தலைநகராகியிருக்கும். யாழ்ப்பாண மக்கள் ஒருவகையில் சிறைப்பட்ட மனநிலைகொண்ட வர்கள். அவர்களுக்குப் பின் பக்கத்தில் கடல். எனவே எப்போதுமே

எதிலோ சிறைப்பட்டிருப்பது போன்ற உணர்வுடனே இருப்பார்கள். அதனால், அதில் இருந்து மீறி வர முயற்சி செய்வார்கள்.

யாழ்ப்பாணம் பல முறை சிறைப்படுத்தவும் பட்டிருக்கிறது. முதலில் போர்த்துகீசியர்கள், பின் டச்சுக்காரர்கள் பிறகு நெடுங்காலம் பிரிட்டிஷார் என்று பலர் வசம் இருந்த யாழ்ப்பாணம் சமீபத்திய உள்நாட்டுப் போரிலும் புலிகள் வசமும் இலங்கை அரசு வசமும் மாறி மாறி இருக்க நேரிட்டது.

நான் யாழ்ப்பாணம் போனபோதெல்லாம் செயிண்ட் ஜான் போஸ்கொ பள்ளிக்கு எதிரில் இருக்கும் விருந்தினர் விடுதியில்தான் தங்குவேன். விடுதியின் ஓரத்தில் தமிழ் நகரங்களில் வழக்கமாக இருப்பதுபோல் பாசி படர்ந்த ஒரு குளம் இருக்கும். அருகில் கோவில் ஒன்று இருக்கும். இங்கு கணேசர் ஆலயம் இருந்தது. அதன் பிரமாண்ட இரும்புக் கதவுகள் திறந்து நான் பார்த்ததே இல்லை. அந்தப் பக்கமாகப் போகும் போதெல்லாம் கோயிலின் உள்ளே எட்டிப் பார்ப்பேன். சிவந்த மொசைக் போட்ட தரையும் கருவறையும் தென்படும். சூரியன் மறையும் வேளைகளில் கடல் காற்று இதமாக வீச அந்தக் கோவில் உட்கார்ந்து இருப்பதாகக் கற்பனை செய்து பார்ப்பேன். இந்த உலகிலேயே மிகவும் அமைதியான புனிதமான இடமாக அது எனக்குத் தோன்றும்.

1980களில் சென்னையில் இதுபோன்ற கோவில்களைப் பார்த்திருக் கிறேன். யாழ்ப்பாணத்தில் காலம் அதோடு உறைந்துவிட்டிருக்கிறது. போர் முடிவடைந்ததைத் தொடர்ந்து மெள்ளப் பழமையின் பசைகள் உருகி உதிரத் தொடங்கியிருக்கின்றன. உண்மையில் யாழ்ப்பாணம் கடந்த காலத்தில் உறைந்துவிட்டிருக்கவில்லை. அது தன்னைக் காலத் துக்கு ஏற்ப புதுப்பித்துக்கொள்ள அனுமதிக்கப்பட்டிருக்கவில்லை.

முதல் நாள் மதியத்தில் ஊரைச் சுற்றிப் பார்க்கப் புறப்பட்டேன். தெருக்களில் இரு பக்கத்து வீடுகளும் கைவிடப்பட்ட நிலையில் பரிதாபமாகக் காட்சியளித்தன. துப்பாக்கி குண்டு துளைத்த தடங்கள், வெடிகுண்டு வெடித்த தடங்கள், புதர்கள் மண்டிய முன்பக்கங்கள், வீட்டுச் சுவர்களை உடைத்தபடி வளர்ந்த மரங்கள் என அந்த ஊர் முற்றிலும் வெறிச்சோடிக் கிடந்தது. மழைக்காலம் போன்ற நேரங் களின் மங்கலான வெளிச்சத்தில் இவை ஒரு புராதன ஓவியம்போல் அழகுடன் தென்படலாம். ஆனால், அந்தப் பனை ஓலைகள் சடசடக்கும் மதியத்தில் பெரியதொரு புதிரை அவிழ்க்க உதவும் குறியீடுகள்போல் மட்டுமே தென்பட்டன. யாழ்ப்பாணத்தில் வசித்து யாழ்ப்பாணம் நீரைக் குடித்தால்போதும் என்று இருந்தவர்கள் ஏராளம். ஆனாலும் அந்த ஊரில் வசித்தவர்கள் ஒட்டுமொத்தமாக அதைக் கைவிட்டுப் போனது ஏன்? இத்தனைக்கும் அந்தப் பகுதியில் போர்

பெரிதாக நடக்கவே இல்லை. வணிகவியலின் பொன் விதி இங்கு பொய்ப்பிக்கப்பட்டிருக்கிறது. இந்த வீடுகளின் விலையில் ஏற்பட்டிருக்கும் வீழ்ச்சியானது யாழ்ப்பாணத்தின் மன வேதனையைச் சுட்டிக்காட்டுவதாக இருக்கிறது.

யாழ்ப்பாணம் பல்கலைக் கழகத்தில் பணியாற்றும் கொழும்புவைச் சேர்ந்த டி. சனாதனன் என்கிறவரைச் சந்தித்தேன். அவர் ஓர் ஓவியர். 'இரவல்ல, இருள்' என்கிற பெயரில் அவர் வரைந்த ஓவியம் ஒன்று சுவரில் மாட்டப்பட்டிருந்தது. 2004ம் ஆண்டு யாழ்ப்பாணம் நூல் நிலையத்தில் ஒரு கண்காட்சிக்கு அவர் ஏற்பாடு செய்திருந்தார். அதற்கு வரும் மக்களை, கடந்த 25 ஆண்டுகளின் நினைவாக எதையாவது எடுத்து வருமாறு சொல்லியிருந்தார். அப்படிக் கொண்டுவந்தோரிடம் அந்தப் பொருளின் பின்னணியில் இருக்கும் கதையைச் சொல்லுமாறு கேட்டறிந்தார்.

இறந்து போன மகள்களின் பொம்மைகள், மரணச் சான்றிதழ்கள், குண்டு வெடிப்பில் எரிந்த வீடுகளின் சாம்பல், தங்களால் இப்போது கடக்க முடியாத கடல் நீரைப் புட்டியில் கொண்டுவரும் மீனவர்கள் என்று பலதிறப்பட்டவர்கள் கொண்டுவந்த சுமார் 500 பொருட்களைக் வெல்வெட் துணியில் வைத்துக் கண்ணாடி ஜாடிகளால் மூடிக் காட்சியாக வைத்தார் சனா. ஒரு நகை முரண் என்னவென்றால் 1981ம் ஆண்டு சிங்களக் கலகக்காரர்களால் எரிந்து சாம்பலான அதே நூலகத்தின் ஒரு லட்சம் தமிழ்ப் புத்தகங்களின் சாம்பலும் இந்தக் காட்சியில் அடக்கம். இந்த நூலகம் 2003ம் ஆண்டு புனரமைக்கப்பட்டுத் திறக்கப்பட்டாலும் பெரும்பாலும் காலியாகவே இருந்தது. போரினால் தீக்கிரையாக்கப்பட்ட நூலகத்தில் புத்தங்களுடைய இடத்தை போர் நினைவுப் பொருட்களின் அணிவரிசை பிடித்துக் கொண்டிருந்தது!

இந்தக் கண்காட்சிக்குப் பிறகு தன் முனைவர் பட்டத்தை முடிக்க சனா இந்தியாவுக்குச் சென்று விட்டார். இந்த நினைவுப் பொருட்களை என்ன செய்ய என்று அவருக்குத் தெரியவில்லை. கொடுத்தவர்கள் வந்து கேட்டால் திரும்பக் கொடுக்கலாம் என்று நினைத்தார். யாரும் வரவில்லை. எனவே, இவற்றையெல்லாம் மூட்டைகட்டி எங்கேனும் புதைத்துவிடும்படி நண்பர் ஒருவரிடம் சொல்லிவிட்டார்.

இதே போன்றதொரு கண்காட்சியை 2009ம் ஆண்டு வாங்க்கோவரில் நடத்தினார். அங்கே ஒரு பெண்மணி 11 ஆண்டுகளுக்கு முன்னர் தான் பெற்ற ஒரு பூங்கொத்தைக் கொண்டுவந்திருந்தார். 1998ம் ஆண்டு போரின் காரணமாக இலங்கையிலிருந்து வெளியேறியபோது திரு

மணம் பேசி முடிக்கப்பட்ட இளைஞர் அவரை விமான நிலையத்தில் முதன்முறையாய் சந்தித்துக் கொடுத்தது.

சனாதனனின் அடுத்த படைப்பு, சுமார் 80 தமிழர்கள் தாங்கள் வெளியேறிய இனி திரும்பக் காணவே முடியாத அல்லது மிகுந்த சிரமங்களுக்குப் பின் திரும்பப் பெற்ற வீடுகள் குறித்த நினைவுகளின் அடிப்படையில் தயாரிக்கப்பட்ட ஓவியப் புத்தகம். The Incomplete Thombu எனும் தலைப்பில் வெளியாகியிருக்கும் இந்தப் படைப்பு கொஞ்சம் வித்தியாசமானதும் மக்களால் பேசப்படுவதும் ஆகும். தோம்பு எனும் சொல்லுக்கு நில ஆவணம் (பழங்கால பனை ஓலையில் எழுதப் பெற்றது) எனும் பொருள். இதுபோன்ற ஆவணங்கள் ஒரு நிலப்பரப்பின் நான்கு திசைகளிலும் என்னென்ன இருக்கின்றன என்பதைப் பதிவு செய்திருக்கும். ஒரு போரின்போது அந்த அடையாளங்கள் முற்றிலும் அழிந்துபோகும்.

இந்தப் புத்தகத்தின் ஒரு பக்கம் டாக்டர் ஒருவர் தன் வரவேற்பறையில் இருந்த பியானோவை வரைந்திருப்பதைச் சித்திரிக்கிறது. 1990ம் ஆண்டு குண்டுவீச்சில் சிதிலமாகிப் போனது அந்தப் பியானோ என்பது குறிப்பிடத்தக்கது. கிளிநொச்சியைச் சேர்ந்த ஒருவர் தன் வீட்டுக்கு நீண்ட காலம் கழித்துத் திரும்பியபோது அது மண்ணோடு மண்ணாகிப் போயிருப்பதைக் கண்டிருக்கிறார். ஆனால், அந்த வீட்டில் மூன்று சைக்கிள் ரிம்களை வெல்ட் செய்து தயாரிக்கப்பட்ட கோழிக் கூண்டு உறுதியாக இருப்பதை வியந்து நினைவுகூர்ந்திருக்கிறார். அப்பா, அம்மா அல்லது முன்னோரால் நடப்பட்ட மரங்களைப் பலர் நினைவு கூர்ந்திருக்கிறார்கள். ஒரு வீடு எப்போது உங்களுக்கு மிக நெருக்கமான தாக ஆகும் என்றால் அந்த வீட்டில் நீங்கள் அல்லது உங்கள் அப்பா நட்ட மரம் இருக்கவேண்டும் என்கிறார் சனாதனன். 1860 தொடங்கிப் பதிவு செய்யப்பட்டிருந்த ஒவ்வொரு தோம்புவிலும் ஒன்றோ அல்லது அதிக மரங்களோ குறிப்பிடப்பட்டிருக்கின்றன என்றார்.

அலட்சியமாக வீசியெறிந்த பரங்கி விதை பரங்கிக் காடானதை ஒருவர் நினைவுகூர்கிறார். ஒரு வக்கீல் தனது வீட்டை விட்டு வெளியேறவே மாட்டேன் என்று மறுத்தாராம். ஏனென்றால் அந்த வீட்டில் வேறு பலருடைய வீடுகளின் ஆவணங்கள் அனைத்தும் இருந்தனவாம். தானும், தன் சகோதரனும், அப்பாவும் தங்கள் கையாலேயே கட்டிய வீட்டை விட்டுப் போக வேண்டியிருந்தபோது கதவுகளையும், ஜன்னல்களையும் பெயர்த்து எடுத்துப் போனதை ஒரு பெண் சொல்கிறார்.

யாழ்ப்பாணம் திரும்பிய ஒரு இளம் பெண்ணிடம் உன் வீடு இருந்ததைப் பற்றி என்ன நினைக்கிறாய் என்று கேட்டபோது கையிலிருந்த கைப்பையைக் காட்டி அவர் சொன்னாராம்,

'வீடாவது... யாருக்கு வேணும் வீடு? வீடுன்னு ஒண்ணு இருந்தா அதை மறுபடியும் இழக்கணும். இது போதும்.'

புதிதாகக் கட்டிய வீட்டை விட்டுவிட்டு 1991-ல் புலிகளால் விரட்டி யடிக்கப்பட்ட முஸ்லிம் கறிக்கடைக்காரர் ஒருவர் தன் வீட்டைப் பூட்டி ஜன்னலில் சாவியை வைத்தாராம். அவர் சொன்ன காரணம் 'வீட்டைச் சோதனையிடப் புலிகளோ வேறு யாரோ வந்தால் கதவை உடைத்துச் சிரமப்படவேண்டாமே.'

சாவியை அங்கு வைத்ததன் மூலம் புலிகள் தன் வீட்டைப் பறிக்க வில்லை. நானேதான் கொடுத்துவிட்டுப் போயிருக்கிறேன் என்று அவர் வீட்டின் மீதான உரிமையை நிலைநாட்டிக்கொண்டார். 20 வருடங்கள் கழித்து அந்த வீட்டுக்குத் திரும்பியபோது ஆசையாகக் கட்டிய அந்த வீட்டின் அஸ்திவாரம் மட்டுமே எஞ்சியிருந்தது.

தாவடி என்கிற இடத்தில் இருந்த தங்கள் வீட்டின் மீது விமானத் தாக்குதல் நடந்ததை சனாதனன் நினைவு கூர்ந்தார். 'அப்போது நான் சிறுவனாக இருந்தேன். விமானம் என்பதே ஓர் அதிசயமாக இருந்தது. அது தொடர்பாக ஏராளமான கற்பனைகள் எங்கள் மனத்தில் இருந்தன. ஆனால், கட்டாயம் அதிலிருந்து குண்டு வீசப்படுவதை நாங்கள் எதிர்பார்த்திருக்கவில்லை. கழுத்தை வளைத்து அண்ணாந்து பார்த்துக் கொண்டிருந்தபோது எங்கள் நிலத்தின் மூலையிலிருந்த தாத்தாவின் அரிசி ஆலை மீது குண்டு விழுந்தது. அந்த கந்தக நாற்றம் இன்னும் நாசியிலேயே இருக்கிறது.' அதன் பிறகு விமானச் சத்தம் கேட்டாலே அதிரத் தொடங்கியது அவர் மனம்.

2

என் அறையில் உட்கார்ந்துகொண்டு சனாதனன் சொன்ன பட்டியலை நினைத்துப் பார்த்தேன். உடைந்த பொம்மைகள், சாம்பல், மரணச் சான்றிதழ்கள்... போர் என்பது வெறி பிடித்த ஒரு வன மிருகம். அது அனைத்தையும் துவம்சம் செய்துவிடுகிறது. எனினும் அந்தக் கொடிய விலங்கின் கோரப் பிடிக்குள் சிக்காமல் சில விஷயங்கள் தப்பி விடுவதும் உண்டு.

நான் தங்கியிருந்த விடுதியில் ஒரு மூலையில் சிதிலமடைந்த ஒரு கார் காலகாலமாக நின்றுகொண்டிருக்கிறது. கண்ணாடிகள் நிரந்தரமாக மூடப்பட்டிருந்தன. எண் பலகை அப்படியே இருந்தது. ஐம்பது ஆண்டுகளுக்கு முந்தைய மாடல் கார்.

யாழ்ப்பாணம் முழுவதும் இப்படி புராதன கார்கள் நிறைய இருந்தன. அவை பெரும்பாலும் ஓடும் நிலையிலும், பளிச்சென்ற தோற்றத்திலும் இருந்தன. மாரிஸ் மைனர், மாரிஸ் ஆக்ஸ்ஃபோர்ட், வாக்ஸால் விக்டர், வாக்ஸ்வேகன், பீட்டில்ஸ், ஃபியட் 110, ஆஸ்டின் கேம்பிரிட்ஜ், மாடல் பெயர் தெரியாத டொயோட்டாக்கள்...

சாலையில் போகிற போதெல்லாம் இப்படியான புராதன கார்களைக் கவனிப்பதும் குறிப்பெடுத்து வைப்பதும் என்னுள் ஒரு அனிச்சைச் செயலாகவே ஆகிவிட்டது. காரணம் புரியவில்லை. நான் அகழ்ந் தெடுத்து ஆய்வதற்கு விரும்பும் கடந்த காலத்தின் மிச்சங்களாக அவை இருப்பது காரணமாய் இருக்கலாம். யாழ்ப்பாணத்தை மொபெட்டில் ஏற்றிச் சுற்றிக் காட்டிய நண்பரிடம் சொன்னேன்,

'ஐக்கிய நாடுகள் சபை அல்லது பெரிய தனியார் நிறுவனங்கள் சிலவற்றின் கார்கள் தவிர மீதம் எல்லாமே யாழ்ப்பாணத்தில் 1950 க்கும் 1960 க்கும் இடைப்பட்ட கார்களாகவே இருக்கின்றன.'

அதற்கு அவர், ‘அது உங்க கணிப்பு. ஆனா யாழ்ப்பாண மக்கள் எந்தப் பொருளாக இருந்தாலும் பிரஸ்டீஜியஸ் பிராண்டுகள்தான் உபயோகிப் பாங்க. சைக்கிள்னா ராலேதான், தையல் மிஷின்னா சிங்கர், ரேடியோன்னா நேஷனல் இப்படி ஒவ்வொரு பொருளும் அறிமுகம் ஆகும்போது எந்த பிராண்ட் வந்ததோ அதைப் பிடிச்சிக்குவாங்க’ என்றார்.

போரானது இலங்கையின் நவநாகரிகத்தை யாழ்ப்பாணத்தின் வாசற் படியிலேயே நிற்கவைத்துவிட்டது என்பதை வேண்டுமென்றேதான் வேறுவிதமாய் நண்பர் சொல்கிறார் என்று தோன்றிற்று. பொதுவாக இலங்கையில் புழங்கும் கார் ஒவ்வொன்றும் ஏகப்பட்ட வரி கட்டி இறக்குமதி செய்ததாகத்தான் இருக்கும். புலிகளின் கட்டுப்பாட்டில் யாழ்ப்பாணம் இருந்தபோது இப்படியான புதிய கார்கள் உள்ளே அனுமதிக்கப்படவில்லை. இலங்கை ராணுவம் யாழ்ப்பாணத்தை மீண்டும் கைப்பற்றியபோது அந்தப் பட்டணத்தின் பொருளாதாரம் சிதிலமாக இருந்தது. யாழ்ப்பாணவாசிகளில் பலர் குடிபெயர்ந்து வெளியேறியிருந்தார்கள். மீதமிருந்த சொற்ப மக்களும் விலையுயர்ந்த கார்களை வாங்கும் நிலையில் இல்லை. பல்லாண்டுகளுக்கு முன்னர் புது கார்களாக வலம்வந்து பழசாகிப்போன கார்கள் மீண்டும் தலையெடுக்கத் தொடங்கியிருந்தன.

கார்கள் மட்டுமல்ல, அவற்றை ஓட்டிய மனிதர்களும் காரைவிட அதிக வயதானவர்களாக இருந்தார்கள். இந்த கார்களையும் மனிதர்களையும் போர் தனது இலக்கில் இருந்து விலக்கிவைத்திருந்தது. இவர்களைவிட திடகாத்திரமானவர்களும் வசீகரமான அம்சங்களும் தப்பிக்க முடியாமல்போன போரில் இவர்கள் தப்பிவிட்டார்கள்.

இந்த கார்கள் வேறொருவிதத்திலும் உள்நாட்டுப் போருக்குச் சாட்சி களாக அதன் சின்னங்களாகத் திகழ்கின்றன. 1956ம் ஆண்டு மொழிப் போர் தொடங்கியபோது, கார்களின் நம்பர் பிளேட்டில் இருக்கும் ‘சிறீ’ என்கிற தமிழ் எழுத்துக்குப் பதிலாக சிங்கள ஸ்ரீ எழுதப்பட வேண்டும் என்று சட்டம் கொண்டு வந்தார்கள். இதை எல்லாத் தமிழர்களும் எதிர்த்தார்கள். சிங்கள ஸ்ரீ எழுதப்பட்ட அரசாங்க காரின் முன் போய் விழுந்து மறித்தார்கள். நாடாளுமன்ற உறுப்பினர்கள் உள்ளிட்ட பல தமிழர்கள் தங்கள் கார்களில் தமிழ் ‘சிறீ’ யை எழுதிக்கொண்டார்கள். சிங்கள ஸ்ரீ எழுதின பேருந்துகளிலும் வாடகை வண்டிகளிலும் செல் வதைத் தவிர்த்தார்கள்.

பதிலுக்கு சிங்கள, பௌத்த அமைப்புகள் தமிழ் ‘சிறீ’ க்களை தார் பூசி அழித்தார்கள். ஒரு தமிழ் நாடாளுமன்ற உறுப்பினரின் கூற்றுப்படி, சிங்கள வெறியர்கள் தமிழர்களின் நெற்றி, முகம் இங்கெல்லாம் சிங்கள ஸ்ரீயை எழுதினார்கள். ஒரு பெண்ணின் முதுகில்கூட எழுதினார்களாம்.

| 80 |

இந்த ஸ்ரீ கலகம் வன்முறை ஏதுமின்றி ஆனால் தீவிரமாக நடந்தேறி முடிந்தது. இலங்கை அரசு, இந்த ஸ்ரீ சமாச்சாரம் வெறும் குறியீடு, அதை இவ்வளவு தீவிரமாக உணர்வுபூர்வமாக எடுத்துக்கொள்ளத் தேவையில்லை என்று அறிவித்தது. ஆனால் தமிழ் அரசியல் தலைவர் அப்பாபிள்ளை அமிர்தலிங்கம் அதை ஒடுக்கும் முத்திரை என்று வர்ணித்தார். அவர் சொன்னது:

இது அவ்வளவு முக்கியத்துவம் இல்லாத விஷயம் என்றால், சிங்களர்கள் ஏன் இவ்வளவு அலட்டிக் கொள்கிறார்கள்? இல்லை, உண்மையில் இது அத்தனை சின்ன விஷயம் அல்ல. மாண்புமிகு தொழிலாளர் அமைச்சர் இது வெறும் குறியீடு என்றார். உண்மைதான். ஒப்புக் கொள்கிறேன். சிங்கள ஸ்ரீ தமிழர்களின் நிரந்தர அடிமைத் தனத்தை வெளிப்படுத்தும் குறியீடு. தன்மானமுள்ள எந்தத் தமிழனும் பொறுத்துக் கொள்ள இயலாத அடிமைத்தனத்தின் குறியீடு அது.

இந்த ஸ்ரீ போராட்டத்தின்போது தமிழ் மக்கள் கற்ற முக்கியமான பாடமாக என் நண்பர் சொன்னது: 'வன்முறை இல்லாமல், சாதாரண ஒத்துழையாமை இயக்கமாகப் பதிவு செய்யப்படும் எதிர்ப்புகளால் எந்த உபயோகமும் இல்லை. அமைதியான முறையில் போராடுகிற வர்கள் அடித்து ஒடுக்கப்பட்டதைப் பலமுறை கண்டிருப்பதாக என் அப்பா சொல்வார்.'

பொதுவாக எல்லா பிரச்னைகளையும் அமைதியாக, நிதானமாக அணுகும் குணம் படைத்த அமிர்தலிங்கம் இது குறித்துச் சொன்னதைக் கவனியுங்கள்:

'அடுத்தவர்களின் உரிமைகளை அத்துமீறித் தடுப்பவர்களை எதிர்த்து வந்திருக்கும் வரலாற்றுப் பின்னணிகொண்ட தமிழ் இனத்தின் ஒரு பிரஜையாக நான் தெரிவிக்க விரும்புவது என்னவென்றால், இந்தத் தீவில் ஒரே ஒரு தமிழன்தான் எஞ்சியிருக்கிறான் என்றாலும் அவன் தன் உரிமைகளுக்காகப் போராடி மரணம் உள்ளிட்ட எந்தக் கசப்பான முடிவையும் சந்திக்கத் தயங்கமாட்டான்.'

என்னுடைய பழைய கார் ஆர்வம்தான் என்னை அய்யாதுரை சாந்தனிடம் அழைத்துப் போயிருக்கவேண்டும். யாழ்ப்பாணத்திலேயே பிறந்து, வளர்ந்து, வாழ்ந்துகொண்டிருக்கும் அவருக்கு வயது 65. 1960ம் வருஷத்து ஃபோர்ட் ப்ரிஃபெக்ட் கார் ஒன்று வைத்திருக்கிறார். இன்னொரு விஷயம், இதை அவர் லட்சத்துப் பத்தாயிரம் கொடுத்து வாங்கியது 2011ம் வருஷம்! அதற்கு முன் வைத்திருந்ததும் இன்னொரு ஃபோர்ட் ப்ரிஃபெக்ட்தான்; அதற்கு முன்னர் பியாகியோ.

‘எல்லாமே பழைய கார்கள்தானா?’ என்று வியந்தேன்.

‘ஆமாம்... ஆனா ஒரு விஷயம் பாருங்க, இதையெல்லாம் பழைய கார்ன்னு மக்கள் சொல்ல ஆரம்பிச்சி ரெண்டு வருஷம்தான் இருக்கும். அதுக்கு முன்னே இதெல்லாம் வெறும் கார்கள்’ என்று சிரித்தார். போர் நடந்த காலத்தில் குடிமக்கள் தமது கார்களில் வெள்ளைக் கொடியைப் பொருத்தியிருக்கவேண்டுமாம்.

அய்யாத்துரையுடன் அவருடைய அபிமான வாகனத்தில் கஸுவாரினா பீச், காரை நகர், வரதராஜப் பெருமாள் கோயில் என்று யாழ்ப்பாணத்தைச் சுற்றியபோது அவருடன் நிறையப் பேசினேன். பேச்சு புலிகள் கட்டுப் பாட்டில் இருந்த யாழ்ப்பாணம் பற்றித் திரும்பியது. பெட்ரோல் வண்டிகள் யாழ்ப்பாணத்துக்குள் நுழையவிடாமல் இலங்கை அரசு பார்த்துக்கொண்டது. அந்த பெட்ரோல் தட்டுப்பாட்டில் பெட்ரோல் குடிக்கும் பியாகியோவை எப்படி வைத்திருப்பது... ஆகவே விற்று விட்டதாகச் சொன்னார்.

‘பெட்ரோல் மட்டுமில்லை, சோப்பு கிடையாது, டீயில் போட சர்க்கரை இல்லாமல் வெல்லம் போட்டுக் குடித்தோம்’ என்கிறார். தொடர்ந்து, ‘அந்த நாட்களை நினைத்துப் பார்க்கும்போது ரொம்ப மிஸ் பண்ணுகிறார்போல ஒரு உணர்வு’ என்றார்.

‘ஏன்?’ என்றேன்.

‘ஏன்னா புலிகளின் கீழ் நாங்க ரொம்பப் பாதுகாப்பாக உணர்ந்தோம். காந்தி சொன்னது ஞாபகமிருக்கா? ராத்திரியில் ஒரு இளம்பெண் நகைகள் அணிந்து தனியாகப் போக முடிந்தால் சமூகம் பாதுகாப் பானது என்று அர்த்தம். அப்படித்தான் இருந்தது இங்கே நிலைமை. எல்லாரும் ஜன்னல், கதவுகள் எல்லாவற்றையும் திறந்து வைத்தபடி தூங்க முடிஞ்சது. ஜனங்களுக்கு அவ்வளவு பயம் இருந்தது’ என்று நிறுத்தி உடனடியாக ‘அந்த அளவு புலிகள் அனைத்தையும் கட்டுப் பாட்டில் வைத்திருந்தார்கள்’ என்று திருத்தினார்.

‘நீங்கள் தீவிர புலிகள் ஆதரவாளரோ?’ என்று கேட்டேன்.

‘அவர்களின் அரசியல் நிலைப்பாடு எனக்கு ஒப்புதலானது. எனக்கு மட்டுமில்லை, பெரும்பாலான தமிழர்களுக்கு அதில் உடன்பாடு இருந்தது. காரணம், சிங்களர்கள் தமிழர்களை அந்நியர்கள்போல நடத்தினார்கள். ஆனால், புலிகளுக்காக மிகவும் வருத்தப்படுகிறேன்’ என்றார்.

இது ரொம்பவும் விசித்திரமான நிலைப்பாடாக இருந்தது.

‘புலிகளுக்காக யாரும் இரக்கப்பட்டு நான் பார்த்ததே இல்லை’

| 82 |

'ஆனால் நிஜம் அதுதான். அப்படித்தான் உணர்கிறேன். ஏனென்றால் அவர்களுக்கு ஒரு நியாயமான இலக்கு இருந்தது. ஆனால் அந்த இலக்கு தவறாகத் திசை மாறிப்போய்விட்டது. தங்கள் மக்களைத் துன்பத்துக்கு ஆளாக்கினார்கள், அதன் பிறகு எல்லாம் வீணாகி விட்டது.'

1990 க்கும் 1995 க்கும் இடைப்பட்ட காலம் யாழ்ப்பாண மக்களுக்கு ஒரு விரும்பத்தகாத, எதிர்பாராத உணர்வை ஊட்டியது. அருகில் ஸ்ரீலங்கா என்கிற எதிரி இருக்கும்போது, தமிழ் ஈழம் என்ற தனி நாடு எவ்வளவு துன்பத்தை அனுபவிக்க வேண்டியிருக்கும் என்பதை அந்தக் காலகட்டம் உணர்த்தியது.

விவசாயிகள் உரம் வாங்க முடியாமல் தங்கள் நிலங்களை விட்டுப் போயினர். பாதுகாப்புக் கெடுபிடியின் காரணமாக மீனவர்கள் கடலுக்குள் செல்ல முடியவில்லை. தொழிற்சாலைகள் மூடப்பட்டன. யாழ்ப்பாணத்தில் மாத்திரம் தகுதிவாய்ந்த 11,000 தொழிலாளர்கள் வேலை இழந்தார்கள். அப்படி வேலை இழந்தவர்கள் ஒன்று புலிகள் அமைப்பில் சேர்ந்து விருப்பம் இருந்தாலும் இல்லாவிட்டாலும் சண்டையிட்டார்கள். அல்லது ஆயுதங்கள், படகுகள் மட்டுமின்றிக் குளிர்பானங்கள், தோல் பொருட்கள் செய்யும் புலிகளின் தொழிற் சாலைகளில் வேலைக்குச் சேர்ந்தார்கள்.

புதுப் புது வேலைகள் உருவாயின; உதாரணத்துக்கு அற்பக் கூலிக்கு வரிசைகளில் ஒருவருக்குப் பதிலாக மணிக்கணக்கில் காத்திருப்பது, வங்கிகளுக்குப் போய் காசோலையை மாற்றுவது, கடிதங்கள் எழுதித் தருவது இப்படி. உதயன் செய்தித்தாள் நிறுவனம் தினமும் கடைக்குப் போய் எந்தக் காகிதம் கிடைத்தாலும், அது அட்டையோ, பழுப்புக் காகிதமோ, பள்ளிகளுக்கு விற்கும் கோடு போட்ட காகிதமோ வாங்கி, செய்திகளை எழுதி வெளியிட்டார்கள்.

சம்பாத்தியமும் வரிகளும் புதுமையான மாற்றத்தை அடைந்தன. இலங்கை அரசு வழங்கிய ஊதியத்துக்கும் ஓய்வூதியத்துக்கும் மக்கள் புலிகளுக்கு வரி கட்டினார்கள். இவ்விதம் வடக்கு மாகாணத்தில் வரி வசூல் செய்தாலும் புலிகள் லண்டனிலும், கனடாவிலுமாகச் சேர்த்து மாதந்தோறும் நாற்பது லட்சம் டாலர் வசூலித்தார்கள் என்று இலங்கை அமைச்சர் ஒருவர் கணக்கிட்டுச் சொன்னார். மிக அத்தியாவசியப் பொருட்களும், உணவுப் பொருட்களும் மட்டுமே இலங்கையிலிருந்து வந்தது. ஆனால் அவை புலிகளின் கையில்தான் கிடைக்கும், கிடைத்ததும் விநியோகிக்கப்படும் வழிகள், முறைகள் மாறுபடும். புலிகளுக்கும் அவர்களின் குடும்பத்தினருக்கும் உணவுப் பொருட்கள் இலவசமாக விநியோகிக்கப்பட்டன. இதர மக்கள் கொழும்புவில்

கிலோ 17 ரூபாய்க்கு விற்கப்பட்ட அரிசியை முப்பது ரூபாய்க்கு வாங்க வேண்டியிருந்தது.

நிவாரணப் பொருட்களை விநியோகித்த பென் பவிங் என்கிற டச்சு மிஷினரி, இலங்கையெங்கும் இருந்த சோதனைச் சாவடிகள் குறித்துச் சொல்வது:

'எல்லாப் பொருட்களையும் வண்டியிலிருந்து இறக்கிவிட்டுத் திரும்ப ஏற்ற வேண்டும். வண்டியின் டீசல் டேங்க்குகள் காலி செய்யப்பட்டுப் போக வேண்டிய தூரத்துக்குப் போதுமான அளவு மட்டுமே நிரப்பிக் கொள்ள அனுமதிக்கப்பட்டது. ஸ்டெப்னி உள்பட காரின் எல்லா டயர் களும் காற்று இறக்கப்பட்டு சோதிக்கப்பட்டது. ராணுவக் காவலர்கள் அளவு கடந்த எச்சரிக்கையுடன் இருந்தார்கள். ஆனால் அதுதான் சரி.'

பவிங் ராணுவத்தினரிடம் யாழ்ப்பாணத்தில் நிலவும் பற்றாக்குறைகள் குறித்து விவாதித்திருக்கிறார். 'ஏன் சோப்புகளுக்குக்கூடப் பற்றாக் குறை?' என்று கேட்டபோது புலிகள் கண்ணிவெடிகள் வைக்கும் போது தண்ணீர் புகாமல் சீல் செய்வதற்கு சோப்பைப் பயன்படுத்து வதைச் சுட்டிக் காட்டினாராம் ராணுவ அதிகாரி. பவிங் மேலும் சொன்னது, 'மின்சாரம் சுத்தமாகக் கிடையாது. இரவுகள் கும்மிருட்டு தான். உணவுப் பற்றாக்குறை மட்டுமில்லை, அடிப்படை மருந்துகள் கூடக் கிடைக்கவில்லை.'

சுந்தரம் என்கிற திறமை வாய்ந்த ஆட்டோ மெக்கானிக்கைச் சந்தித்தேன். இவரை அமைப்பில் சேர்ந்து சண்டை போடும்படிப் புலிகள் வற்புறுத்தி யதில்லையாம். காரணம் ஒரு மெக்கானிக்காக அவரது சேவை புலி களுக்குத் தேவையிருந்திருக்கிறது. அவரை வாகனத்தில் அழைத்துப் போய், சாப்பாடு போட்டு, கூலி கொடுத்து, திரும்பக்கொண்டுவந்து விடுவார்களாம்.

சுந்தரம் அதிகமாகச் செய்த வேலை பெட்ரோல் எஞ்சின்களை மண்ணெண்ணெயில் ஓடுகிற மாதிரி மாற்றிக் கொடுத்தது. காரணம் என்னவென்றால் ஒரு லிட்டர் பெட்ரோல் ரூ.1000 முதல் ரூ.1250வரை விற்றதாம்! மண்ணெண்ணெயும் ஒன்றும் குறைவில்லை, லிட்டருக்கு ரூ.250! ஆயில் ஃபில்ட்டர்களை மாற்றமாட்டார்களாம். பெட்ரோலில் கழுவித் திரும்ப உபயோகிப்பார்களாம். எதையுமே வேஸ்ட் என்று தூரப் போட மாட்டார்களாம். எப்படித் திரும்ப உபயோகிப்பது என்று பார்ப்பார்களாம்.

வாகன உதிரிபாகங்கள் கிடைக்கவே கிடைக்காது. சிலர் ஃபௌண்டரி, மெஷின் ஷாப்பெல்லாம் வைத்துப் போலி பாகங்கள் தயாரித்தார் களாம். பிஸ்டன் ரிங்குகளைக் குழந்தைகள் கையில் போட்டு

| 84 |

வளையல் என்று ராணுவத்தினரை ஏமாற்றிக் கடத்திக்கொண்டு வருவார்களாம். பால் பாட்டில்களில் பெட்ரோல் நிரப்பிக்கொண்டு வருவார்களாம். கொஞ்ச காலம் போரிலிருந்து தப்பிக்கக் கத்தார் போயிருந்தாராம் சுந்தரம். ஆட்டோமொபைல் பாகங்கள் கொஞ்சம் சின்ன பிரச்னை இருந்தாலும் தூக்கிப் போட்டுவிட்டு வேறு மாற்றச் சொல்வார்களாம். இந்தக் கலாசாரத்திலிருந்து நேர் எதிரிடைக் கலாசாரத்துக்கு மாறச் சிரமமாக இருந்ததைச் சொன்னார்.

நிர்மலதேவன் என்கிற மூத்த மெக்கானிக் ஒருவரையும் சந்திக்க நேர்ந்தது. 1975ம் ஆண்டிலிருந்து ஒரு கேரேஜில் சீனியர் மெக்கானிக் அவர். அவருடன் ஆற அமர உரையாடுவது இயலாத காரியம். ஏதேனும் ஸ்க்ரூவை சரிசெய்வது, பெயிண்டை எடுத்து அடிப்பது, காருக்குக் கீழே சென்று ரிப்பேர் செய்வது என்று மனம் லயித்து ஏதாவது ஒரு வேலையில் ஈடுபட்டவண்ணம் இருந்தார். அவருடைய செயலில் குறுக்கிடுவதென்பது சீராகச் செல்லும் எறும்புகளின் வரிசையைக் குறும்புக்காரச் சிறுவன் வேடிக்கையாகக் குலைப்பதைப் போன்றது. குறைந்த வேலையாட்கள் என்பதால் எப்போதும் பிஸியாகவே இருப்பார். அவர் வேலைக்குள் மூழ்க ஆரம்பிப்பதற்கு முந்தைய காலை நேரம், உண்ட மயக்கத்தில் இருக்கும் மதியம், சேறுகள் அப்பியிருக்கும் என்பதால் வேலையில் சிறிது சுணக்கம் இருக்கும் என்று எதிர்பார்த்த மழைக்காலங்கள், 16 கி.மீ தொலைவில் இருக்கும் வீட்டுக்கு சைக்கிளில் செல்லவேண்டியிருக்கும் என்பதால் பின் மாலையில் பட்டறையில் சிறிது ஓய்வாக இருப்பார் என்று நம்பிய பின்மாலை நேரங்கள் என நான் எப்போது போனாலும் நிர்மலதேவன் பரபரப்பாகவே வேலை பார்த்துக்கொண்டிருந்தார். எனக்கு டாக்டர் துரைராஜாவின் பரபரப்பான வாழ்க்கைதான் ஞாபகம்தான் வந்தது.

ஆனால், அந்த கேரேஜ் எனக்கு மிகவும் பிடித்த இடம். நான் ஒரு ஓரமாக இடம் பிடித்து உட்கார்ந்துகொண்டு, நடப்பதை வேடிக்கை பார்ப்பேன். காலையில் ஏழரை மணி வாக்கில் பணியாளர்கள் வருவார்கள். அறுபது, எழுபது வயது மதிக்கத்தக்கவர்கள். முதலாளியைப் போலவே அதிகம் பேசவே மாட்டார்கள். முதலில் வருபவர் ரேடியோவை ஆன் செய்வார். அது நாள் முழுவதும் அலறிக்கொண்டே இருக்கும். அடுத்தவர் தேநீர் கெட்டிலை எடுத்துக்கொண்டு பக்கத்துக் கடையில் இருந்து அன்றைய முதல் கோட்டா தேநீரை வாங்கி வருவார். எட்டு மணி வாக்கில் நிர்மலதேவன் வருவார். பிளாஸ்டிக் பை நிறைய பூக்கள் கொண்டுவருவார். கேரேஜை முதலில் சுத்தமாகப் பெருக்குவார். ஹிந்து கடவுள்களின் படங்களுக்குப் பூக்களைச் சார்த்துவார். ஊதுபத்தியை ஏற்றிவைத்து வணங்குவார். பிறகு வேலைக்கான

| 85 |

உடையை எடுத்து அணிந்துகொள்வார். அதன் பிறகு இரவுவரை ஓய்வு ஒழிச்சல் இல்லாமல் வேலை வேலை வேலைதான்.

நிர்மல தேவனுக்கு விடுமுறை நாள் கூடக் கிடையாது. ஒரே ஒரு தரம் 1995ம் ஆண்டு மூடவேண்டியிருந்ததைச் சொன்னார்.

1995ம் ஆண்டு இலங்கை ராணுவம் யாழ்ப்பாணத்தைப் புலிகளிடமிருந்து மீட்கத் தீவிரமாக இருந்த காலக்கட்டம். யாழ்ப்பாணத்திலும் அதன் புறநகர்ப் பகுதிகளிலும் இருந்த சுமார் ஐந்து லட்சம் தமிழர்களைக் காலி செய்துகொண்டு வன்னிக்குப் போகச் சொன்னார்கள் புலிகள். இது ஒரு முரண்பாடான, முற்றிலும் விநோதமான நடவடிக்கை. யாழ்ப்பாணத் தமிழர்கள்பால் இருந்த கரிசனத்தில் எடுத்த நடவடிக்கையாக இது இருக்கலாம். ஆனால், புலிகளையும் அவர்களுக்குப் பொருளுதவி செய்வோரையும் பாதுகாக்கும் முனைப்பும் அதில் தெரிந்தது.

யாழ்ப்பாணம் வெறிச்சோடியது. வீதிகளில் ராணுவ வீரர்கள் மட்டுமே காணப்பட்டார்கள். யாழ்ப்பாண மக்கள் சில வாரங்களுக்கு ஒரு முறை வன்னியில் அகதிகளாக வாழ முடியாமல் தங்கள் வீடுகளுக்குத் திரும்ப முயல்வார்கள். நிர்மலதேவனும் அவரது ஆட்களும் புலிகளின் கட்டளைக்குப் பயந்து வன்னிக்கு ஓடவில்லை. யாழ்ப்பாணம் அருகிலேயே கிராமத்தில் இருந்தார்கள். ஆறு மாதங்கள் கழித்து மீண்டும் மெக்கானிக் கேரேஜுக்கு வந்தார்கள்.

நிர்மலதேவன் அன்று பேசமாட்டார் என்று தோன்றினால் மெதுவாக வேறு இடங்களுக்குப் புறப்படுவேன். வாடகை கார்களை இயக்குபவர்கள் எல்லாரும் வயதானவர்களாகவே இருப்பார்கள். போரானது இளைஞர்களைத் தன்னுள் இழுத்துக்கொண்டுவிட்டிருந்தது. நான் அந்த கார்களில் வெறுமனே ஊரைச் சுற்றிப் பார்க்கத்தான் போவது வழக்கம். ஆனால், அப்படிக் காரணமற்று அவர்களைப் பயன்படுத்துக்கொள்வது அவர்களுடைய மனதைப் புண்படுத்தும் என்பதால் ஏதேனும் ஓர் இடத்துக்கு முக்கியமான வேலையாகப் போகவேண்டும் என்று சொல்வேன். அது யாழ்ப்பாணத்தின் மறுமுனையில் இருக்கும் ஏதாவது இடமாக இருக்கும்.

யாழ்ப்பாணம் மருத்துவமனையின் முன் நிறுத்தப்பட்டிருந்த வாடகை கார்களில் ஒன்றின் சொந்தக்காரர் நடராசா. 1990 களில் புலிகள் வசம் யாழ்ப்பாணம் இருந்தபோது இலங்கை விமானப்படையின் குண்டு வீச்சில் இறந்தவர்களின் உடலை மருத்துவமனையிலிருந்து அப்புறப்படுத்தவேண்டி நடராசாவை அழைப்பார்களாம். பெட்ரோல் விலை அதிகம் என்பதால் கிலோமீட்டர் ஒன்றுக்கு ஐநூறு ரூபாய் சார்ஜ் செய்வாராம் (ஆம்புலன்ஸுகள் அதைக்காட்டிலும் கிராக்கியாம்!).

| 86 |

நான் அவர்களிடம் பணம் வாங்கியிருக்கமாட்டேன். ஆனால், என்ன செய்ய... வேறு வழியில்லை. ஐந்தாறு கிலோ மீட்டர் தொலைவில் இருக்கும் கல்லறைக்கு அல்லது சுடுகாட்டுக்கு உடலை எடுத்துச் செல்லவேண்டும்.

'ஒரு நாளைக்கு எத்தனை டிரிப் அடிப்பீர்கள்...?'

'எத்தனையா... கணக்கே கிடையாது. அந்த நாட்களில் என் கார் ஒரு சவ ஊர்தியாகத்தான் இயங்கியது.'

நான் அந்தக் காட்சியை மனத்தில் நினைத்துப் பார்த்தேன். நான் இன்று உட்கார்ந்திருக்கும் இருக்கை ரத்தத்தால் நனைந்து கிடந்திருக்கும். நான் கால் வைத்திருக்கும் இடத்தில் பிணங்கள் கிடத்தப்பட்டிருக்கும். இப்போது அவற்றின் தடம் எதுவும் தெரியாமல் எல்லாம் மாறி விட்டிருந்தது. கார்களும் தமது கடந்த காலத்தை மவுனமாக மறைக்கக் கற்றுக்கொண்டுவிட்டிருக்கின்றன என்று தோன்றியது.

3

யாழ்ப்பாணத்தில் ஐந்தைந்து பேருக்கு ஒரு ராணுவ வீரர் வீதம் நிறுத்தப்பட்டிருந்தார்கள். தமிழர்கள் எந்தவிதத்திலும் மீண்டும் கோஷ்டி சேர்வதையும், ஆயுதங்கள் சேமிக்க ஆரம்பிப்பதையும் அவர்கள் அனுமதிப்பதாக இல்லை. எனது நண்பர் 'எம்'பற்றி நான் சொல்ல விரும்புகிறேன். அவருடைய முழுப் பெயரில் ஒரு புத்தகத்தில் அவரைப் பற்றிய செய்திகள் வந்தால் அரசின் கிடுக்கிப்பிடியில் மாட்டிக்கொண்டுவிடுவார். எனவே 'எம்' என்றே அவரைக் குறிப்பிடுகிறேன். அவரைப்போன்ற சந்தேகத்துக்குரிய அரசியல்வாதிகளைத் தொடர்ந்து கண்காணித்தார்கள். ஒருமுறை அவருடைய வீட்டில் இரண்டு நாட்கள் தங்கிவிட்டுப் புறப்பட்டேன். அப்போது அவர் சொன்னார், ராணுவம் எங்கள் வீட்டைக் கண்காணித்துக்கொண்டிருக்கிறது; நீங்கள் இரண்டு நாட்கள் தங்கியிருந்திருக்கிறீர்கள் அல்லவா... இனிமேல் உங்களையும் கண்காணிப்பார்கள்!

முன்னாள் புலிகளை அனுதினமும் காவல்நிலையத்துக்கு வரச்சொல்லி உத்தரவிட்டிருந்தார்கள். இறந்து போன அல்லது காணாமல் போன புலிகளின் வீடுகளுக்கு புலனாய்வு அதிகாரிகள் திடீர் திடீரென்று விஜயம் செய்தார்கள்.

2011ம் ஆண்டு மே மாதம் நடந்த ஒரு சம்பவத்தை நண்பர் 'எம்' சொன்னபோது விநோதமாக இருந்தது.

1971-ல் நெருக்கடிநிலை கொண்டுவரப்பட்டது தீவிரவாத தடுப்புச் சட்டமும் கூடவே இருந்தது. இரண்டும் இரும்புக் கரமும் இரும்புக் கையுறையுமாக இருந்தன. 2011-ல் நெருக்கடி நிலை விலக்கிக் கொள்ளப்பட்டது. ஆனால், தீவிரவாத தடுப்புச் சட்டம் இன்றும் நடைமுறையில் இருக்கிறது. ஐந்தாறு பேர்களுக்கு அதிகமாக மக்கள் ஒன்று சேரக்கூடாது. அப்படிக் கூடுவதென்றால் அரசிடம் அனுமதி

பெறவேண்டும். அரசுத் தரப்பில் யாரேனும் ராணுவ வீரர் சாட்சியாகக் கலந்துகொள்வார். தேவாலயப் பிரசங்கங்கள், வேறு திருவிழாக்கள், சமூக நிகழ்வுகள் எல்லாவற்றுக்கும் ராணுவ, காவல்துறை அதிகாரி கட்டாயம் வந்துவிடுவார். ஒருமுறை பல்கலைக்கழகத்தில் நூலகத்தை டிஜிட்டல்மயமாக்க பேராசிரியர்கள் கூடிப் பேசவிருந்தார்கள். அது மே மாதமாகையால் புலிகளின் ஞாபகார்த்தமாகக் கொண்டாடு கிறார்கள் என்று நினைத்துக்கொண்டு ஒரு லெப்டினண்ட் கர்னல் பாய்ந்து வந்து தடுத்தார். பேராசிரியர்கள் விஷயத்தை எடுத்துச் சொல்லி கர்னலை கலந்துரையாடல் முழுவதையும் அமர்ந்து பார்க்கச் சொன்னார்களாம். இதுகூடப் பரவாயில்லை. ஒருமுறை கோயில் குருக்கள் தன் ஆறு வயது பேத்தியின் பிறந்த நாளைக் கொண்டாடிய போது காவல்துறை அந்த விருந்தைத் தடுத்து நிறுத்திவிட்டது. என்ன காரணமென்றால், அந்தக் குழந்தையின் சம வயதுத் தோழர்கள் பத்து பன்னிரண்டு பேர்கள் வந்திருந்தார்கள். அதற்கு அவர்கள் காவல்துறை யிடம் அனுமதி பெறவில்லை!

ராணுவத்தின் வானளாவிய அதிகாரத்தினால் வாழ்க்கை என்பது ராணுவப் பார்வையாளர்களுக்குப் பிடித்தபடி நடிக்கும் நாடகமாக ஆகிவிட்டிருந்தது. தயங்கித் தயங்கி நடக்கக்கூடாது. ஒருவர் கையில் வைத்திருக்கும் பொதி சந்தேகத்தைக் கிளப்புவதாக இருக்கக்கூடாது. உரையாடல்கள் முறைப்படுத்தப்பட்டிருக்கவேண்டும். கோபமோ கலகமோ ஒருவருடைய முகத்தில்கூடத் தென்பட்டுவிடக்கூடாது. யாழ்ப்பாணத்தில் வாழ்க்கையானது வாயில் துணியை அடைத்தது போல் மூச்சுமுட்டிக்கொண்டிருந்தது.

நண்பர் ஒருவர் என்னுடைய மொபைல் ராணுவத்தால் கண்காணிக்கப் படுகிறது என்று சொல்லும்வரை எனக்கு அது தெரிந்திருக்கவில்லை. பாதுகாப்பு அமைச்சகத்தின் பட்டியல் ஒன்றில் என் பெயரைப் பார்த்ததாக அவர் தெரிவித்தபோது முதலில் கொஞ்சம் திரில்லாக இருந்தது. பிறகு என் கூடப் பேசியவர்கள் குறித்துக் கொஞ்சம் கவலை உண்டாயிற்று. அரசின் அனுமதி பெறாத பத்திரிகையாளர்கள், எழுத்தாளர்களிடம் தங்கள் பிரஜைகள் பேசுவதை இலங்கை அரசு எளிதாக எடுத்துக் கொள்வதில்லை. அதிலும் அரசாங்கத்தை விமர்சித்து, தமிழர்கள் பேசுகிறார்கள் என்றால் அது இன்னும் தீவிரமானது.

நான் யோசனையில் ஆழ்ந்து விட்டதைப் பார்த்து நண்பர், 'பயப் படாதே, அவர்கள் எல்லார் ஃபோனையும்தான் டேப் செய்கிறார்கள். இப்போதைக்கு நீ ஒரு பத்திரிகையாளன் என்கிற அளவு தெரிந் திருக்கும்' என்றார்.

சுற்றுலா பயணி என்ற போர்வையில் நான் போர் குறித்த தகவல்களைச் சேகரிப்பது கொஞ்சம் சட்டத்துக்குப் புறம்பான செயல்தான். அரசு போரின் கடைசிக் கட்டத்தில் நடந்த ராணுவ அத்துமீறல்கள் குறித்தும் தமிழர்களின் அன்றாட வாழ்க்கையில் அது செலுத்திவரும் தாக்கம் குறித்தும் வெளியில் எதுவும் தெரியக்கூடாது என்று அரசு நினைக்கிறது. என்னை யாரும் நெருக்கமாகக் கண்காணிக்கவில்லை. ஆனால், அரசு எந்திரத்தின் வெப்பக் காற்றை என் பிடரி மயிர்கள் உணர்ந்தவண்ணமே இருந்தன. என்னுடன் பேசியவர்கள் எந்த அளவுக்கு என்னை நம்பலாம், எந்த அளவுக்கு உண்மைகளைப் பகிர்ந்துகொள்ளலாம் என்ற பதற்றத்துடனே என்னுடன் பேசினார்கள். அந்தப் பதற்றம் என் செயல்களிலும் கனவுகளிலும்கூட என்னைத் தொற்றிக்கொண்டது.

எம் என்று நான் குறிப்பிடும் நண்பர் தன் மனைவி பற்றியோ மகள் குறித்தோ எதுவுமே எழுதக் கூடாது என்று சொல்லிவிட்டார். வீட்டில் ஒரு முதியவர் இருந்தார். காய்கறிகள் வாங்கியதும் அவரிடம்தான் கொண்டு தருகிறார். அவரை எம் தாத்தா என்று அழைத்தார், ஆனால் அவர் இவருடைய தாத்தா அல்ல. போரின் இறுதிக் கட்டத்தில் அனாதையாகிப் போனவர். எதுவுமே பேசுவதில்லை அவர். சமையல் வேலை செய்வதும் மற்ற நேரங்களில் அறையில் படுத்திருப்பதுமாக இருந்தார்.

வீட்டுக்குள் அல்லது வாசல் முற்றத்தில் நானும் எம்மும் பிரம்பு நாற்காலிகளில் உட்கார்ந்து பேசுவோம். பக்கத்துக் கோவிலில் இருந்து நாதஸ்வர இசை மெல்லிய பின்னணி இசையாகக் கேட்டுக் கொண்டிருக்கும்.

எம் இப்போது ஓர் எழுத்தாளர். பத்திரிகைகளுக்கும், தொலைக்காட்சி களுக்கும் எழுதுகிறார். நான் கேட்ட பல கேள்விகளுக்கு தெளிவான குறிப்பான பதில் சொல்வதை மிகுந்த பிரயாசையுடன் தவிர்த்தார். 1983 ஆம் ஆண்டிலிருந்து, 1985வரை புலிகள் இயக்கத்தில் பணியாற்றியவர். புலிகள் இயக்கத்துக்கு வேலைக்கு ஆள் எடுக்கும் பணியைச் செய்து கொண்டிருந்தவர். ஒரு கட்டத்தில் அதிருப்தி உண்டாகி விலகியவர். எதிர்க் கருத்துக்களைச் சொன்னாலே கொன்று விடுவது என்கிற நிலைக்கு பிரபாகரன் வந்தபோது அதிருப்தியிலும் அச்சத்திலும் தலை மறைவாகிப் போனார். எனினும் தொடர்ந்து புலிகளுக்கும் தமிழ் தேசியத்துக்கும் ஆதரவாக எழுதி வந்தார். தமிழ் ஈழத் தொலைக் காட்சியில் பேச்சாளராகக் கலந்துகொண்டிருக்கிறார். 2006ம் வருஷத்தில் புலிகளின் முடிவு தவிர்க்க முடியாதது என்கிற பொருளில் கருத்துத் தெரிவித்தபோது பிரபாகரன் இவரை ஒதுக்கினார்.

சாலையில் போகும் இளைஞர்கள் நடந்து போகும்விதத்திலும், இவரை 'மாஸ்டர்' என்று அழைக்கும்விதத்திலும் அவர்கள் புலிகள்

இயக்கத்தில் இருந்தவர்கள் என்பதை அவரால் சொல்ல முடிகிறது. எம் தெரிவித்த ஒரு செய்தி குறித்து நான் பல நாட்கள் சிந்தித்தபடி இருந்தேன்.

போரின் இறுதிக்கட்டத்தில் புலிகளின் ஒரு பிரிவினர் நந்திக்கடல் பகுதியில் இலங்கை ராணுவத்தால் சுற்றி வளைக்கப்பட்டு வெளியில் வருவதற்கு இயலாமல் இருந்தார்கள். அப்போது பிரபாகரன் 300 என்கிற ஹாலிவுட் படத்தின் டிவிடிக்களை தன் முக்கிய தலைவர் களுக்குக் கொடுத்திருக்கிறார். பிரபாகரனே அதை ஆறு முறை பார்த் தாராம். பெர்ஷிய ராணுவத்தை எதிர்த்துப் போராடும் அமைப்பின் இறுதிக்கட்டப் போரை விளக்கும் படம். முடிவுக்குத் தன்னைத் தயார் செய்து கொள்ளும் முயற்சி அது என்றார் எம்.

இந்தத் தகவல் எப்படித் தெரியும் என்கிற கேள்வியை வழக்கப்படி 'தெரிஞ்சிகிட்டேன்' என்கிற வார்த்தையில் மழுப்பினார். 'எம்' தன் வார்த்தைகளில் மிகக் கவனமாக இருந்தார். நான் புலிகளுக்கு உதவியாக இருந்தேன் என்றுதான் சொல்கிறார்; அந்த அமைப்பில் பணியாற்றினேன் என்று சொல்வதைத் தவிர்க்கிறார். முதன்முதலில் புலிகளுக்கு ஆதரவாக நாடகங்கள் நடத்தித் தரும்படிதான் அணுகினார் களாம்.

பிரபாகரனுக்கு அரசியல் தெளிவு கிடையாது என்றார் 'எம்'. தனது நண்பர்களை அடையாளப்படுத்தும்போது அவன் ஒரு டிராட்ஸ்கிய வாதி... இவன் ஒரு இருத்தலியல்வாதி என்று கோட்பாடு சார்ந்தே சொல்வார். அவருடைய பேச்சு இயல்பானதாக இருக்காது. இலக்கிய நடையில் ரொம்பவும் கருத்தியல் வார்த்தைகளைக்கொண்டதாக மிகவும் அந்நியமானதாக இருக்கும். போர் முடிந்த பிறகு அவர் அதையும் எழுதவில்லை. மனத்தில் அடைபட்டுக் கிடந்த கட்டுரை களையெல்லாம் என்னிடம் கொட்டுவதுபோல் இருக்கும்.

வன்முறையை ஈடுபட்டதற்கும் அதிலிருந்து விலகியதற்குமான காரணங்களை நான் பலரிடமும் கேட்டேன்.

ராகவன் இளவயது சாகச உணர்வினால் வன்முறைகளில் ஈடுபட்டிருந் தார். வேறு பல இளைஞர்களும் அது தவிர்க்கமுடியாதது என்றே சொன்னார்கள். பிரபாகரன் நேரடியாக அரசின் அடக்குமுறையால் பாதிக்கப்பட்டிருக்காத நிலையிலும் தெளிவற்ற கருத்தியல் கோபத் தினால் வன்முறைப் பாதையைத் தேர்ந்தெடுத்திருந்தார். அதேநேரம் அரசின் வன்முறையினால் நேரடியாகப் பாதிக்கப்பட்டிருந்த நிலை யிலும் பெரும்பாலான தமிழர்கள் புலிகளின் வன்முறையை விமர்சிக்கவே செய்தனர்.

ஆயுதப் போராட்டத்தை ஒருவகையில் எம் பரிவுடனே பார்த்தார். அரசு படுகொலைகளில் ஈடுபட்டதால் பதிலுக்குச் செய்யவேண்டிவந்தது என்றார்.

ஜூலை கலவரத்தைத் தொடர்ந்து காங்கேசன் துறைக்குத் தமிழ் அகதிகள் வந்த வண்ணம் இருந்தனர். யாழ்ப்பாணம் வேக வேகமாக ராணுவ மயமாக்கப்பட்டது. ஹெலிகாப்டர்கள் பள்ளி மைதானங்களில் வந்து இறங்கின. ராணுவ வாகனங்கள் குறுகலான சாலைகள் வழியே பெரும் சப்தத்துடன் நுழைய ஆரம்பித்தன. ராணுவம் ஊரைக் கைப்பற்றியது.

ராணுவத்தினரைப் பார்த்ததும் நீங்கள் தானாகவே ஒடுங்க ஆரம்பிப் பீர்கள். அவன் சிங்களவன். நான் தமிழன். அவனுக்கு எந்த செக் போஸ்டிலும் எதையும் காட்டத்தேவையில்லை. நான் என் அடையாள அட்டையை எப்போதும் கையில் வைத்திருக்கவேண்டும். அவன் சாலையில் தடுத்து நிறுத்தினால் நான் பேசாமல் திரும்பியாகவேண்டும். மக்கள் மனத்தில் அரசியல் சிந்தனைகள் அப்படியான நிகழ்ச்சிகளினால் தான் ஊன்றப்பட்டன.

பேசிக்கொண்டே இருந்தபோது ஒரு எறும்பு எம்மின் காலில் ஏறியது. பட்டென்று அடித்துக் கொன்றார். அதன் உயிரற்ற உடலைக் காலால் எட்டித்தள்ளிவிட்டுப் பேச்சைத் தொடர்ந்தார்.

அப்போது நிலைமை கொஞ்சம் நெகிழ்வாக இருந்தது. பிரபாகரனின் ராணுவ சாகசங்கள் குறித்த விமர்சனங்களைக் கொஞ்சம் வெளிப்படை யாகச் சொல்ல முடிந்த நேரம் அது. புலிகளின் பாசறையில் சிறு துப்பாக்கிகளைச் சுடும் பயிற்சி பெற்றிருக்கிறார். ஆனால், அவருக்கு அதில் ஆர்வம் இருந்திருக்கவில்லை. 'அது சிறுபிள்ளைத்தனமான செயல்; அந்தக் காலகட்டத்தில் ரத்தம் சூடேறிய எல்லாப் பொடியன் களும் ஆர்வத்துடன் செய்த செயல் அது. என்னால் யாரையும் கொல்ல முடியாது. நான் ஒரு கோட்பாட்டாளன். ஆனால், என் நண்பர்கள் பலர் அந்தக் குழுக்களில் சேர்ந்துகொண்டனர்' என்றார்.

நீங்கள் அதைத் தடுக்க முயற்சி செய்யவில்லையா?

இல்லை.

எனக்கு அவர் குடிமக்கள் கொல்லப்படுவது தவறு என்று நினைப்ப தாகத் தோன்றவில்லை. காரண காரியத்தோடு செய்யப்பட்டால் படு கொலைகளும் சரி என்றே அவர் கருதுவதாகத் தோன்றியது. இலக் கின்றிச் செய்யப்படும் அராஜகத்தை மட்டுமே அவர் விமர்சித்தார்.

வன்முறையில் ஈடுபட்டது அல்லது அதில் இருந்து விலகிச் சென்றது பற்றிப் பலரிடம் பேசினேன். ஏனெனில் என்னைப் பொறுத்தவரையில்

வன்முறை என்பது வேறு வழியில்லாமல் கடைசி முயற்சியாகத்தான் மேற்கொள்ளப்பட்டது என்ற என் சித்தாந்தத்துக்கு வலு சேர்க்க இந்தக் கேள்விக்கான பதில் உதவும் என்று நம்பினேன்.

'ஒருங்கிணைந்த தமிழ் ஈழத்துக்கு ஆரம்பத்தில் முற்றிலும் எதிரான வளாக இருந்தேன்' என்றார் நிர்மலா. '1970 களின் தொடக்கத்தில் இருந்த தமிழ் அரசியல் தலைவர்கள் எல்லாம் தங்களுடைய மேட்டிமைத்தனத்தைத் தக்கவைத்துக்கொள்ளப் போராடும் நபர்கள் என்று நினைத்தோம்' என்றார்.

நித்தி என்கிற கல்லூரி விரிவுரையாளரிடம் தான் அவரை மணந்து கொள்ள விரும்புவதாக நிர்மலா தெரிவித்தபோது அவரது உறவி னர்கள் அத்தனை பேரும் விரோதிகள் ஆயினர். சிலர் தங்கள் வீடு களுக்குள்கூட நிர்மலாவை அனுமதிக்கவில்லை. காரணம் நித்தி மலையகத் தமிழர். நிர்மலா யாழ்ப்பாணம் தமிழர். யாழ்ப்பாணத் தமிழர்கள் மலையகத் தமிழர்களைக் காட்டிலும் தாங்கள் உயர்ந்த வர்கள் என்ற எண்ணம்கொண்டவர்கள்.

அமெரிக்காவுக்குப் படிப்புக்காகப் போய்விட்டு 1976ம் ஆண்டு திரும்பும் போதும் ஈழம் குறித்த யோசனை ஏதும் இன்றி ஆசிரியை யாகப் பணியை ஆரம்பித்தார். நித்தியை மணந்தார். அதற்குப் பிறகு நடந்தவற்றை நிர்மலா விவரித்தார். 1977ம் ஆண்டு பொதுத் தேர்தலின் போது ஜெயவர்த்தனே தேர்தல் வாக்குறுதியாக TULF எனப்படும் Tamil United Liberation Front-க்கு நேர்மையான பேச்சு வார்த்தை நடத்து வதாக வாக்குறுதி அளித்திருந்தார். தேர்தல் முடிந்து வெற்றி அடைந் ததும் இந்த வாக்குறுதியை அவர் சௌகரியமாக மறந்துபோனார். நாடாளுமன்றத்தில் TULF தலைவர் இதைச் சுட்டிக் காட்டியபோது ஜெயவர்த்தனே சொன்ன பதில் நாடறிந்தது :

தனியொரு நாடு உருவாக இருக்கிறது என்கிற செய்தி வருகிற போதெல் லாம் மக்கள் கொந்தளிக்கிறார்கள். இது போன்ற அறிக்கைகள் வெளியாகும் போதெல்லாம் செய்தித் தாள்கள் அதை நாடெங்கும் பரப்புகின்றன. நாங்கள் வன்முறையாளர்கள் அல்ல, ஆனால் சந்தர்ப்பம் ஏற்படுமானால் வன்முறை பயன்படுத்தப்படும் என்று நீங்கள் சொன்னால் இலங்கையின் இதர மக்கள் என்ன செய்வார்கள் என்று நினைக்கிறீர்கள்... அவர்களின் எதிர்வினை எப்படி இருக்கும்? நீங்கள் சண்டை போட விரும்புகிறீர்களா, சண்டை போடுவோம். சமாதானத்தை விரும்புகிறீர்களா? சமாதானமாய் இருப்போம். இப்படித்தான் சொல்வார்கள். இது நான் சொல்வதல்ல, இலங்கை மக்கள் சொல்கிறார்கள்.

ஜெயவர்த்தனேயின் இந்தப் பேச்சுதான் தன்னை மாற்றியது என்றார் நிர்மலா. தானும் தன் கணவர் நித்தியும் தமிழர் இயக்கங்களுக்கு ஆதரவாக இருக்க வேண்டியது தங்கள் தார்மிகக் கடமை என்று முடிவு செய்ததாகவும் சொன்னார்.

நிர்மலாவும் நித்தியும் பள்ளி மாணவர்களைக் கண்டன ஊர்வலங்கள் நடத்தும்படிச் செய்தார்கள். பிரபாகரன் உள்ளிட்ட போராளிகளுக்கு கூட்டங்கள் நடத்தத் தங்கள் வீட்டுத் திண்ணைகளை அளித்து ஆதரவாக இருந்தார்கள். அப்போது மொத்தம் இருபது புலிகளே இருந்தார்கள். ஆகவே அவர்கள் மக்களிடம் உதவி கேட்கத் தயங்கவில்லை. அவர் களில் பெரும்பாலோர் ஏழைக் குடும்பங்களைச் சேர்ந்தவர்கள். அரசியலே தெரியாது. 'எங்களைப் போன்ற கற்றறிந்தவர்கள் அவர் களுக்கு அரசியல் சொல்லித் தரலாம் என்று நாங்கள் நினைத்தோம்'

ஆனால் புலிகளுக்குத் தேவையாக இருந்ததெல்லாம் வேறுவிதமான உதவிகள். பயிற்சியின்போது தவறுதலாகக் குண்டடி பட்டவர் ஒருவருக்கு மருத்துவ சிகிச்சை கோரினார்கள். என் சகோதரி மருத்துவர் என்பதால் மறுக்க முடியவில்லை. ஆனால் இது போன்ற உதவிகள் செய்ய ஆரம்பிக்கும்போது மெல்ல மெல்ல நம்மை அறியாது உள்ளிழுக்கப்பட்டுவிடுகிறோம்' என்று சொல்லிக் கொஞ்சம் நிறுத்தித் தன்னைத்தானே திருத்திக்கொண்டார். 'இல்லை, நம்மையறியாமல் என்றா சொன்னேன்? அது நொண்டிச் சாக்குச் சொல்வதுபோல இருக்கிறது. ஆரம்ப நாட்களில் என் ஈடுபாடும் பங்களிப்பும் அதிக மாகவே இருந்தன' என்றார்.

காவல் நிலையத் தாக்குதலில் காயம்பட்ட மூன்று புலிகளுக்கு நிர்மலா – நித்தி தம்பதியினர் தங்கள் வீட்டில் அடைக்கலம் தந்தார்கள். அது ராணுவத்துக்குத் தெரிந்ததும் அவருடைய வீட்டைச் சுற்றி வளைத் திருக்கிறார்கள். அவர்கள் ஒரு பெரிய தாக்குதலை எதிர்பார்த்தார்கள். எனவே சுமார் 100 பேர் சுற்றி வளைத்தார்கள். ஆனால், நிர்மலா-நித்தி தம்பதியினர் சாதாரணமாக சரண்டர் ஆனார்கள். ராணுவம் சுற்றி வளைத்தபோது வீட்டில் வேறொரு புலியும் இருந்தார். அவர் தப்பி ஓடும்போது சுடப்பட்டார். எனினும் ராணுவத்திடம் சிக்கவில்லை. சிறிய படகில் இந்தியாவுக்குத் தப்பி ஓட முயன்றார். ஆனால், காயத்துக்கு சரியான மருந்து கொடுக்கப்படாததால் வழியிலேயே இறந்துவிட்டார். புலிகளின் முதல் தியாகி அவர்.

கைதான பிறகு நிர்மலா மீண்டும் தன் வீட்டுக்குத் திரும்பவே இல்லை. சிறையிலிருந்து புலிகளால் தப்புவிக்கப்பட்டவர் முதலில் இந்தியா வந்தார். பிறகு இந்தியாவிலிருந்து நேராக இங்கிலாந்து. தகப்பனார்

ராஜசிங்கம் ஒரு மகளை இப்படிப் பிரிய நேர்ந்தது. இன்னொரு மகளை நிரந்தரமாய்ப் பிரியும்படி ஆயிற்று. அவரது இன்னொரு மகள் ரஜினி, சிங்களர் ஒருவரை மணந்தவர். புலிகளை விமர்சிக்கும் ஒரு குழுவில் சேர்ந்து அந்தக் காரணத்துக்காகப் புலிகளால் சுட்டுக் கொல்லப்பட்டார். அவர் கொல்லப்பட்டதைக் குறிக்கும் அறிக்கை இப்படிச் சொல்கிறது: அந்தக் கொலையாளி, ரஜினி பல்கலைக் கழகத்தில் இருந்து வீட்டுக்குத் தன் செல்லக் குழந்தைகளைக் கொஞ்சப் போகும் நேரத்தில் தனியான ஒரு இடத்தில் ஒளிந்திருந்து சுட்டுக் கொன்றிருக்கிறார். முதல் குண்டு பட்டுக் கீழே விழுந்தவருக்கு அருகில் வந்து நிதானமாக நாலைந்து சுற்று சுட்டு முடித்துவிட்டு சைக்கிளில் ஏறிச் சென்றிருக்கிறார். ஒரு சிலரைத் தவிர பல்கலைக்கழக மாணவர்கள் அனைவரும் வெடிச் சத்தம் கேட்டதும் பயந்து வகுப்பறை களுக்குள் ஒளிந்துகொண்டார்கள். ரஜினியை மருத்துவமனைக்குக் கொண்டுசெல்ல வண்டிகூடக் கிடைக்கவில்லை.

'சிங்கள மேலாதிக்கத்தை எதிர்த்துப் போராட ஒரு குழு வேண்டும் என்கிறரீதியில் புலிகளின் செயல்பாடுகள் ஏற்புடையனவே. ஆனால் ஜனநாயகம் இல்லையென்றால் மனம் குன்றித்தான் போகிறது. புலிகளின் அமைப்பில் ஜனநாயகம் கிடையாது. தங்கள் அமைப்பில் இருந்தவர்களின் எதிர்ப்பையே கூடக் கொலை மூலம்தான் அவர்கள் எதிர்கொண்டார்கள்' என்றார் எம்.

எம் தன்னால் சற்றும் ஜீரணிக்க முடியாத கொலையைச் சொன்னார்.

அவர் படித்த பள்ளி ஒன்றின் முதல்வர் ஆனந்தராஜா. தன் பள்ளி மாணவர் குழு ஒன்றை ராணுவ வீரர்களின் குழுவுடன் கிரிக்கெட் விளையாட அனுப்பினார். நல்லெண்ணத்திலும், நட்பை எதிர்நோக்கி யும் செய்யப்பட்ட செயல் இது. பாதுகாப்புக் கருதி மாணவர்களை மைதானத்துக்குள் நுழையும் முன்னர் துப்புரவாகச் சோதித்தார்கள். இது ராணுவத்தின் வழக்கமான நடைமுறை. ஆனால், தமிழினத்துக்கே அவமானத்தைத் தேடித் தந்த செயல் என்று கூறி அதற்காக ஆனந்தராஜைக் கொன்றார்கள் புலிகள்.

யாழ்ப்பாணத்திலும் யாழ்ப்பாணத்தைச் சுற்றியிருக்கும் பகுதிகளிலும் புலிகளும் போட்டிப் போராளி அமைப்பினரும் துப்பாக்கிச் சண்டை போடுவது அன்றாட நிகழ்வு. எம் ஒரு இடத்தைச் சுட்டிக் காட்டி 'இதோ இந்த இடத்தில் புலிகள் போட்டி இயக்கத்தைச் சேந்த மூவரைச் சுட்டுத் தள்ளி எரித்தார்கள். ஒரு ஆச்சரியம் என்னவென்றால் மக்கள் இதைச் செய்த புலிகளுக்குத் தேநீர் கொண்டுவந்து கொடுத்தது தான்.'

| 95 |

புலிகளின் நீதிமன்றத்தில் விசாரணையின்றித் தண்டனைகள் வழங்கப் பட்டன. திருட்டு, கற்பழிப்பு, ஏமாற்றுக்காரர்கள், துரோகிகள் எல்லாரும் முதலில் உதைக்கப்படுவார்கள். பிறகு விளக்குக் கம்பத்தில் கட்டப்பட்டுக் கழுத்தில் அவரது குற்றங்கள் எழுதி மாட்டப்படும். அதற்குப் பிறகு பொதுமக்களுக்கு எதிரில் சுடப்படுவார். அதற்குப் பிறகு உடம்பு அழுகும்வரை அந்த விளக்குக் கம்பத்தில் அப்படியே இருக்கும்.

மேற்சொன்ன விஷயங்களைச் சொல்லும்போது எம் என்னைப் பார்த்த பார்வை நானொரு யாழ்ப்பாணப் பிரஜையாய் இருந்தால் இம்மாதிரி நிகழ்வுகளுக்கு என் எதிர்வினை எப்படி இருந்திருக்கும் என்று கேட்பது போல் இருந்தது. புலிகளின் நடைமுறைகள் எனக்குக் கொஞ்சம் அதிர்வை ஏற்படுத்தியிருக்கும்தான். ஆனால், சர்வாதிகாரத்தின் சங்கைப் புலிகள் நன்றாகவே ஊதினார்கள். நாங்கள் செய்கிறவை எல்லாம் நமக்குக் கிடைக்கப் போகும் பெரிய நன்மைக்காகத்தான். இது போன்ற சின்ன அத்துமீறல்களைப் பொறுத்துக் கொள்ளுங்கள். நாங்கள் உங்களுக்கு வாக்களித்த பூமியைப் பெற்றுத் தருகிறோம் என்று சொல்லாமல் சொன்னார்கள். அது ஒரு உபயோகமான வாழ்க்கைப் பாடத்தைத் தந்தது: சின்னச் சின்ன அத்துமீறல்களை ஒதுக்கிவிட்டு என்னை நம்பு என்று சொல்கிறவர்களை நம்பவே கூடாது.

புலிகள் தங்கள் இயக்கத்தைத் தமிழ் இளைஞர்களைக்கொண்டு விரிவாக்க ஆரம்பித்தார்கள். அவர்கள் கண்காணிப்பில் இருக்கும் ராணுவ வீரர்களைத் தாக்கினார்கள். பெண்களும் குழந்தைகளும் செல்லும் பேருந்துகளில் குண்டு வைத்தார்கள். சில திட்டமிட்ட கொலைகளைச் செய்தார்கள்.

1990ம் ஆண்டு புலிகள் அமைப்பில் சேர்ந்து பத்தாண்டுகளுக்கு மேல் சண்டைகளில் உடனிருந்த ஆதித்யன் (என்று வைத்துக் கொள்வோம்) மே 2009 இல் போரின் இறுதிக் கட்டத்தில் எப்படியோ ராணுவத்தின் பார்வையிலிருந்து தப்பிவிட்டார். சுமார் ஒன்றரை ஆண்டுகள் கழித்து ஒரு ஏஜண்ட்டைப் பிடித்து, பெரிய தொகை கொடுத்து பாஸ்போர்ட்டும், பிரிட்டன் செல்ல விசாவும் வாங்கினார். அங்கிருக்கும் தமிழ் நண்பர் ஒருவர் கொடுத்த டேட்டா எண்ட்ரி வேலையில் சதா கம்ப்யூட்டர் முன் அமர்ந்துகொண்டிருக்கிறார். தமிழ் செய்தி வலைத் தளங்களைப் பார்ப்பதும் ஸ்கைப்பில் தன் இலங்கை உறவினர்களுடன் பேசுவது மாய்க் காலம் கழிகிறது.

ஆதித்யாவின் உடல் இன்னமும் ஒரு போராளிக்குரிய வலுவோடு திகழ்கிறது. இலங்கை ராணுவத்தின் குண்டுகள் பட்டு வயிறு கிழிந்த தையும் புலிகளின் மருத்துவமனையில் சரி செய்யப்பட்டதையும்

காட்டினார். சிதறு தேங்காய்போல வயிறு பிளந்தது என்பது அவருடைய வர்ணனை.

ஆதித்யா தனது பள்ளி ராணுவத்தின் வெடிகுண்டுத் தாக்குதலுக்கு ஆளாகி ஒருபுறம் இலங்கை ராணுவமும் மறுபுறம் புலிகளுமாய் இருந்தபோது புலிகள் மேல் என்று சேர்ந்தவர். இப்படி, இருக்கிற சூழ்நிலையில் புலிகள் மாத்திரமே மாற்று என்கிற நிலையை உருவாக்குவதில் புலிகள் வல்லவர்களாய் இருந்தார்கள். புலிகள் கட்டுப்பாட்டில் கிளிநொச்சி இருந்தபோது அரசாங்கத்தின் சரித்திரப் புத்தகங்களுக்கு பதில் தமிழர்கள் முன்னுரிமை பெற்ற சரித்திரப் புத்தகங்களை விநியோகித்தார்கள். ஹீரோஸ் டே என்றழைக்கப்பட்ட பிரபாகரன் பிறந்தநாளுக்கு அடுத்த நாள் பள்ளிகளில் சிங்களர்கள் அட்டூழியங்கள் வீடியோக்களாகக் காட்டப்படும். மாணவர்களைப் புலிகளின் பயிற்சி முகாம்களில் சேரச் சொல்லி வலியுறுத்தினார்கள்.

'ஈழத்தின் மீது இருந்த ஆர்வத்தின் காரணமாய்ப் புலிகள் அமைப்பில் இணைந்தேன். அந்த ஆர்வத்தை இப்போது என்ன செய்வது என்று தெரியவில்லை' என்றார். இந்த ஆர்வத்தை ஈழம் பெறுவதற்கான வேறு வழிகளில் செலுத்த இயலாதா என்று கேட்டபோது வேறு வழிகள் எதுவும் இல்லை என்றார். புலிகள் செய்த அத்தனை கொலைகளும், சக தமிழர்களைக் கொன்றது உள்பட அனைத்துமே முக்கியக் காரணத்துக்காக என்பது அவர் கருத்து.

'அது ஒரு செயல்முறை. தொடக்கத்தில் பேச்சு வார்த்தைகள், பேரங்கள் அவசியமே. அதில் பிரயோஜனம் இல்லை என்றால் உங்கள் நோக்கம் நிறைவேற வன்முறையைப் பயன்படுத்தத்தான் வேண்டும். அது ஒரு பள்ளிக்கூடத்தின் மீது குண்டு வீசுவதாக இருந்தாலும் சரி.'

ஆதித்யன் 1990 களை, கிளிநொச்சியும் யாழ்ப்பாணமும் புலிகளின் கட்டுப்பாட்டில் இருந்த காலத்தை நினைவு கூர்ந்தார். 'எல்லாமே தூய தமிழில் தெருப் பெயர்கள், வீடுகளின் பெயர்கள், பிறந்த குழந்தை களின் பெயர்கள் எல்லாமே.. வெளியில் போகும்போது வீட்டைப் பூட்ட வேண்டிய அவசியம் இல்லை. நடுராத்திரியில் கூடப் பெண்கள் வீதியில் நடக்கலாம். மக்களுக்கு இருந்த அதீத பயத்தினால்தான் இந்த நிலைமை சாத்தியமாயிற்று என்றாலும் புலிகளின் கட்டுப்பாட்டில் இருக்கும் ஈழத்தில் ஒரு நேர்மையான சமூகம் உருவாகும் என்கிற நம்பிக்கை ஏற்பட்டதே முக்கிய காரணம்.'

குடும்பத்துக்கு ஒரு வயது வந்த ஆளைப் புலிகள் இயக்கத்துக்குத் தர வேண்டியது கட்டாயம் என்று ஆரம்பித்தார்கள். போரின் போக்கு இந்த விதிமுறையைக் குடும்பத்துக்கு ஒரு ஆள், அவர் பதின்மப்

பருவத்தினராய் இருந்தாலும் சரி என்று மாற்றியது. 1990 களின் நடுப்பகுதியில், பதிமூன்று, பதிநான்கு வயதுச் சிறுவர்கள் துப்பாக்கி யுடன் சுற்றிக்கொண்டிருப்பது குறித்து இந்தியப் பத்திரிகையாளர்கள் செய்தி வெளியிட்டிருந்தார்கள். இதைத் தடுப்பதற்காகப் பெற்றோர் பள்ளிகளின் வாசலில் காவலுக்கு நிற்க ஆரம்பித்தார்கள். அமைப்பில் சேராவிட்டால் குடும்பத்தினருக்கு ஆபத்து உண்டாகும் என்று அச்சுறுத்தியெல்லாம் சிறுவர்கள் சேர்க்கப்பட்டார்கள்.

இது குறித்து அவர் கருத்து என்ன என்று ஆதித்யனைக் கேட்டேன்.

அவர் இப்படியெல்லாம் நடந்ததாக ஒப்புக் கொள்ளவே இல்லை. 'இப்படியெல்லாம் நடக்கவே இல்லை. இதெல்லாம் புலிகளின் எதிர்ப்பாளர்கள் கிளப்பிவிட்ட கதை' என்றவர் தொடர்ந்து 'அப்படியே நடந்திருந்தாலும் அது ஈழம் பெறுவதற்கு அவசியம். குழந்தைகள் போரில் கலந்து கொள்ள விரும்பியிருக்கக் கூடும்' இப்படியாக மறுப்பு, நியாயப்படுத்துதல் இரண்டும் ஒருங்கே தந்து எனக்கு விருப்ப மானதை எடுத்துக் கொள்ளும்படிச் செய்தார். ஆனால் மேற்சொன்ன பதின்மப் பருவச் சிறார்களை நிர்ப்பந்தப்படுத்தி இணைத்தது இறுதிவரை நடந்துகொண்டுதான் இருந்தது.

போரின் இறுதிக் கட்டத்தில் புலிகள் அமைப்பில் சேர்ந்த வசந்தி (என்று வைத்துக் கொள்வோம்) என்கிற பெண்ணை மன்னார் பகுதியில் சந்தித்தேன். வசந்திக்கு 25 வயது. ஆனால் ஒரு ஸ்கர்ட்டும் சட்டையும் அணிந்து பார்வைக்குப் பள்ளிக்கூடச் சிறுமிபோல இருந்தார். வசந்தி புலிகளை அடியோடு வெறுத்தார்.

'நான் 21 வயதாக இருக்கும்போது என்னைப் பிடித்தார்கள்' என்று ஆரம்பித்தார்.

'21 வயதில் பிடிப்பதா! அந்த வயசில் உங்கள் சொந்த விருப்பத்தின் பேரிலேயே சேர்ந்திருக்கலாமே?' என்றார் நண்பர்.

'சொல்வீர்கள் என்று தெரியும். சொந்த விருப்பத்திலா! நிச்சயம் இல்லை.'

2007ம் ஆண்டு போர் தீவிரமான நிலையில் இருந்தபோது மந்தை பகுதியில் குடியிருந்த வசந்தியும் குடும்பத்தாரும் மது என்கிற இடத்திலிருந்த சர்ச்சில் சரண்புகுந்தார்கள். இவர்களுடன்கூட இன்னும் சுமார் 500 பேர் இருந்தார்கள். 'அதுவரை சர்ச்சுக்குள் நுழையாமல் இருந்த புலிகள் அங்கும் கால்வைத்ததும் பிஷப் இனி என்னால் ஒன்றும் செய்யமுடியாது என்று கையை விரித்துவிட்டார். எங்கள் கூட்டத்தில் இருந்த இளையவர்கள் அத்தனை பேரையும் ஆண், பெண்

| 98 |

பேதமின்றிக் கையைப் பிடித்துத் தரதரவென்று இழுத்துப் போய் விட்டார்கள் புலிகள்'

புதிதாகச் சேர்க்கப்பட்டவர்களை ஓரிரு மாதங்கள் கிளிநொச்சியில் பயிற்சியில் வைத்திருந்தார்கள். பிறகு வடகிழக்குப் பகுதியைக் காக்க அனுப்பினார்கள். 'எங்களுக்கு அந்தப் பகுதியும் பரிச்சயமில்லை. துப்பாக்கியை உபயோகிக்கவும் தெரியவில்லை. எதுவும் தெரியாமல் இருளில் தத்தளித்தோம்' என்றார் வசந்தி. தொடர்ந்து பேசுகையில், 'நான்குமுறை தப்பிக்க முயன்றேன். நல்ல இருளில் சிவிலியன் உடைக்கு மாறி ஐந்தாறு பேர்கொண்ட குழுக்களாகத் தப்புவோம்' என்றார்.

இழுத்துக்கொண்டு வரும்போது குடும்பத்தினர் குறித்த விவரங்களைக் கேட்டிருக்கிறார்கள். ரொம்ப சாமர்த்தியமாகத் தப்பான தகவல்களைச் சொல்லியிருக்கிறார். ஆனால் நிஜமான விலாசத்தையும் உறவினர் களையும் கண்டுபிடித்து விட்டார்கள். முதல்முறை தப்பும்போது ஒரு அத்தை வீட்டில் இருந்திருக்கிறார். வசந்தியின் அப்பாவைக் கடத்திப் போய்விட்டார்கள். சமைக்கவும், பங்கர்கள் தயார்செய்யவும் வைத்துக் கொண்டார்கள். வேறு வழியின்றி அவரைக் காப்பதற்காகத் திரும்பப் போக வேண்டியிருந்தது. இரண்டாம் தரம் சகோதரியை அழைத்துப் போய்விடுவார்கள் போலிருந்தது. அதனால் திரும்பினார்.

2009ம் வருஷம் ஃபிப்ரவரி மாதம் இலங்கை ராணுவத்திடம் சரணடைந்தார். ராணுவ வீரர்கள் தன்னைக் கௌரவமாக நடத்தியதாய்ச் சொன்னார். சுமார் ஒன்றரை ஆண்டுகளுக்கு மூவாயிரம் பெண்களுடன் வசந்தியை முகாமில் வைத்திருந்தார்கள். கம்ப்யூட்டர் வகுப்புகள், தையல் வகுப்புகள் எல்லாம் ஏற்பாடு செய்தார்கள். பாடப் புத்தகங்கள் யாருக்கெல்லாம் தேவைப்பட்டதோ அவர்களுக்குப் பாடப்புத்தகங்கள் வழங்கினார்கள்.

விடுவிக்கப்படுமுன் ஒரு புகைப்படம் எடுத்து, முகவரி உள்ளிட்ட விவரங்களைப் பதிவு செய்துகொண்டார்கள். ஒரு தேர்வு எழுதச் சொன்னார்கள். 'இப்போது நடந்தது போன்ற போர் ஒன்று மறுபடியும் ஆரம்பித்தால் என்ன செய்வீர்கள்?' என்பது போன்ற கேள்விகள் தேர்வில் கேட்கப்பட்டிருந்தன. அக்டோபர் 2010 இல் வீடு திரும்பினார்.

வீடு திரும்பியது முதல் அவ்வப்போது காவல் நிலையத்துக்கு அழைத்து விசாரிப்பதும் கான்ஸ்டபிள்கள் எதிர்பாராத விசிட் அடிப்பது மாக எவ்வளவு எரிச்சலூட்டினாலும் அதுபற்றிக் கவலை இன்றி அவரது கோபம் இன்னமும் புலிகள்மேல்தான் இருக்கிறது.

நீங்கள் மது பகுதியில் இருந்திருந்தால் உண்மை புரிந்திருக்கும். தமிழர்கள் தமிழர்களை அடித்து இழுத்துக்கொண்டு மரணத்தின் வாயினுள் திணித்த இடம் அது. அந்த ஆள் சேர்ப்பு அப்படி நடந் திருக்கக்கூடாது. மக்களுடைய நலனுக்காக நீங்கள் போராடுவதாக இருந்தால் மக்கள் தன்னிச்சையாகப் போரில் குதித்திருப்பார்கள். ஆனால், நாங்கள் புலிகளுடன் சேர்ந்து போரிட விரும்பியிருக்க வில்லை. எப்போது தமிழ் மக்களைத் தன் பக்கம் இழுக்கும் இந்தப் போரில் அவர்கள் தோற்றார்களோ அப்போதே அவர்களுடைய முடிவு நெருங்கிவிட்டது.

4

யாழ்ப்பாணத்தில் இருந்த நாட்களில் நான் தங்கியிருந்த இடத்துக்குப் பக்கத்தில் இருக்கும் இண்டர்நெட் கஃபேக்குச் செல்வது வழக்கம். மளிகைக்கடை ஒன்றின் மாடியில் இருந்தது. அவர்கள் சொல்லியபடி, உள்ளே நுழைவதற்கு முன் செருப்புகளைக் கழட்டி வெளியே விடுவேன். காலியாக இருக்கும் டெர்மினலில் அமர்ந்துகொண்டு மின்னஞ்சல்களைப் பார்ப்பேன். ஒருநாள் பக்கத்து கேபினில் வேறொருவர் உட்கார்ந்துகொண்டிருந்தார். ஸ்கைப்பில் யாருடனோ பேசிக்கொண்டிருந்தார்; மனைவியா காதலியா என்று தெரியவில்லை. அவர் வேறு ஏதோவொரு நாட்டில் இருந்தார். அரை மணி நேரம் உரையாடல் தொடர்ந்தது. இடையில் இருந்த மரத்தடுப்பையும் மீறி வார்த்தைகள் மங்கலாகக் கசிந்தன. வெட்கத்தைவிட்டு அவர்கள் பேசுவதை ஒட்டுக்கேட்டேன்.

எதிர்முனையில் ஏதோ ஒன்றைக் கேட்கிறார்கள். இவர் தயங்கித் தயங்கி மறுக்கிறார். பிறகு அவர்களுடைய வேண்டுகோளுக்குச் செவிசாய்க்கிறார். மெல்லிய குரலில் பாடத் தொடங்கினார். பழைய தமிழ் படத்தில் இருந்து ஒரு காதல் பாடல்! தமிழர்களை இணைக்கும் பாலமாக தமிழ் திரைப்படப் பாடல்கள் இருப்பதை அன்று புரிந்து கொண்டேன். முழு பாடலையும் பாடி முடித்தார். ஸ்கைப் இணைப்பைத் துண்டித்த பிறகும் உற்சாகத்துடன் அந்தப் பாடலைப் பாடியபடியே கவுண்டருக்குச் சென்று பணத்தைக் கொடுத்துவிட்டு என் கண்ணில் இருந்து மறைந்தார்.

யாழ்ப்பாணத்தில் காலம் ஆமைபோல் ஊர்ந்தது. வாரத்தின் எந்த நாள் அது என்பதே தெரியாமல் இருந்தது. 'எம்'மின் வீடு, கேரேஜ், கடற்கரை, பல்கலைக்கழகம், நூலகம் என காலாற நடப்பேன். நூலகத்துக்கு எதிர்த்திசையில் தரிசு நிலம் விரிந்து கிடந்தது. அங்கு தமிழக தலைவர் பொன்னம்பலம் ராமநாதன் என்பவரின் சிலை இருந்தது. அக் 5,

1974-ல் நிறுவப்பட்ட சிலை. கல்வெட்டு எழுத்துகள் படிக்க முடியாமல் மங்கிப் போயிருந்தன. கையில் ஒரு ஓலைச் சுருளை வைத்திருந்தார். தலை பகுதி துண்டிக்கப்பட்டிருந்தது. சிலையின் உடம்புப் பகுதியில் இருந்து கம்பிகள் மேலே நீட்டிக்கொண்டிருந்தன. சிலையின் பீடம் பாசி படர்ந்து சிதிலமடைந்திருந்தது.

மாலை நேரங்களில் அருகில் இருக்கும் உணவுவிடுதிக்குச் செல்வேன். இரவுகளில் அங்கு வந்து செல்லும் ஒரே விருந்தாளி நான் மட்டுமே. மணிக்கணக்காக ஏதாவது படிப்பேன். யாழ்ப்பாணத்தில் இரவு வெகு விரைவாகக் கவிழ்ந்துவிடும். சாப்பிட்டுவிட்டு அறைக்குத் திரும்புவேன். திரும்பி வரும் வழியில் தெரு விளக்குகள் எதுவும் கிடையாது. காரிருள் சூழ்ந்திருக்கும். தெரு நாய்கள் உறுமியபடியும் குரைத்தபடியும் கண்கள் மட்டும் நெருப்புங் கங்குகளாக மின்ன அலைந்துகொண்டிருக்கும். நான் தெருவின் பாதி தொலைவுக்கு காலணிச் சத்தம் கூடக் கேட்காதவண்ணம் மெதுமாக நடப்பேன். அப்படியும் நாய்கள் என்னை மெள்ளச் சூழத் தொடங்கியிருக்கும். என் இதயம் பிஸ்டன் போல் படபடவென வேகத்தைக் கூட்டும். என் விடுதியின் கதவை நெருங்க நெருங்க வேகத்தைக் கூட்டியபடி நடந்து சட்டென்று வாசல் கதவைத் திறந்து உள்ளே நுழைந்துவிடுவேன். ஒருநாள் அந்தத் தெருவின் முனையிலேயே நாய்கள் வழி மறித்துவிட்டன. என் உடல் நடுங்கத் தொடங்கிவிட்டது. அந்த வழியாக பைக்கில் போன ஒருவரை நிறுத்தி என்னை விடுதியில் இறக்கிவிடும்படிக் கேட்டுக்கொண்டேன்!

ஒருநாள் நண்பர் ஒருவருடன் ஆட்டோவில் ஏறி நயினாத் தீவு நோக்கிச் சென்றேன். இந்தத் தீவு இலங்கையின் பிற பகுதிகளில் இருந்து முற்றிலும் வேறுபட்டதாக இருந்தது. உப்பு கொட்டி வைக்கப்பட்டிருப்பதுபோல் வெண்ணிற மணலால் நிலம் மூடப்பட்டிருந்தது. நீண்டு சென்ற சாலை உடைந்த எலும்புத் துண்டுபோல் இருந்தது. வழியில் முன்னொரு காலத்தில் கிராமங்கள் இருந்ததற்கான தடயங்கள் தென்பட்டன.

‘கடற்படை உங்களை வரவேற்கிறது’ என்கிற அறிவிப்புப் பலகையைத் தாண்டி நடந்தபோது ராணுவ அதிகாரி நிறுத்தி உற்றுப் பார்த்து, ‘எங்கே போகிறீர்கள்?’ என்றார்.

அந்தப் பார்வையில் மிச்சம் மீதி இருக்கும் புலிகளைக் கண்டுபிடித்து மடக்கும் நோக்கம் தெரிந்தது. நான் போக விரும்பிய தீவின் பெயர் சிங்களத்தில் நாகதீபம் என்று பெயர் மாற்றப்பட்டிருந்தது. ஆனாலும் வேண்டுமென்றே, ‘நயினாத்தீவு கோயிலுக்கு’ என்று பழைய பெயரைச் சொல்லி அவர்களின் எதிர்வினை எப்படி இருக்கிறது என்று பார்த்தேன். எந்தச் சலனமும் இல்லாமல் ‘போ..போ’ என்கிற மாதிரி கையை அசைத்தார்.

நயினாத்தீவில் இருக்கும் தமிழ்க் கோயில் மிகப் புராதனமானது. ஆனால், கூட்டம் கூட்டமாக சிங்களர்கள் அந்தத் தீவுக்கு வந்து இறங்குவது ஆச்சரியமாக இருந்தது. தீவுக்குள் நுழைந்தபோது சந்தேகத்துக்கு விடை கிடைத்தது. பளிச்சென்று புத்த விகாரம் ஒன்று கண்ணில் பட்டது. அலங்கார வளைவில் ராஜபக்ஷேவும் சரத் ஃபொன்சேகாவும் கையை உயர்த்தியபடி சிரித்துக் கொண்டிருந் தார்கள். ராஜபக்ஷேவுக்கு உறுத்தும் முள்ளாகப் போனதால் பின்னர் ஃபொன்சேகா நீக்கப்பட்டுவிட்டார்.

விகாரையை அடுத்து கடைகள் வரிசையாக இருந்தன. தொப்பிகள், மலிவான கண்ணாடிகள், இந்து, பௌத்த அலங்காரப் பொருட்கள் விற்கப்பட்டன. அதற்கு அடுத்ததாக இந்து தாய்த் தெய்வக் கோயில் வந்தது.

புத்த விகாரம் 70 ஆண்டுகளுக்கு முந்தையது. ஆனால் தமிழ்க் கோயில் மிகப் புராதனமானது. சமீபத்தில் பௌத்த விகாரம் புதுப்பிக்கப் பட்டிருப்பது நன்றாகத் தெரிந்தது. தமிழ்க் கோயிலும் புதுப்பிக்கப்பட்டு வருகிறது. ஆனால், அங்கே ராஜபக்ஷே புன்னகையோடு வரவேற்க வில்லை. அங்கிருந்த இரண்டு வழிபாட்டுத்தலங்களில் ஒன்று மட்டுமே மாண்புமிகு அதிபரின் கடைக்கண் பார்வை பெற்றதாக இருந்தது.

கடந்த பல ஆண்டுகளாக இந்துக்களும் பௌத்தர்களும் இணக்கமாக இங்கு வசித்து வந்திருக்கின்றனர். இரண்டு வழிபாட்டு மையங்களுமே உள்ளூர் மக்களால்தான் கட்டப்பட்டிருந்தன. இந்துக்களின் வருடாந்தர விழாக்கள்கூட புத்தர் இலங்கையில் காலடி எடுத்துவைத்த புத்த பூர்ணிமா விழாவையொட்டியே நடந்தன. கடலோரத்தில் இரண்டு வழிபாட்டு மையங்களும் ஒன்றுக்கொன்று நட்புணர்வுடன் தோளோடு தோள் சேர்ந்து நின்றுகொண்டிருக்கின்றன. ஆனால், கூர்ந்து கவனித்தால் கோயிலானது இந்தியாவின் திசையைப் பார்த்தபடியும் பௌத்த விகாரை இலங்கையை உள்முகமாகப் பார்த்தபடியும் இருப்பது தெரியும்.

இரண்டு வழிபாட்டு மையங்களையும் பார்த்துவிட்டு விடுதிக்குத் திரும்பினோம். வழியில் சாப்பிடுவதற்காக ஒரு விடுதிக்குள் நுழைந்தோம். குளிர்ச்சியாக ஏதேனும் பருகலாம் என்று நினைத்தோம்.

புலிகள் பீர்... சிங்கம் பீர் இரண்டும் இருப்பதாக சிப்பந்தி சொன்னார்.

'புலிகள் பீர் கொடுங்கள்' என்றேன்.

சிறிது நேரம் கழித்து வந்த சிப்பந்தி சொன்னார்: 'மன்னிக்கவும். புலிகள் தீர்ந்துவிட்டன. சிங்கம் மட்டுமே இருக்கிறது.'

நண்பர் என் பக்கம் திரும்பி மெதுவாகச் கிசுகிசுத்தார்: 'இப்படி ஒரு உரை யாடல் நடந்தது என்று சொன்னால் வேறு யாரும் நம்பமாட்டார்கள்!'

5

சிங்களர்கள் தங்களை வட இந்தியாவிலிருந்து குடி பெயர்ந்த ஆரியர்கள் என்றும், தமிழர்களைத் தென்னிந்தியாவிலிருந்து வந்த திரா விடர்கள் என்றும் கூறிக் கொள்கிறார்கள். இந்த இனப் பாகுபாட்டில் நிஜத்தை விடக் கற்பனைதான் அதிகம். தமிழர்களுக்கு முன்னமே சிங்களர்கள் இருந்தார்களா என்பது யாருக்கும் தெரியாது. இரண்டு இனங்களுமே இலங்கைத் தீவில் இருபது நூறாண்டுகளுக்கு மிகுதியாக வாழ்ந்துகொண்டிருக்கிறார்கள். இரண்டு இனங்களுக்கும் திருமண பந்தங்களும் இருந்திருக்கின்றன. 2500 ஆண்டுகளுக்கு முந்தைய மிகப் பழைய வரலாறு ஒன்றில் பழங்குடிச் சிங்களன் ஒருவன் தமிழ்ப் பெண்ணை மணந்துகொண்டதாகக் கதை இருக்கிறது. இலங்கை மக்களின் ரத்தம் ஈரினங்களின் கலப்படமான ரத்தம்தான் என்றால் இரண்டு இனங்களும் ஏற்கப் போவதில்லை.

பத்து சதவீதத்துக்குச் சற்றுக் குறைவாக இருக்கும் முஸ்லிம்கள் தாங்கள் இலங்கைக்குள் குடி புகுந்தவிதத்தைப் பல்வேறுவிதமாய்ச் சொல் கிறார்கள். எட்டாம் நூற்றாண்டில் அரேபியாவிலிருந்து வணிகத்துக்கு வந்தவர்கள் சிங்களப் பெண்களை மணந்து அவர்களை இஸ்லாம் மதத்துக்கு மாற்றியதாகச் சிலர் சொல்கிறார்கள், பதினெட்டு, பத்தொன்பதாம் நூற்றாண்டுகளில் டச்சுக்காரர்களும் பிரிட்டிஷ் காரர்களும் மலேஷியாவிலிருந்து சிலரைக் கொண்டுவந்திருந்தார்கள். சில முஸ்லிம்கள் பாகிஸ்தானிலிருந்தும் கேரளாவிலிருந்தும் வந்திருந்தனர்.

மக்கள்தொகைக் கணக்கெடுப்பு என்னவோ முஸ்லிம்களை இரண்டு விதமாக மாத்திரமே காட்டுகிறது. தமிழ் முஸ்லிம்கள், மலாய் முஸ்லிம்கள். மொழிக் கலவரங்கள் வந்தபோது தமிழ் முஸ்லிம்கள் ரொம்பவும் அடக்கி வாசித்தார்கள். இலங்கையின் மக்கள்தொகைப் படி மூன்றாம் பெரிய இனம் முஸ்லிம்கள். ஓரே சமயம் சிங்களர்

| 104 |

களையும் தமிழர்களையும் இணக்கமாக வைத்துக் கொள்ள அவர்கள் பட்ட (அல்லது படும்) பாடு குறிப்பிடத் தக்கது.

ஆயிரத்துத் தொள்ளாயிரத்து எண்பதுகளில் புலிகள் முஸ்லிம்களையும் தங்கள் இயக்கத்தில் சேர்க்க ஆரம்பித்தார்கள். முஸ்லிம்களுக்கென்றே தனிப்பட்ட பிரசாரக் குறிப்புகளை விநியோகம் செய்தார்கள். அவை யெல்லாம் சுமார் 28 பக்கங்கள் கொண்டவையாகவும் பாஸ்போர்ட் போன்றும் இருந்தன. அதில் மாவட்ட வாரியான முஸ்லிம்கள் மக்கள் தொகை விவரம், இலங்கை வரைபடம் உள்ளிட்ட விவரங்களுடன் சிங்களர்கள் தமிழர்களுக்கும், முஸ்லிம்களுக்கும் பொதுவான எதிரிகள். ஆகவே அவர்களுடன் போரிடுவதில் தமிழர்களுடன் இணைந்துகொள்ளும்படி விண்ணப்பிக்கப்பட்டிருந்தது. அம்பாறை மாவட்டத்தில் பெரும்பான்மையாக இருந்த முஸ்லிம்களை சில காலத்தில் சிங்களர்கள் எண்ணிக்கையில் மிஞ்சி விடுவார்கள் என்கிற அச்சத்தையும் தூண்டுமாறு அமைந்திருந்தது அந்தப் பிரசுரம். தமிழ் ஈழம் மட்டும்தான் முஸ்லிம்களுக்கு நிம்மதியான, பாதுகாப்பான வாழ்வைத் தர முடியும் என்றும் அதில் சொல்லப்பட்டிருந்தது.

ஆனால் இவை எல்லாமே சடுதியில் மாறின. 1990 அக்டோபரில் யாழ்ப்பாணத்தில் இருந்த சுமார் 24,000 முஸ்லிம்களையும் ஒரு தானியக் கோப்பையைக் கவிழ்த்து அதில் இருப்பதை அப்படியே கொட்டுவதுபோல் காலி செய்தார்கள் புலிகள்.

1984ம் ஆண்டு குடும்பத்துடன் புரூனேக்குச் சென்றுவிட்ட அப்துஸ் சலாம் மேற்சொன்ன நிகழ்வை அறிந்தபோது அவரது சகோதரியின் ஞாபகம் வந்திருக்கிறது. யாழ்ப்பாணத்தை இன்னமும் சொந்த ஊராக நினைத்திருந்த அவரது சகோதரி குடும்பம் அங்கேதான் இருந்திருக் கிறது. மிக மிகச் சொற்பமான முஸ்லிம்களே புலிகள் அமைப்பில் சேர்ந் திருந்தார்கள். 'புலிகளைப் பொறுத்தவரையில் நாங்கள் போராளிகள் அல்ல, பார்வையாளர்கள். அதற்கான தண்டனைதான் அந்த வெளி யேற்றம்' என்றார்.

73 வயதான சலாம் என்னை அவரது சகோதரியின் வீட்டுக்கு அழைத்துப் போனார். ரசீனா எனும் அவரது சகோதரி 2000மாவது ஆண்டில் கணவரை இழந்து விட்டார். மகள், மாப்பிள்ளை, பேரக் குழந்தை களுடன் வசிக்கிறார். 1990ம் வருஷம், தெருவில் போகிற போதெல் லாம் மக்கள் பேசிய விஷயத்தை நினைவு கூர்ந்தார்.

'இன்னும் கொஞ்ச நாளில் யாழ்ப்பாணம் முழுக்கத் தமிழர்கள் வாழும் பகுதியாக ஆகிவிடும். அதற்குப் பிறகு இங்கு எப்போதும் கோயில் மணிச் சப்தம் மாத்திரம்தான் கேட்கும்.'

| 105 |

இதைக் கேட்கும் ரசீனா தன் கணவரிடம் போய்ச் சொல்வாராம். அவர் அதை நம்ப மாட்டாராம். 'அதெல்லாம் சும்மா வதந்தி' என்பாராம். யாழ்ப்பாணத்துக்குத் தெற்கே, சாவகச்சேரியிலிருந்து முஸ்லிம்கள் அனைவரும் வெளியேற்றப்பட்டபோதுகூட அவர், 'நாம போக வேண்டியிருக்காது' என்றுதான் சொல்லியிருக்கிறார். 'நாம புலிகளுக்கு எதுவும் கெடுதல் பண்ணினதில்லை' என்பது அவர் கணவரின் பதில்.

ரசீனா கல்லூரியில் பேராசிரியராக இருந்தவர். 1990 ஆம் ஆண்டு 55 வது வயதில் ஓய்வு பெற்றுக்கொண்டார்.

'நாங்கள் ஏற்கெனவே இலங்கை ராணுவம் விமானம் மூலம் குண்டு வீசி வந்ததில் பயந்துபோயிருந்தோம். பல குண்டுகள் எங்கள் வீட்டின் அருகிலேயே விழுந்தன. நிம்மதியாகத் தொழக்கூட முடிந்ததில்லை' என்றார் ரசீனா. முஸ்லிம்கள் நிறைந்திருக்கும் பகுதியான மூர் தெருவில் அவர்கள் வசித்து வந்தார்கள். வீடுகளில் விளக்குகள் எரிந்தால் குண்டுகள் வீசப்பட்டுவிடும் அபாயம் இருந்தது. எனவே விளக்கு, மெழுகுவர்த்திகளை ஏற்றி அதை மேஜைக்கடியில் வைத்துக்கொள்வார்களாம். இரவுகளில் விமானச் சத்தம் கேட்டால் உடனே மெத்தைக்கடியில் அல்லது கனமான கற்கள் இல்லாததால் குளியலறையில் ஒளிந்துகொள்வார்களாம். சில நேரங்களில் குளியலறையில் படுத்துக்கொள்வார்களாம்.

'அடுத்ததாக மன்னார், கிளிநொச்சி, முல்லைத் தீவு பகுதிகளில் இருந்த முஸ்லிம்களை வெளியேறச் சொன்னார்கள். அடுத்து எங்களைத்தான் சொல்வார்கள் என்று பேச்சு எழுந்தது. புலிகளின் இந்தச் செயலுக்கு அவர்கள் தரப்பில் எந்த விளக்கமும் சொல்லப்படவில்லை. ஆனாலும் இலங்கை ராணுவத்துக்கும் ஐ.பி.கே.எஃப்புக்கும் முஸ்லிம்கள் உளவாளிகளாகச் செயல்பட்டதாக ஒரு பேச்சு உண்டு.

'வெளியேற்றப்படுவதற்கு இரண்டு நாட்களுக்கு முன்னதாக ஒரு முஸ்லிம் குழுவினர் புலிகளிடம் போய், 'நாங்கள் நிறையக் கதைகள் கேள்விப்படுகிறோம். எங்களை வெளியேறும்படிச் சொல்லப் போகிறீர்களா?' என்று கேட்டிருக்கிறார்கள். அதற்குப் புலிகள் 'அப்படியெல்லாம் எதுவுமே கிடையாது' என்று பதிலும் சொல்லியிருக்கிறார்கள். 'நாங்கள் அவர்களைப் பெரிதும் நம்பினோம்' என்றார் ரசீனா.

'இருந்தாலும் ஒரு பாதுகாப்பாக இருக்கட்டுமே என்று என் தகப்பனார் நாங்கள் அனைவரும் கொழும்புக்குப் பெயர்ந்து செல்ல அனுமதி கோரி புலிகளிடம் சென்றிருந்தார். நவம்பர் முதல் தேதி புறப்படத் திட்டமிட்டிருந்தோம்.'

அக்டோபர் 30'ம் தேதி, பளிச்சென்ற வெயிலில் தொடங்கிப் பிறகு மழையில் கரைந்த நாள். வீதியில் ஒரு ஒலிபெருக்கி கட்டிய ஜீப்

| 106 |

போனது. ஒவ்வொரு முஸ்லிம் குடும்பத்திலும் இருக்கும் ஆண்கள் ஒஸ்மானியா கல்லூரி மைதானத்தில் நடக்க இருக்கும் பொதுக் கூட்டத்தில் கலந்து கொள்ள வேண்டும் என்று அறிவிக்கப்பட்டது. கூட்டம் காலை ஏழரைக்கே தொடங்கியிருக்கும் என்றாலும் ரசீனாவின் அப்பா ஒன்பது மணிக்குத்தான் புறப்பட்டார். மூர் தெருவில் இருந்த எல்லா ஆண்களும் போனதும்தான் அது நடந்தது. ஆயுதம் தாங்கிய புலிகள் படை வந்து எல்லா வீடுகளிலும் நகைகளையும், பணத்தையும் மிரட்டிப் பறிக்க ஆரம்பித்தது.

'உங்க வீட்டுக்கு வந்தார்களா?' என்று கேட்டேன்.

'இல்லை. ஏதோ காரணத்தால் எங்கள் வீட்டுக்கு வரவில்லை. அண்டை வீட்டிலிருந்து ஒருவர் அழுதுகொண்டே வந்தார், அவருடைய நகைகள் மொத்தத்தையும் எடுத்துக்கொண்டுவிட்டதாகச் சொன்னார்.'

அடுத்த பதினைந்து நிமிடங்களில் ரசீனாவின் கணவர் கூட்டத்திலிருந்து திரும்பினார். யாழ்ப்பாணத்தில் இருக்கும் முஸ்லிம்கள் எல்லாருக்கும் காலி செய்துகொண்டு போக மதியம்வரை காலக்கெடு வைத்திருப்ப தாகச் சொன்னார். 'நீங்கள் வெளியேறத் தவறினால் உங்கள் வீடுகளில் இருக்கும் இளம் பெண்களுக்கோ, உடைமைகளுக்கோ, உயிருக்கோ நாங்கள் பொறுப்பல்ல' என்று ஒரு புலிகள் அமைப்பின் தளபதி சொல்லியிருக்கிறார்.

துணிமணிகளும், தலைக்கு ஐநூறு ரூபாய் பணமும் எடுத்துக்கொண்டு எல்லாரும் மனோஹரா தியேட்டர் அருகில் கூடினார்கள். அங்கிருந்து குழுக்களாக அவர்கள் வெளியே ஏற்றிச் செல்லப்பட்டார்கள். 'அப்பா என்றைக்குமே உணர்வுகளை வெளிக்காட்டியதில்லை. நல்ல துணி மணிகளை மாத்திரம் எடுத்துக்கங்க என்றார். ரெண்டு கைதான இருக்கு... எவ்வளவு எடுத்துக்கமுடியும்?' என்று நினைவுகூர்ந்தார் ரசீனா.

ரசீனாவின் மகள் ரோஸ்மின் இந்த நிகழ்வுக்குச் சிலநாட்கள் முன்னாலி ருந்தே தன்னுடைய உடைகளிலும், அம்மாவின் உடைகளிலும் ரகசிய உள்பாக்கெட்டுகள் தைக்கும் வேலையைச் செவ்வனே செய்து முடித் திருந்தாள். ஆகவே அந்தப் பாக்கெட்டுகளில் சுமார் ஐம்பது பவுன் நகைகளை ஒளித்து வைக்க முடிந்தது. 'அப்பா அவரது அலுவலகப் பையையும், ஒரு சூட் கேஸும் எடுத்துக்கொண்டார். அதில் தன்னுடைய சான்றிதழ்களையும், என்னுடைய சான்றிதழ்களையும் பத்திரமாக எடுத்துக்கொண்டார்' என்று ரோஸ்மின் சொன்னபோது ரசீனா சிரித்துக்கொண்டே,

'ஆமாம்... என்னுடைய சான்றிதழ்களைப்பற்றி அவர்கள் கவலைப்பட வில்லை' என்றார்.

| 107 |

எப்போதும் அவளுடைய வேலைகளே அவளே செய்துகொள்வாள் என்பதால் நாங்கள் எதுவும் சொல்லவில்லை என்றார் ரோஸ்மின்.

புறப்படுவதற்குச் சில நாட்களுக்கு முன்னால் குண்டு விழுந்தபோது ரசீனாவின் உடைமைகள் சிதறியிருந்ததும், அவற்றைத் தேடி எடுத்துக் கொள்ளுமுன் அவர்கள் புறப்பட வேண்டியிருந்தது என்பதும்தான் நிஜம். சான்றிதழ்கள் இல்லாததால் ஓய்வூதியம் கூடக் கிடைக்க வில்லை ரசீனாவுக்கு. கூட வேலை செய்த ஒரு தோழியின் சான்றிதழ் களை வைத்துத் தன் சான்றிதழ்களின் வரிசை எண்ணைப் பிடித்து ஓரளவு நிரூபித்து சுமாரான தொகையை ஓய்வூதியமாகப்பெறப் பட்ட சிரமத்தை விளக்கினார் ரசீனா. 'ஒருவேளை என்னுடைய ஆவணங்கள் தான் வேண்டும் என்று கட்டாயப்படுத்தியிருந்தால் என்னால் எப்படிக் கொடுத்திருக்கமுடியும்?'

பிரபாகரனைப் போய்க் கேள் என்று சொல்லியிருக்கவேண்டும் என்றார் அவருடைய சகோதரர் சலீம். ரசீனா அவரை மேலும் கீழும் பார்த்தார்.

பழைய துணிகள், மீதமிருந்த மளிகை சாமான்கள் இவற்றை எல்லாம் தமிழ் வேலைக்காரிக்கும் அவளுடைய அப்பாவுக்கும் தந்து விட்டுக் கிளம்பினார்கள் ரசீனா குடும்பத்தார்.

'வெளியூருக்குப் போகும்போது என்னென்ன செய்வோமா அவற்றை யெல்லாம் செய்தோம். வெளியில் கிடக்கிற பொருட்களை எல்லாம் கொண்டு வந்து வீட்டுக்குள் போட்டு அறைகளைப் பூட்டி, ஜன்னல் களைச் சாத்தி, வெளிக்கதவைப் பூட்டினோம். சரியாகப் பூட்டியிருக் கிறதா என்று சோதித்தோம்'

காலை சுமார் பதினொன்றே முக்கால் மணியளவில் மூர் தெரு காலியாக இருந்தது.

மூர் தெருவில் இருபுறமும் ஆயுதம் தாங்கிய புலிகள் வீடுகள் காலியாவதை மேற்பார்வை பார்த்துக்கொண்டிருந்தார்கள். சோதனைச் சாவடிகள் ஆங்காங்கே அமைக்கப்பட்டு, போகிறவர்களிடமிருந்து விலைமதிப்பான பொருட்கள் கவரப்பட்டன. பெண்களை ஒரு வீட்டுக்குள் வைத்துப் பெண்புலிகள் ஆடைகளைக் களைந்து சோதித் தார்கள். நகைகள் மொத்தத்தையும் எடுத்துக்கொண்டார்கள். ரசீனா குடும்பத்தினர் ஒளித்து வைத்த நகைகளையும் கொடுக்க வேண்டிய தாயிற்று. மூர் தெருவில் இருந்த முஸ்லிம்களில் பெரும்பாலோர் வசதியானவர்கள். ஒவ்வொரு குடும்பத்திலும் ஓரிருவர் அரபு நாடுகளில் வேலை செய்து பணம் அனுப்பிக்கொண்டிருந்தார்கள். ஒரு பாட்டி தன்னுடைய தலையணையில் நகைகளை ஒளித்து வைத்திருந்தார். தனக்கு இருதய நோய் இருக்கிறது என்றும் தலையணை மிகவும்

| 108 |

அவசியம் என்றும் சொன்னார். முதலில் புலிகள் அவரைச் சந்தேகிக்க வில்லை. சோதனை முடிந்து வெளியில் காத்திருக்கும்போது ஒரு புலிக்குச் சந்தேகம் வந்து தலையணையை வாங்கிக் கத்தியால் குத்திக் கிழித்தபோது நகைகள் அருவிபோல் கொட்டினவாம். புலிகளிடம் துப்பாக்கிகள் இருந்தன. அவர்கள் சொன்னதைச் செய்வதைத்தவிர வேறு வழி இருந்திருக்கவில்லை. 'உங்களிடம் இருக்கும் பொருட்கள் எல்லாம் தமிழ் மண்ணுக்குச் சொந்தமானவை. நீங்கள் உங்களை மட்டுமே எடுத்துச் செல்லுங்கள்' என்று புலிகள் யாரிடமோ சத்தமாகப் பேசுவது கேட்டது.

இஸ்லாமியர்களை உளவாளிகளாகச் சந்தேகித்துத்தான் துரத்தியடித் தார்கள் என்பது உண்மைதான். ஆனால், அவர்களிடமிருந்த பணத்தைப் பறிப்பதும் ஒரு நோக்கமாக இருந்தது.

முஸ்லிம்கள் இழந்த நிலம், வீடு, கால்நடைகள், நகை, பணம் இவற்றின் மொத்த மதிப்பு சுமார் 110 மில்லியன் டாலர்கள் என்று கணக்கிடப்பட்டுள்ளது. இது போக யாழ்ப்பாணத்தின் 35 தலையாய பணக்கார முஸ்லிம் வியாபாரிகள் கடத்தப்பட்டுப் பிணைத் தொகை பெறப்பட்டது. இப்படிக் கடத்தப்பட்ட ஒருவரின் மனைவியிடம் கோடி ரூபாய் கேட்கப்பட்டது.

பரிசோதனைகள் முடிய நான்கு மணிவரை ஆனது. அதுவரை யாருக்கும் ஒரு சொட்டுத் தண்ணீர் கூடக் கொடுக்கப்படவில்லை. எல்லாம் முடிந்து மனோஹரா தியேட்டர் அருகில் வந்த பிறகுதான் சிலர் பிஸ்கட்களும் பழங்களும் கொடுத்தனர். அதுவும் புலிகள் அல்ல. சாதாரணத் தமிழ் மக்கள்தான் அன்பினால் கொண்டுவந்து கொடுத் தார்கள். அவர்களால் அது மட்டுமே முடிந்தது.

பஸ்ஸிலும், படகிலும், மீண்டும் பஸ்ஸிலும் என்று அந்த மழை பெய்த இரவில் முஸ்லிம்கள் புலிகள் ஏற்பாடு செய்திருந்த போக்குவரத்து சாதனங்களில் பயணித்தார்கள். 'பஸ்ஸில் இருந்த ஸ்பீக்கரில் காக்கையாரே காக்கையாரே எங்கே போகிற... என்ற பாடல் ஒலித்தது நினைவிருக்கிறது. தற்செயலா... திட்டமிட்டு ஒலிக்கப்பட்டதா தெரிய வில்லை. அதைக் கேட்டதும் எங்கள் நெஞ்சு சுக்கு நூறாக உடைந்தது. வெந்த புண்ணில் அந்தப் பாடல் வேலைப் பாய்ச்சியது.'

6.30க்குப் புறப்பட்ட பேருந்து சாவகச்சேரிக்கு அருகில் கேரத்தீவை அடைந்தது. அங்கிருந்து 9.30 வாக்கில் படகில் ஏறிப் புறப்பட்டோம். மழை விடாமல் பெய்துகொண்டிருந்தது. நனைந்தபடியே அந்த இரவில் பயணித்தோம். 15 நிமிடத்தில் மறு கரையை அடைந்தோம். அங்கிருந்த புலிகளின் பஸ்ஸில் ஏறினோம்.

பஸ்ஸில் நபர் ஒன்றுக்கு ஐநூறு ரூபாய் கட்டணம் கேட்கப்பட்டது. 'எங்களை விரட்டியடிப்பதே நீங்கள்தான். இதற்குக் கட்டணம் வேறா?' என்று கேட்டபோது வந்த பதில், 'பணம் தராதவர்கள் பஸ்ஸில் ஏற முடியாது.'

ஒருவழியாக இருந்த பணத்தைக் கொடுத்து பேருந்தில் ஏறினோம். ஆனால், மழையில் சாலைகள் சிதிலமடைந்ததால் காலை ஐந்து மணிக்குப் பிறகு பஸ்கள் நின்று போயின. அதற்குப் பிறகு 20 அல்லது 30 பேர்களாகக் கொஞ்சம் பணம் கொடுத்து டிராக்டர்களில் செல்ல முற்பட்டார்கள். புலிகளின் கடைசி செக் போஸ்டுக்கு அருகில் டிராக்டர் சேற்றில் புதைந்துவிட்டது. அல்லது வண்டியின் உரிமை யாளர் அப்படி நடித்தாரோ என்னவோ... அங்கிருந்து ஆளரவமற்ற பாதையினூடே இரண்டுமூன்று கிலோ மீட்டர்கள் நடந்து இலங்கை ராணுவ செக் போஸ்டை அடைந்தோம். இலங்கை ராணுவத்தின் செக் போஸ்டில் யாரும் யாரையும் நிர்வாணப்படுத்திச் சோதிக்கவில்லை. செக் போஸ்டில் காத்திருந்த ரசீனா குடும்பத்தினரின் உறவினர் அவர்களை அங்கிருந்து தங்கள் வீட்டுக்கு அழைத்துச் சென்றனர். 36 மணி நேரம் கழித்து ஒரு வாய் பருக்கையை உண்ண முடிந்தது. உயிரைக் கையில் பிடித்துக்கொண்டு ஓடியதால் பசியோ தாகமோ எதுவுமே தெரியவில்லை.

'அனுராதபுரத்தை அடைந்து அங்கிருந்து கொழும்புக்கு ரயில் ஏறினோம். எங்கள் உடைகள் சேறாகி, கிழிந்து மிக மோசமாக இருந்தன. ரயிலில் எங்களைப் பைத்தியங்களைப் பார்ப்பதுபோல் பார்த்து விலகினர். கிட்டத்தட்ட இரண்டு நாட்கள் கழித்து உறவினர் வீட்டை அடைந்தோம்.

ரசீனாவின் குடும்பம் ரொம்பவும் அதிர்ஷ்டக்காரக் குடும்பம். 2011ம் ஆண்டு வந்த ஒரு அறிக்கை அன்றைக்கு வெளியேற்றப்பட்டவர்கள் எத்தகைய துன்பங்களுக்கு ஆளானார்கள் என்று கதை கதையாகச் சொல்கிறது. பிரசவத்தில் குழந்தை இறந்து புதைத்த தாயார், படகு சவாரியில் கடலில் விழுந்து இறந்த மாமியார், இலங்கை ராணுவத் துக்கும் புலிகளுக்கும் இடையில் சிக்கிச் சீரழிந்தவர்கள் என்று பல சோகக் கதைகள்.

'1990 க்குப் பிறகு யாழ்ப்பாணத்துக்கு எப்போது போனீர்கள்?' என்று கேட்டேன்.

2002ம் வருஷம் சிறிது காலம் போர் நிறுத்தம் அறிவிக்கப்பட்டிருந்த போது போயிருக்கிறார். போன காரணம் ரொம்ப சுவாரஸ்யமானது. வீட்டைக் காலி செய்யும்போது அண்டை வீட்டுப் பெண்மணி ஒருவர் கொஞ்சம் நகைகள் கொடுத்து எப்படியாவது பாதுகாப்பாகக் கொண்டு

வந்து சேர்க்குமாறு கேட்டுக்கொண்டிருக்கிறார். தங்கள் நகைகளை எடுத்துக்கொண்ட ரசீனா அவரது நகைகளைக் கொல்லைப்புறம் குழி தோண்டிப் புதைத்துவிட்டு வந்திருக்கிறார்.

அந்தப் பெண்மணி நகைகளைக் கேட்டு நச்சரிக்க ஆரம்பிக்க, ரசீனா யாழ்ப்பாணம் கிளம்பிப் போயிருக்கிறார். வீட்டின் மதில் சுவர் இல்லை, கூரை இல்லை, ஜன்னல்கள், கதவுகள் எதுவுமே இல்லை. வெறும் சுவர்களும் தரையும் மாத்திரமே. அந்தத் தரையையும் ஏதாவது மறைத்து வைக்கப்பட்டிருக்கிறதா என்று புலிகள் ஆங்காங்கே அகழ்ந்து பார்த்திருந்தார்கள். ஆனால் கொல்லைப்புறம் புதைத்திருந்த நகைகள் பத்திரமாய் இருந்திருக்கின்றன!

சலாம் புரூனேக்குப் போன பிறகு சுமார் இருபதாண்டுகள் கழித்து 2003 இல் யாழ்ப்பாணம் போயிருக்கிறார். சுமார் 100 ஆண்டுகளாகக் குடும்பச் சொத்தாக இருந்த வீடு எங்கே என்றே தெரியாமல் தேடியிருக்கிறார். நண்பர் ஒருவரின் உதவியுடன் அடையாளம் கண்டுபிடித்த அந்த இடத்துக்குள் போவதா வேண்டாமா என்று யோசித்தபடி நெடுநேரம் நின்றாராம். பாம்புகள் இருக்குமோ என்கிற அச்சம். சுவரை உடைத்துக்கொண்டு வளர்ந்திருந்த மரம் வீட்டின் உட்புறத்தைக் காட்ட, சலாம் 1981 அல்லது 82ம் ஆண்டு பிள்ளை களுக்கு வாங்கிய ஸ்லேட்டுப் பலகை தெரிய, 'இது என் வீடுதான்' என்ற நிம்மதிப் பெருமூச்சு வந்திருக்கிறது.

| 111 |

6

அக்டோபரில் நடந்த இந்த வெளியேற்றம் யாழ்ப்பாணத்தினருக்கு ஆச்சரியமாகவோ அதிர்ச்சியாகவோ இருந்திருக்குமானால் அவர்கள் விழிப்பாக இல்லை என்றே அர்த்தம். அந்த ஆண்டின் கோடைக் காலத்திலேயே மட்டக்களப்பில் புலிகளுக்கும் முஸ்லிம்களுக்கும் இடையில் விரிசல் உண்டாகத் தொடங்கியிருந்தது.

மட்டக்களப்புக்கு அருகில் இருக்கும் காட்டாங்குடியின் மக்கள் தொகையில் தொண்ணூறு சதவீதம் முஸ்லிம்கள். 1990ம் ஆண்டு ஜூன் மாதம், போர் நிறுத்தம் முடிந்திருந்த சமயம். புலிகள் ஆயுதங்களையும் நிலைகளையும் புதுப்பித்துக்கொண்டிருந்தார்கள். ஆகஸ்ட் மூன்றாம் தேதி வெள்ளிக் கிழமை மாலை தொழுகை நடந்துகொண்டிருந்த நான்கு மசூதிகளைச் சூழ்ந்துகொண்ட புலிகள் தானியங்கித் துப்பாக்கி களும், கைக்குண்டுகளும்கொண்டு தாக்க ஆரம்பித்தார்கள். சுமார் இருநூற்றைம்பது பேர் கொல்லப்பட்டார்கள்.

பாதிப்புக்குள்ளான மீர் ஜும்மா மசூதியையும் ஹுசைனியா மசூதியையும் பார்ப்பதற்காகச் சென்றிருந்தேன். ஹுசைனியா மசூதி யில் கொல்லப்பட்டவர்கள் குறித்த விவரங்கள் அடங்கிய பட்டியல் இருந்தது. மசூதியின் தூண்களிலும், சுவர்களிலும் குண்டுகள் பாய்ந்த அடையாளங்கள் அப்படியே இருந்தன. ஆனால் ஹுசைனியா மசூதி யில் சம்பவம் நடந்த அடையாளங்களே இல்லை. ஏன் அவர்கள் நினைவுச் சின்னமாகப் பாதுகாத்து வைக்கவில்லை என்று ஆச்சரியம் உண்டாயிற்று. அந்த மசூதியில் கடந்த பல ஆண்டுகளாய்த் தொழுகை செய்து வரும் சராப்தின் என்பவரிடம் பேசினேன். ஏன் மீர் ஜும்மா மசூதிபோல அவர்கள் அடையாளங்களைப் பாதுகாக்கவில்லை என்று கேட்ட போது, 'இந்த மசூதி 1991ம் ஆண்டு கட்டப்பட்டது' என்று சொல்லிப் பூட்டியிருந்த பாதிக்கப்பட்ட பழைய மசூதியைக் காட்டினார்.

'அந்த சம்பவத்தில் உயிர் பிழைச்சவங்க யாராவது இருக்காங்களா?'

'மொத்தம் மூணு பேர். ஒருத்தர் என் மைத்துனர்தான். இஸ்மாயில்ன்னு பேர். பக்கத்தில் ஆஸ்பத்திரியில் வேலை செய்கிறார், பாக்கணுமா?'

'ஆமாம்.'

'என் தூரத்து சொந்தக்காரப் பசங்க நாலு பேர் இறந்துட்டாங்க. இறந்து போனவர்களில் இரண்டு பேர் என் பிள்ளைகள். ஆறு வயசு, எட்டு வயசு. போர்டில் பார்த்திருப்பீங்களே?' என்றவர் தொடர்ந்து

'சம்பவம் நடக்கும்போது நான் இல்லை. டவுனுக்குப் போயிருந்தேன். கேள்விப்பட்டதும் ஓடி வந்தேன். யாருக்குமே எப்படி நடந்தது, செய்தது இலங்கை ராணுவமா, புலிகளான்னு அப்போது எதுவுமே தெரியல்லை' என்றார்.

மறுநாள் சராப்தின் என்னை இஸ்மாயிலிடம் அழைத்துப் போனார்.

'நான் ஏற்கெனவே ஒன்றிரண்டு பத்திரிகையாளர்களிடம் இது பற்றிப் பேசியிருக்கிறேன். ஆகவே நடந்ததைச் சொல்வதில் எனக்கு எந்தத் தடையும் இல்லை. ஆனால் சொல்வதற்கு முன்னால் உங்களிடம் ஒரு விஷயம் கேட்க வேண்டும்' என்றார்.

'தாராளமாக... கேளுங்க' என்றேன். என்ன மாதிரிப் புத்தகம் எழுதுகிறேன் என்று கேட்கப் போகிறார் என்று நினைத்தேன்.

'நாம் இப்போது பேசப் போகிற விஷயம் எனக்கு எந்த வகையில் உபயோகமாக இருக்கும்?' என்றார்.

என்னிடம் இந்தக் கேள்விக்கு விடை இல்லை. உண்மையில் இந்தக் கேள்வியை நானே என்னைப் பலமுறை கேட்டுக்கொண்டதுண்டு. ஏறக்குறைய பத்திரிகையாளன் என்கிறவன் ஒரு அட்டை மாதிரிதான். மற்றவர்களின் நேரத்தையும் நினைவுகளையும் தின்று கொழுக்கிறவன்; எதையும் அவர்களுக்குக் கொடுப்பதில்லை.

'உங்களை நான் மறுபடி பார்ப்பேனோ?' என்றும் இஸ்மாயில் கேட்டார்.

அதற்கும் நேர்மையான பதில் 'அநேகமாக இல்லை' என்பதே.

'உங்களாலே என்ன செய்யமுடியும்... சரி என் முகவரியும் தொலை பேசி எண்ணும் வாங்கிக்கோங்க. புத்தகம் வெளி வரும்போது எனக்கொரு பிரதி அனுப்புங்க.'

'ஓ.. கட்டாயம்.'

முஸ்லிம்களுக்கும், புலிகளுக்குமான இணக்கம் எப்படி மெல்ல மெல்லப் பிணக்கம் ஆனது என்பதை இஸ்மாயில் சொன்னதில் வரலாறு இருக்கிறது. 1985 ஆம் ஆண்டிலேயே சச்சரவுகள் ஆரம்பமாகி விட்டன. 1986 ஆம் ஆண்டு முற்றிலும் முஸ்லிம்களைக்கொண்டு அரசாங்கம் பாதுகாப்புப் படை அமைத்தபோது உறவு இன்னும் மோச மானது. அடுத்த ஆண்டே கொலைகள் ஆரம்பமாயின. காட்டான் குடிக்குப் போய்க்கொண்டிருந்த 30 முஸ்லிம் பயணிகள், அம்பாறை யில் ஏகப்பட்ட முஸ்லிம் போலிஸ்காரர்கள், ஹஜ் யாத்திரை போய்த் திரும்பிக்கொண்டிருந்த ஆண்களும், பெண்களும், குழந்தைகளும் என்று கொலைகள் தொடர்ந்தன. புலிகள் அமைப்பின் முஸ்லிம் ஒருவர் மர்மமான முறையில் கொல்லப்பட்டபோது காட்டான்குடியைச் சேர்ந்த 75 முஸ்லிம்கள் விசாரணைக்காக அழைத்துச் செல்லப்பட்டார்கள். அவர்களை அதற்குப் பிறகு யாரும் பார்க்கவே இல்லை.

இஸ்மாயில் இதே போன்ற 50 பேர் அடங்கிய இன்னொரு குழுவில் சிக்கினார். ஆயுதம் தாங்கிய மூன்று புலிகளால் காவலில் வைக்கப் பட்டார்கள் எல்லாரும்.

'யார் அவனைக் கொலை செய்தது?' என்று திரும்பத் திரும்பக் கேட்டார்கள். எங்களுக்கு எதுவும் தெரியாது என்று சொன்னோம். நிச்சயம் எங்களைக் கொன்று விடுவார்கள் என்றுதான் நினைத்தோம். எங்கள் குழுவில் இருந்த சிலருக்கு அந்தப் புலிகளைத் தெரியும் என்பதால் தப்பினோம்.'

1990 கோடையில் தமிழ் குடிமக்களையும் வியாபாரிகளையும் அந்தப் பகுதியிலிருந்து செல்லவும், உள்ளே நுழையவும் ராணுவம் அனுமதிக்க வில்லை. முஸ்லிம்கள் மட்டுமே போய் வர அனுமதிக்கப்பட்டனர். மளிகை உள்ளிட்ட பொருட்கள் அவர்கள் வசம் மட்டுமே இருந்தது. ஜுன் மாதத்தில் புலிகள் காட்டான்குடியை முற்றுகையிட்டுக் கடை களைச் சூறையாடித் தங்களுக்கு வேண்டிய பொருட்களைக் கொள்ளை யடித்தார்கள். இந்தச் சம்பவம் நடக்கும்போது தெரியாத்தனமாக வெளியில் வந்த ஒரு முஸ்லிம் உடனே கொல்லப்பட்டார். லாரி ஒன்றில் பொருட்களை எடுத்துவந்த முஸ்லிம்கள் கொல்லப்பட்டு அந்த லாரியிலிருந்த பொருட்களும் கொள்ளையடிக்கப்பட்டன.

ஆகஸ்ட் 3ம் தேதி இரவு எட்டு மணி தொழுகைக்கு இஸ்மாயிலும், சில நண்பர்களும், சராப்தினின் இரண்டு பிள்ளைகளுமாய் ஹுசைனியா மசூதிக்குப் போனார்கள். பாதி தொழுகை நடந்துகொண்டிருந்தபோது தூரத்தில், அநேகமாய் மீர் ஜும்மா மசூதியில் துப்பாக்கி சுடும் சப்தம் கேட்டது.

தொழுகையில் இருந்த ஒருவர் 'சுடறாங்க, சுடறாங்க. ஓடுங்க' என்றார்.

| 114 |

அப்போது மசூதியினுள் சுமார் 35 பேர் இருந்தார்கள். ஒரே ஒரு வாயில்தான் இருந்தது. எல்லாரும் புறப்பட்டு ஓடுவதற்குத் தயாராவதற்குள் புலிகள் மசூதியின் வாசலுக்கு வந்துவிட்டார்கள்.

'எங்கள் எல்லாரையும் வெளியில் வரச் சொன்னார்கள். ஒரு காலையும் ஒரு கையையும் இழந்த ஆசிரியர் ஒருவர் எங்களுடன் இருந்தார். அவர், 'இங்கே யாரிடமும் துப்பாக்கிகள் இல்லை' என்றார்.

'வெளியில் வராவிட்டால் நாங்கள் சுடுவோம்' என்றார்கள்.

எத்தனை பேர் வெளியில் இருந்தார்கள் என்று தெரியவில்லை. இஸ்மாயிலுக்கு அவர்கள் பேசுவது மாத்திரம் கேட்டது. எட்டிப் பார்த்தபோது அவர்கள் எல்லாரும் சிவிலியன் உடையில் இருந்தார்கள். தாக்குதல் நடத்தியது இலங்கை ராணுவத்தினர் என்று ஒரு வதந்தி பின்னால் வந்தது.

'தமிழர்கள் பேசும் தமிழுக்கும் சிங்களர்கள் பேசும் தமிழுக்கும் வேறுபாடு உண்டு. ஆகவே வந்தவர்கள் இலங்கை ராணுவத்தினர் அல்ல என்பதை நான் அறிவேன்' என்றார் இஸ்மாயில்.

மசூதி மூன்றுபுறம் சூழப்பட்டு மூன்று புற ஜன்னல்கள் வழியாகவும் கைக்குண்டுகளை எறிந்தார்கள். கதவருகில் இருந்த அலங்கார வேலைப்பாட்டுப் பலகைகளின் இடைவெளிகள் வழியாகத் துப்பாக்கியை நுழைத்துச் சுட ஆரம்பித்தார்கள். துப்பாக்கிக் குண்டுகளும் எறி குண்டுகளும் மசூதியின் சுவர்களிலும் தூண்களிலும் துளைகளை உண்டாக்கின.

'இங்கேதான் நான் விழுந்தேன்' என்று ஓர் இடத்தை இஸ்மாயில் காட்டினார். தொடர்ந்து 'என் மேல் இரண்டு பேர் விழுந்து அவர்கள் ரத்தமெல்லாம் என்னை நனைத்தது. அவர்களுக்கு அடியில் நான் கிடந்ததால்தான் துப்பாக்கி ரவைகளுக்கு இரையாகாமல் தப்பினேன்' என்றார்.

கதவு தாளிடப்படவில்லை, சும்மாதான் சாத்தியிருக்கிறது என்பதை அறிந்த புலிகள் கொஞ்ச நேரத்தில் உள்ளே வந்தார்கள். உள்ளே ஒரே இருள். ஏற்றி வைக்கப்பட்டிருந்த ஒரே ஒரு எண்ணெய் விளக்கில் பெரிதாக வெளிச்சமில்லை.

'காயம் படாதவங்க இருந்தா எழுந்திருங்க. காயம் பட்டவங்களை ஆஸ்பத்திரிக்குக் கூட்டிப் போகலாம்' என்றார்கள்.

சராப்தினின் ஆறு வயது மகன் அக்ரம் துள்ளியெழுந்து 'நான் வீட்டுக்குப் போகணும். எனக்கு இங்கே இருக்கப் பிடிக்கல்லை' என்றான்.

புலிகள் அவன் வாயில் துப்பாக்கியை நுழைத்துச் சுட்டார்கள்.

இதைச் சொன்ன பிறகு இஸ்மாயிலால் எதுவும் பேச முடியவில்லை. என்னாலும் அவர் முகத்தைப் பார்க்க முடியவில்லை. கையிலிருந்த நோட்டுப் புத்தகத்தைப் பார்ப்பதுபோலப் பார்த்துப் பார்வையைத் திருப்பினேன்.

உள்ளே நுழைந்த புலிகள் மறுபடி ஒரு சுற்று சுட ஆரம்பித்தார்கள். மசூதி இருளடைந்து இருந்ததால் ஒருவர் டார்ச் லைட்டை அடித்தார். ஏதேனும் அசைவு தெரிந்தால் இன்னொருவர் சுட்டார். அப்போதுதான் இஸ்மாயிலின் வயிற்றில் குண்டு பாய்ந்தது. மொத்தத் தாக்குதலும் சுமார் பத்து நிமிஷ நேரம்தான். அடுத்த இரண்டு வாரங்களை இஸ்மாயில் ஆஸ்பத்திரியில் கழிக்க வேண்டியிருந்தது. புலிகள் அங்கிருந்து நான்கு மைல் தூரத்தில் இருந்த எரவூர் என்கிற இடத்தில் அடுத்த தாக்குதலை நிகழ்த்தி இன்னும் நூறு முஸ்லிம்களைக் கொன்றார்கள். இஸ்மாயில் இரண்டாண்டுகளுக்கு ஆஸ்பத்திரியில் சேர்வதும் வருவதுமாகவும் பல்வேறு அறுவை சிகிச்சைகளைச் செய்து கொள்வதுமாக இருந்தார். பழைய மாதிரி திரும்ப நடப்பது எப்படி என்று கற்றுக் கொள்ள வேண்டியிருந்தது. தன் சமூகம் எப்படி நிராதரவான நிலையில் இருந்தது என்பதை எண்ணி இஸ்மாயில் விரக்தியடைந்தார்.

'நாங்கள் புலிகளிடமிருந்து விலகி இருந்தோம். அவர்களுடைய போராட்டத்தில் நாங்கள் எந்தவிதத்திலும் சம்பந்தப்படவில்லை. அப்படி இருந்தும் அரசாங்கம் எங்கள் பாதுகாப்புக்கு உத்தரவாதம் தரமுடியவில்லை.'

இந்த நிகழ்வுகளுக்குப் பிறகு புலிகளை சிலாகித்துப் பேசும் தமிழ் நண்பர்களிடம் இஸ்மாயில் 'இந்த மாதிரி எங்கே வேண்டுமானாலும் பேசிக் கொள்ளுங்கள். தயவு செய்து எனக்கு எதிரில் வேண்டாம். ஒருக்கால் அப்படிப் பேசுவதாக இருந்தால் எனக்கு நேர்ந்த துயரங்களுக்கு நீங்களும் மறைமுகக் காரணம் என்றுதான் நினைப்பேன்' என்று சொல்ல ஆரம்பித்தார்.

இஸ்மாயில் ஒரு ஆல்பத்தைக் காட்டினார். அவரும் அவரது உறவினர்களும் குதூகலமாய், கும்மாளமாய் கேமராவுக்கு அழகு காட்டிக் கொண்டு, குதித்துக்கொண்டு இருக்கும் படங்கள் எல்லாம்.

சராப்தினின் ஆறு வயது மகன் அக்ரமும் இன்னும் நான்கு பேரும் ஒரு சோஃபாவில் நெருக்கமாக அமர்ந்து சிரித்துக்கொண்டிருக்கும் ஃபோட்டோ என் கவனத்தைக் கவர்ந்தது. அடுத்த பக்கம் புரட்டிய போது, அதே அக்ரம் மசூதியின் தரையில் ஒருக்களித்துப் படுத்த நிலையில் கிடந்தான். பின் மண்டையிலிருந்து வடிந்த ரத்தம் முகத்தைச் சுற்றிப் பரவியிருந்தது. புகைப்பட ஆல்பத்தின் ஒற்றைத்தாள் இடைவெளியில் அக்ரமின் வாழ்க்கை கோரமான முடிவை அடைந்துவிட்டிருந்தது.

| 116 |

மூன்று

விசுவாசம்

1

இலங்கையின் பௌத்த வரலாற்று நூல் மஹாவம்சம் பாலி மொழியில் எழுதப்பட்டது. அதன் சுருக்கப்பட்ட மொழிபெயர்ப்பை வாசித்துக் கொண்டிருந்தேன்.

மஹாவம்சத்தின்படி, கி.மு 483ம் ஆண்டு, புத்தர் இறந்த அதே நாளில் விஜயன் என்கிற இளவரசன் இலங்கைக் கடற்கரை ஓரம் அலைகளால் ஒதுக்கப்பட்டான். அவன் ஒரு மனித இளவரசிக்கும் சிங்கத்துக்கும் பிறந்தவன். சுமார் 38 ஆண்டுக்காலம் இவன் இலங்கையை ஆட்சி செய்தான். இதற்கு இரண்டு நூற்றாண்டுகள் கழித்து இந்தியாவிலிருந்து மகேந்திரன் பௌத்தத்தைப் பரப்புவதற்காக இலங்கை சென்றபோது டிஸ்ஸா என்கிற அரசன் ஆண்டுகொண்டிருந்தான். இவன் விஜயனின் வம்சாவளியைச் சேர்ந்தவன். டிஸ்ஸா பௌத்த மதத்துக்கு மாற்றப் பட்டான்.

இங்கே தொடங்கி அரசன் துட்டகைமனு என்கிறவரிடம் வந்து சேர் கிறார்கள். துட்டகைமனுவை பௌத்தமும் இலங்கையும் கொண்டாடு கின்றன. மஹாவம்சத்தில் ஆறில் ஒரு பங்கு இவர் குறித்தே பேசுகிறது. சிங்களர் – தமிழர் சண்டை கி.மு.இரண்டாம் நூற்றாண்டிலேயே ஆரம்பித்துவிட்டது என்பது துட்டகைமனுவின் வரலாற்றில் தெரியும். எல்லாரா என்று மஹாவம்சம் குறிப்பிடும் எல்லாளன் (மனுநீதிச் சோழன்) என்கிற சோழ மன்னனிடமிருந்து இலங்கையை மீட்டவர் அவர்.

மஹாவம்சத்துக்குப் பல நோக்கங்கள் இருக்கலாம். அவற்றில் முக்கிய மானவை என்று இரண்டு நோக்கங்களைக் கருதுகிறேன். முதலாவது சிங்களர் – தமிழர் சண்டை புராண காலப் பழையது என்பதைக் காட்டு கிறது. அடுத்தது நாட்டின் பௌத்தர்களுக்கு ஒரு தார்மிக முக்கியத் துவத்தைத் தருவது. அதாவது, தன் நம்பிக்கைகளைக் கட்டிக் காக்கப்

போவது இலங்கையே என்று புத்தரே சொல்லிவிட்டதால், வன்முறை உள்பட பௌத்தத்தைக் காக்கும் எந்த நடவடிக்கையும் ஏற்புடையது என்பதான ஒரு மனப்பாங்கை நல்கியிருக்கிறது.

மஹாவம்சத்தின் மிகவும் ஆச்சரியமான அம்சம் என்னவென்றால் அது எல்லாளனை மிகவும் நேர்மையான மன்னராகச் சித்திரிக்கிறது. எல்லாளன் தமிழகத்தை ஆண்ட சோழர்களில் ஒருவர். இலங்கை மீது படையெடுத்துத் தன் ராஜ்யத்துடன் இணைத்துக்கொண்டவர் என்பதெல்லாம் உண்மைதான். ஆனால் அவர் நண்பர் எதிரி என்று பார்க்காமல் நேர்மையாக நீதி வழங்கினான் என்று மகாவம்சம் புகழ்கிறது. பௌத்தத்துக்கு எந்தவகையிலும் அச்சுறுத்தலாக அவர் இருந்திருக்கவில்லை. புத்த விகாரைகளுக்குச் சென்று வணங்கியிருக்கிறார். புத்த பிட்சுகளுக்கு தானங்களும் சலுகைகளும் வழங்கியிருக்கிறார். ஒருமுறை அவருடைய தேரின் சக்கரம் பட்டு புத்த விகாரையின் தூண் ஒன்று லேசாகச் சிதிலமடைந்துவிடுகிறது. அதைக் கண்டதும் வருந்தும் எல்லாளன், தேரில் இருந்து இறங்கித் தன் மீது தேரை ஏற்றிக் கொன்றுவிடுமாறு சொல்கிறார். அங்கிருக்கும் புத்த துறவியோ, என் ஆசான் எந்த நிலையிலும் யார் மீதும் வன்முறையைப் பிரயோகிக்கக் கூடாது என்று சொல்லியிருக்கிறார் என்று சொல்கிறார். நேர்மையாளனாகவும் நீதிமானாகவும் இருக்கும் எல்லாளன், இலங்கையின் தமிழ் மன்னன் என்ற ஒரே காரணத்தினால் துட்டகைமனுவால் வெறுக்கப்பட்டுக் கொல்லப்படுகிறார்.

துட்டகைமனுவை சிறுவனாக இருந்ததிலிருந்தே தமிழர்களுடன் சண்டையிட்டவராகக் காட்டுகிறது. அதைத் தடுக்க முயன்ற அவரது தகப்பனாருக்கு பெண்ணுடைகளைப் பரிசாகக் கொடுத்தாராம். மேலும் பௌத்த மதத்தின் பால் தீவிரப் பற்றுக்கொண்டவராக, அதற்காகத் தன் உயிரை மாய்த்துக்கொள்ளத் தயங்காதவராகக் காட்டுகிறது.

துட்டகைமனுவுக்கும் எல்லாளனுக்கும் இடையிலான சண்டையானது 13 வருடங்கள் நடந்திருக்கிறது. ஆனால், உச்சகட்டக் காட்சியானது நான் படித்த மொழிபெயர்ப்புப் புத்தகத்தில் வெறும் ஒரே ஒரு பக்கத்தில் முடிந்துவிட்டிருந்தது. துட்டகைமனு 32 தடை வியூகங்களை வகுத்துக்கொண்டு அதன் மத்தியில் நிற்கிறார். எல்லாளனின் படை அந்தத் தடைகளைத் தகர்த்தபடி முன்னேறுகிறது. யானை மீது ஏறி வரும் துட்டகைமனு மீது எல்லாளன் வேல் கம்பை எறிகிறார். துட்டகைமனு சட்டென்று விலகித் தப்பித்துவிடுகிறார். துட்டகைமனுவின் யானை எல்லாளனைத் தன் தந்தத்தால் குத்துகிறது. அதே நேரம் துட்டகைமனுவும் தன் வேலைப் பாய்ச்சி எல்லாளனைக் கொல்கிறார். மஹாவம்சத்தின் பிரதான சண்டை அதோடு முடிவுக்கு வருகிறது.

ஆனால், போர் முடிந்த பிறகு துட்டகைமனு குற்ற உணர்ச்சியால் துன்புறுகிறார். புத்த துறவிகள் அவருக்கு ஆறுதல் சொல்கிறார்கள். 'உங்களுடைய செயல்கள் உங்களை சொர்க்கத்துக்கே இட்டுச் செல்லும். தமிழர்களைக் கொல்வதில் எந்தத் தவறும் இல்லை. தமிழர்கள் புறச்சமயத்தினர் மற்றும் தீமையின் வடிவமானவர்கள். அவர்களைக் கொன்றதென்பது விலங்குகளைக் கொன்றதுபோன்ற செயல்தான். புத்தரின் தர்மத்தை ஒளிரச் செய். உன் குழப்பங்களை யெல்லாம் விட்டொழி' என்று உபதேசிக்கிறார்கள். துட்டகைமனு புத்துணர்ச்சி பெற்று ஆட்சிபுரியத் தொடங்குகிறார்.

சமகால ஸ்ரீலங்காவில் புத்தருக்கு அடுத்தபடியாக அதிகமும் நினைவு கூரப்படுவது துட்டகைமனுதான். ஹோட்டல்கள், கடைகள், தெருக்கள், ராணுவப்படை பிரிவுகள் என எங்கும் அவருடைய பெயரே. துட்டகைமனுவின் வரலாறு திரைப்படமாக எடுக்கப்பட விருப்பதாக ஒரு செய்திகூடப் படித்தேன்.

துட்டகைமனு பற்றிப் படித்ததும் மஹிந்த ராஜபக்சே ஞாபகம் வந்தது.

தன் மொத்த வாழ்க்கையுமே இந்தப் போரில் வெற்றி பெறுவது என்று அவர் கருதினாரோ என நினைக்கத் தோன்றுகிறது. ராஜபக்சே 1945 ஆம் ஆண்டு, அதாவது பிரபாகரனுக்கு ஒன்பது ஆண்டுகள் முன்னதாகப் பிறந்தவர். ராஜபக்சேவின் குடும்பம் அரசியல் குடும்பம். அவருடைய மாமா மாநில சட்டமன்றத்தில் உறுப்பினர். தகப்பனாரும், ஒன்று விட்ட சகோதரரும் நாடாளுமன்ற உறுப்பினர்கள். ராஜபக்சே இலங்கையின் மிக இளைய நாடாளுமன்ற உறுப்பினர், 24 ஆம் வயதில் நாடாளுமன்ற உறுப்பினர் ஆனவர். ஆனால், அதற்கு முன்னர் எந்த வழியில் போவது என்பதில் உறுதியில்லாமல் இருந்தார். அவர் ஒரு வழக்கறிஞர். வழக்கறிஞருக்குப் படித்துவிட்டுத் தொழிற்சங்கவாதியாக இருந்தார். பல்கலைக்கழக நூல்நிலையத்தில் உதவியாளராக இருந்தார். சில சினிமாக்களில் நடித்தார். டைரக்டர் ஒருவர் ராணுவ அதிகாரியாக நடிக்கக் காத்திரமான குரல் அமைந்த ஆள் ஒருவர் தேவையிருந்தபோது இவரை உபயோகித்துக்கொண்டார். இது போன்ற விஷயங்கள் மூலமாக மெல்ல 1985 ஆம் ஆண்டு அரசியலுக்கு வந்தார். 1990 ஆம் ஆண்டு சில அமைச்சர்கள் இவரைத் தலைவராக ஏற்க, 2005 ஆம் ஆண்டு முதன் முதலில் அதிபரானார். 2010 ஆம் ஆண்டு, போரில் வெற்றி பெற்று மீண்டும் தேர்ந்தெடுக்கப்பட்டார்.

ராஜபக்சே மிகவும் உறுதியானவர். அரசியல்வாதியாக மட்டும் அல்ல, உடல்ரீதியாகவும், உளரீதியாகவும் கூட. உங்கள் கழுத்தில் கைவைத்துத் தள்ள வேண்டுமானால் அதை உதவியாளர்களை ஏவிச்

செய்ய வேண்டிய அவசியம் இன்றி தானே செய்யுமளவு பலசாலி. நல்ல உயரமும் ஆகிருதியும் படைத்தவர்.

ராஜபக்சேவைத் தொடர்ந்து அவரது சகோதரர்கள், ஒரு மகன், ஒரு மைத்துனி, மைத்துனர்கள் என்று ஏகப்பட்ட குடும்ப அங்கத்தினர்கள் அரசியல் பிரவேசம் செய்திருக்கிறார்கள், ஏதோ அரசியல் அவர்களின் பூர்விகச் சொத்துபோல!

மஹிந்தாவின் சகோதரர் கோத்தபய ராஜபக்சேவின் கட்டுப்பாட்டில் இருந்த இலங்கைப் பாதுகாப்பு அமைச்சகத்தின் வலைத்தளத்தில் 2010 ஆம் ஆண்டு இறுதியில் மஹிந்தாவையும் துட்டகைமனுவையும் ஒப்பிட்டுக் கட்டுரை வெளியாகியிருந்தது. இருவரில் யார் உன்னத மானவர் என்கிற கேள்வி எழுவதாக வேறு அதில் எழுதப்பட்டிருந்தது. ராஜபக்சேக்கள் வரலாற்று ஆசிரியர்களிடம் பௌத்தத்தைக் காக்க அவர்கள் மேற்கொண்ட நடவடிக்கைகளையும் சேர்த்து மஹாவம்சத் துக்கு ஒரு புதுப் பதிப்பு வெளியிடுமாறு கேட்டதாகக்கூட எங்கேயோ கேள்விப்பட்ட ஞாபகம்.

முகஸ்துதி செய்கிற சிலர் மஹிந்த ராஜபக்சேவுக்கும் துட்டகை மனுவுக்கும் இருக்கும் சம்பந்தங்களை எல்லைமீறிப் பேசிக்கொண் டிருக்கிறார்கள். இப்படியான பேச்சுகளில் அதீதமானது ஜாக்ஸன் அந்தோணி என்கிற தொலைக்காட்சி நிகழ்ச்சி செய்கிறவருடையது. தன்னை ஒரு வரலாற்று ஆராய்ச்சியாளனாகச் சித்திரித்துக் கொள்ளும் இவர் முன்பொருமுறை மஹாவம்சம் குறித்த சோர்வூட்டக்கூடிய தனது பொழிப்புரையை மையமாகவைத்து தொலைகாட்சியில் ஒரு நிகழ்ச்சியும் நடத்தியிருக்கிறார். ராஜபக்சே துட்டகைமனுவின் வம்சாவளி மட்டுமல்ல, புத்தருக்கே ரத்த சம்பந்தம் உள்ளவர் என்று சொல்லியிருக்கிறார். கோத்தபய ராஜபக்சே ராணுவ வீரர்களுக்காக நடத்திய இசைப் போட்டியின் இறுதிச்சுற்றில் அவர் இவ்வாறு தெரிவித்திருக்கிறார். போட்டியில் மஹிந்தாவும் கோத்தபயாவும் அருகருகில் உட்கார்ந்திருந்தார்கள். துட்டகைமனு ஸ்ரீலங்காவின் ஏதேனும் ஒரு அதிபருக்குச் செய்தி அனுப்புவதாக இருந்தால் அது நமது படைத் தலைவர் மஹிந்த ராஜபக்சேயாகத்தான் இருக்கும் என்று ஜாக்ஸன் அந்தோணி சொன்ன விஷயங்களை மறுப்போ, சந்தோஷமோ இன்றி அவையெல்லாம் ஏதோ தனக்குக் கிடைக்க வேண்டிய புகழுரைகள் என்பது மாதிரியான முகபாவத்துடன் கேட்டுக்கொண் டிருந்தார் மஹிந்தா.

2

இலங்கையை இப்போது பார்க்கும் போது, நாடு எப்படி இருக்க வேண்டும், அதன் வரலாறு எதைச் சொல்ல வேண்டும், அதன் மக்கள் எதை விரும்ப வேண்டும் என்பதை எல்லாம் யாரோ அவசரமாகத் தீர்மானித்து வருவதுபோல இருக்கிறது. இதற்குப் பொருத்தமாக எல்லாம் மாற்றியமைக்கப்பட்டு வருகின்றன. இலங்கை அதிபரின் பிம்பம், சாலை அறிவிப்புகள், சாலைக் கோயில்கள் எல்லாம் மாற்றத் துக்கு உள்ளாகின்றன. கடந்த காலத்தைக்கூட மாற்றுகிறார்கள். நாட்டின் அமைப்பையே மாற்றுகிறார்கள். வரலாறு மாற்றி எழுதப்பட்டு வருகிறது.

முக்கியமாய் வடக்கிலும் கிழக்கிலும் இந்த மாற்றியமைக்கும் பணிகள் பளிச்சென்று தெரிகின்றன. சிதிலமாகிவிட்ட நகரங்களில் பொருத்த மில்லாமல் பளிச்சென்ற பௌத்த ஸ்தூபிகள். இந்த ஸ்தூபிக்களில் பல ஏற்கெனவே இருக்கும் ஹிந்துக் கோயில்களிலிருந்து மிக அருகில், போட்டிக்காக வேண்டுமென்றே அமைக்கப்பட்டவை போல் காட்சி யளிக்கின்றன. புலிகள் தலைநகராக வைத்திருந்த கிளிநொச்சியில் ராட்சச அளவில் அமர்ந்திருக்கும் புத்தர் சிலை நிறுவப்பட்டிருக்கிறது. 2009 மே மாதம் தொடங்கி, 2010 பிப்ரவரிக்குள்ளாக இப்படியான முப்பது சிலைகள் இலங்கையின் முக்கிய நெடுஞ்சாலையான A9 நெடுக அமைக்கப்பட்டிருக்கின்றன.

இந்தச் செயலுக்கு ஒரு தமிழ் அரசியல்வாதி கடும் எதிர்ப்புத் தெரிவித்த துடன், இந்தச் சிலைகளில் ஒன்று இடிக்கப்பட்ட ஹிந்துக் கோயில் ஒன்றின் மேல் கட்டப்பட்டிருப்பதாகவும் தெரிவித்தார். சிலைகள், ஸ்தூபிகள் நீங்கலாக நெடுஞ்சாலையெங்கும் போதி மரங்கள் நடப்பட்டிருக்கின்றன. இப்படி நிறுவப்பட்டவை எல்லாமே ராணுவக் காவல் மூலம் கவனமாகக் கண்காணிப்பில் வைக்கப்பட்டுள்ளன. அரசாங்கம் யார் பக்கம் சாய்கிறது என்பதை இந்தச் செயல் வெளிப் படையாகக் காட்டுகிறது.

ஓமந்தையில் சுத்தமாக அழிந்துபோய்க் குழிகளாக ஆகிப் போன பிரதேசத்தைச் சமன்படுத்தி, புல்வெளி அமைத்து அங்கே ஒரு போதிமரக் கன்றை நட்டு அதை நான்கு ராணுவ வீரர்கள் பாதுகாத்துக் கொண்டிருக்கிறார்கள்.

கந்தரோடை என்பது ஒரு புராதனப் பட்டணம். அங்கிருக்கும் ஸ்தூபிகள் பல இடிந்து போய் வெறும் அடிமேடை மட்டும்தான் இருக்கின்றன. இன்னும் சில ஸ்தூபிகள் அபாயகரமான நிலையில் இருக்கின்றன. அவற்றைச் சுற்றிலும் வேலி அமைக்கப்பெற்று 'அருகில் நெருங்காதீர்கள்' என்கிற எச்சரிக்கையும் வைக்கப்பட்டுள்ளது.

கந்தரோடையின் சிதிலங்கள் 2000 வருடங்கள் பழமையானது. அதைக் கட்டியது யார் என்பது தொடர்பான கேள்விக்கு பதில் கிடைக்க வில்லை. இலங்கையின் உள்நாட்டுப் போரே, யார் முதலில் குடியேறி னார்கள் என்பது தொடர்பானதுதானே... ஏதோ இலங்கை தங்கப் புதையல் நிறைந்த தீவுபோலவும் முதலில் கால் வைத்தவருக்கே அனைத்தும் சொந்தம் என்பதுபோலவும்தானே சண்டை நடைபெற்று வருகிறது.

கந்தரோடை சிதைவுகள் எந்தவொரு மக்கள் கூட்டத்தையும் குறிப் பிட்டுச் சொல்லாமல் வெறும் வரலாற்று முக்கியத்துவம் வாய்ந்த இடமாக மட்டுமே இருந்தது. அங்கு அகழ்வாராய்ச்சி செய்தபோது தமிழ் பிராமி எழுத்துகள் பொறிக்கப்பட்ட கல்வெட்டுகள் கிடைத்த தாக ஒரு புத்தகத்தில் படித்தேன். ஆனால், அவை எங்கே இருக் கின்றன... உண்மையிலேயே அப்படி ஒன்று இருந்ததா என்பது தெரிய வில்லை. 1967-ல் நடந்த ஓர் ஆராய்ச்சியில் புத்த சிதிலங்களுக்குக் கீழே ஹிந்து தெய்வமான லட்சுமி தேவியின் உருவம் பதித்த தகடுகளும் தென்னிந்தியாவில் காணப்படுவது போன்ற பானை ஓடுகளும் கிடைத்தன. பத்தாம் நூற்றாண்டு வரையிலான சிங்கள ஆவணங்கள் எதிலும் கந்தரோடைபற்றி எந்தக் குறிப்பும் இல்லை. எனவே, கந்தரோடை உண்மையில் தமிழர்கள் அல்லது திராவிடர்கள் குடியேறிய பகுதி என்றே ஆய்வாளர்கள் கருதினர்.

போருக்குப் பிந்தைய காலகட்டத்தில் சிங்கள தேசியவாதம் புதிய வரலாற்றை எழுத ஆரம்பித்திருக்கிறது.

அங்கே முழுக்க முழுக்க சிங்களத்தில் மட்டுமே எழுதப்பட்ட அறிவிப்புப் பலகை ஒன்று இருக்கிறது.

'இந்தப் புத்த விஹாரத்தின் வரலாறு புத்தர் காலம் அளவுக்குப் புராதனமானது. முதன்முதலில் 1917 ஆம் ஆண்டு, அப்போது

யாழ்ப்பாணத்தின் மாவட்ட நீதிபதியாக இருந்த பால் இ. பெய்ரிஸ் இந்தப் பகுதியைப்பற்றி எழுதிய பிறகு 1917 முதல் 1919வரை அகழ்வாராய்ச்சி நடந்தது. அனுராதபுரம், பொலனருவா காலத்திய புத்தர் சிலைகளும், வண்ணமிகு ஓடுகளும், நாணயங்களும் கண்டெடுக்கப்பட்டன. இந்தக் கோயில் 16 ஆம் நூற்றாண்டில் ஆண்ட திராவிட அரசன் சங்கிலியின் கொடூரச் செயலினால் அழிக்கப்பட்டது.'

அது தமிழர் பகுதியில் இருந்தபோதும் அந்த அறிவிப்புப் பலகை சிங்களத்திலேயே இருந்தது. கந்தரோடை என்ற தமிழ்ப் பெயர் கந்துருகோடா என்று சிங்கள தொனியில் மாற்றப்பட்டுள்ளது. திட்ட மிட்டு தெளிவாக கந்தரோடைபற்றிய வரலாற்றுச் செய்தி புதிதாக மாற்றிக் கட்டமைக்கப்பட்டிருக்கிறது.

வரலாறு ஒருவிதமாகத் தீர்மானிக்கப்பட்டு உருக்கொடுக்கப்பட்டதும், கந்தரோடையைப் போல் ராணுவத்தால் அல்லது தேசியவாதிகளால் பாதுகாக்கப்பட வேண்டியதாகவும் ஆகிறது. இலங்கையில் சிங்கள நாகரிகம் தமிழர்களுக்கு முந்தையதா என்பதை யாராலும் உறுதியாகச் சொல்ல முடியவில்லை. சிங்கள, தமிழ் மூதாதையர்கள் இரு சாராருமே இந்தியாவிலிருந்து சுமார் இரண்டாயிரம் ஆண்டுகளுக்கு முன்னர் சென்றவர்கள்தான். ஒரு சாராருக்கும், மற்றவருக்கும் மிகக் குறுகிய கால இடைவெளிதான் இருக்கும். எனவே, சிங்களர்களுக்கு சாதகமான வரலாறு உருவாக்கப்படவேண்டுமானால், அதற்கு அகழ் வாராய்ச்சி போன்ற நவீன அறிவியல் அணுகுமுறைகளின் அங்கீகாரம் தேவைப்படும்.

தொல்பொருள் ஆராய்ச்சித் துறையை தேசியவாதம் வழிநடத்தும்விதம் குறித்துப் பல்வேறு வதந்திகள் உண்டு. அப்படி நான் கேள்விப்பட்ட ஒரு வதந்தி, ஒரு குறிப்பிட்ட ஆழத்துக்கு மட்டுமே அகழ்வதற்கு அவர்கள் அனுமதிக்கப்பட்டார்கள் என்பது. அதிக ஆழம் போனால் விஜயன் காலத்துக்கு முந்தைய தமிழ் வரலாற்று ஆதாரங்கள் கிடைத்து விடும் என்கிற அச்சம் இதற்குக் காரணமாகச் சொல்லப்பட்டது. ஆனால், நல்லவேளையாக இந்த அபத்த எண்ணம் வெறும் வதந்தி யாகவே இருக்கிறது. நடைமுறைப்படுத்தப்படவில்லை.

ஆனால், நம்பத்தகுந்த வேறு தகவல்கள் இருக்கின்றன. ஓர் ஆராய்ச்சி யாளரின் அகழ்வுகள் புத்த பிட்சுகளால் தடுக்கப்பட்டது; இன்னொரு ஆராய்ச்சியாளர், ஒரு கூட்டத்தில் புத்தர் மூன்று முறை இலங்கைக்கு விஜயம் செய்ததற்கு ஆதாரம் இல்லை என்று தெரிவித்தபோது அங்கிருந்த புத்த பிட்சுகள் கொதித்தெழுந்ததைக் குறிப்பிட்டார். 'கடவுளே... அவர்களுடைய கோபத்தை நீங்கள் பார்த்திருக்க

வேண்டும். பேசியவர் மட்டும் நாடறிந்த நபராக இல்லாமல் இருந் திருந்தால் எங்கள் எல்லாரையுமே கொன்றிருப்பார்கள்' என்றார் அவர்.

நிர்மல் தேவசிரி என்கிற ஆராய்ச்சியாளர் அரசுக்கு எதிரான நிலைப்பாடு எடுப்பதில் புகழ் பெற்றவர். 'எனக்கு அகழ்வாராய்ச்சி செய்ய அரசு நிச்சயம் அனுமதி தராது' என்றார். அவருடைய குழுவைச் சேர்ந்த இன்னொரு ஆய்வாளர், சில ஆண்டுகளாகத் தன் ஆராய்ச்சிக் கண்டு பிடிப்புக்களை வெளியிடுவதில்லை. ஆரிய – திராவிட சித்தாந்தங் களைக் கேள்விக்குட்படுத்தும்வகையில் அவருடைய கருத்துகள் இருந்தன. வீண் வம்பை விலைக்கு வாங்க அவர் தயாரில்லை. யாழ்ப் பாணம் முழுவதும் ராணுவத்தினர் இருப்பதால் அங்கே அகழ் வாராய்ச்சி செய்யமுடியாத நிலையே இப்போது நிலவுகிறது.

அரசாங்கத்தின் தொல்பொருள் ஆராய்ச்சித் துறையின் ஆலோசனைக் குழுவில் புத்த பிட்சு ஒருவர் இருக்கிறார். எல்லவால மேதானந்தா என்கிற இவர் 2004 ஆம் வருஷம் ஜதிகா ஹேலா உருமயா என்கிற வலதுசாரி அரசியல் கட்சியை உருவாக்கிய பிட்சுகளில் ஒருவர். நாடாளுமன்ற உறுப்பினரான இவரைத் தொல்பொருள் ஆய்வு மன்னன் என்று அழைக்கிறார்கள். நிறைய வரலாற்று, தொல்பொருள் ஆய்வுப் புத்தகங்கள் எழுதியிருக்கிறார். கந்தரோடை என்கிற ஊரின் பெயரை கந்துருகோடா என்று மாற்றியவர் இவர்தான் என்று நிர்மல் தேவாசிரி சொன்னார்.

மேதானந்தாவைச் சந்திக்க வேண்டும் என்று பெருமுயற்சி எடுத்தேன். முடியவில்லை. 'வடக்கு கிழக்கு மாகாணங்களில் சிங்கள பௌத்த பாரம்பரியம்' என்ற தலைப்பில் அவர் எழுதிய புத்தகம் கிடைக்குமா என்று தேடினேன். அதுவும் கிடைக்கவில்லை. தொல்பொருள் ஆய்வுத் துறையில் அவர் ஆளுமை நிறைந்த மனிதர் என்றார் தேவாசிரி. காரணம் பிராமி எழுத்துகள் படிக்கத் தெரிந்தவராம். ஆனால் அவர் ஓர் ஆராய்ச்சியாளர் அல்ல, சிங்கள பௌத்தத்தைப் பரப்புவதில் தீவிரமாக இருப்பவர். இவருடைய ஆலோசனைப்படிதான் இலங்கையின் வடக்கு, கிழக்குப் பகுதிகளில் சிங்கள பௌத்தச் சின்னங்களைத் தீவிரமாக நிலைநிறுத்தும் பணி நடைபெற்றுவருகிறது.

சிங்கள பௌத்தம் தொடர்பாக அங்கே ஏதும் கிடைக்கவில்லை யென்றால் அங்கிருக்கும் தமிழ் அடையாளங்கள் அழிக்கப்படுகின்றன. தேசியவாதிகளின் கணக்குப் புத்தகத்தில் அழித்துக் கழிக்கும் பணிக்கும் நல்ல மரியாதை இருந்தது. மட்டக்களப்பின் தந்தமலை முருகன் கோயிலின் ஒரு பகுதியை ராணுவத்தினர் சிதைத்து விட்டதாக உள்ளூர்த் தமிழ் தினசரி ஒன்றில் படித்தேன். கோயிலுக்குப் போய்ப் பார்க்கலாம் என்று முடிவு செய்து போனேன். அங்கிருந்த அர்ச்சகர்

களில் ஒருவரான நவரூபன் என்பவரிடம் கோயிலைச் சுற்றிக் காட்ட முடியுமா என்று கேட்டேன்.

மலை மீது ஏறி ஒரு குகைக்கு அழைத்துப் போனார். பல ஆண்டு களுக்கு முன்னர் சுவாமி முத்தையா என்கிற துறவி தவம் செய்த குகையாம் அது. குகைக்கு சற்று அருகில் சமீபத்தில் இடிக்கப்பட்ட மண்டபம் ஒன்று இருந்தது. இரண்டு வாரங்களுக்கு முன்னர்வரை அது ஒரு மடமாக இருந்தது என்று நவரூபன் தெரிவித்தார்.

'திடீரென்று ராணுவத்தைச் சேர்ந்த ஐம்பது பேர் ஆயுதங்களோடு வந்தார்கள், இடித்துத் தள்ளினார்கள். எங்களிடம் முன்னர் தெரிவிக்க வும் இல்லை, ஏன் இடிக்கப்படுகிறது என்று சொல்லவும் இல்லை. பிற்பாடு உள்ளூர்க் காவல் நிலையத்தைச் சேர்ந்தவர்கள் அங்கே புத்த விஹாரம் கட்டப்பட இருப்பதாகச் சொன்னார்கள். ராணுவத்தினர் போன வருடம் வந்து கோயில் நிர்வாகிகளிடம் அந்த இடத்தைக் கேட்டார்கள். நிர்வாகிகள் மறுத்துவிட்டனர். இந்த முறை அவர்கள் எதுவும் கேட்கவில்லை. நேராக வந்து இடித்துவிட்டுப் போய் விட்டார்கள்.'

தமிழ் செய்தித்தாள்கள் சொன்னதுபோலக் கோயிலின் புராதனக் கட்டமைப்பு எதுவும் இடிக்கப்பட்டிருக்கவில்லை. கோயிலுக்கும் எந்த சேதமும் இல்லை. 2011-ம் ஆண்டு புனரமைக்கப்பட்டு வர்ணம் பூசப்பட்டு பளிச்சென்று இருக்கிறது. ஆனால் மடம் மட்டும் இடிக்கப்பட்டு அங்கே புத்த விஹாரம் வர இருக்கிறது. வர இருக்கும் விஹாரம் ஒரு பௌத்த ஆக்கிரமிப்பாகத்தான் பார்க்கப்படவேண்டும். இலங்கை முழுவதும் நடக்கும் சிங்கள மேலாதிக்கத்தின் இன்னொரு அடையாளச் சின்னமாகவே திகழும்.

| 127 |

3

வன்முறையை எப்படியெல்லாம் நியாயப்படுத்தமுடியும் என்பதை மஹாவம்சத்தில் படித்திருந்தேன். ஆனால், அது வெறும் ஒரு புத்தகம் மட்டுமே. அதில் குறிப்பிடப்பட்டிருக்கும் சம்பவங்கள் எங்கோ என்றோ நடந்தவை. நான் ரத்தமும் சதையுமாக வாழும் பௌத்த துறவிகளைப் பார்க்க விரும்பினேன். சமூகத்தில் அவர்களுடைய இடமாக அவர்கள் எதை நினைக்கிறார்கள்; புத்தரின் போதனைகளுடன் அவர்கள் தமது அரசியலை எப்படி இணைக்கிறார்கள் என்றெல்லாம் தெரிந்துகொள்ள விரும்பினேன். உலகத்தினர் பிற எல்லா மதங்களை விடவும் பௌத்தம் மிக அமைதியான மார்க்கம் என்றும் அசாதாரண தியாகமும் துறவும் அதன் லட்சியம் என்றும் கருதுகிறார்கள். ஆனால், இலங்கையின் பௌத்தம் எப்படிப்பட்ட புதிய, எதிர்பாராத அச்சிலும் ஊற்றப்பட்டு அதன் உருவை எளிதில் மாற்றிக் கொள்ளும்தன்மை கொண்டதாக இருக்கிறது.

பௌத்த துறவிகள் அரசியலில் ஈடுபட்டிருக்கிறார்கள் என்ற விஷயம் உலகாயாத இச்சைகள், நிலையற்ற அதிகாரம் ஆகியவற்றை மறுதலிக்கும் பௌத்தத்துக்கு நேர் எதிரானதாக இருக்கிறது.

அரசியலில் ஈடுபட்டிருக்கும் சமிதா என்கிற புத்த பிட்சுவைச் சந்திக்க பத்தேகாமா என்கிற இடத்துக்குப் போயிருந்தேன். ஸ்ரீபாத சைத்ய விஹாரயா என்கிற மடத்துக்குத் தலைவராக இருக்கிறார். இலங்கையில் தேர்தலில் நின்று ஜெயித்த முதல் புத்த பிட்சு இவர்தான். இது நடந்தது 1992 ஆம் ஆண்டில். இவரைத் தொடர்ந்து பல பிட்சுகள் மாகாண சபைகளுக்கும் நாடாளுமன்றத்துக்கும் போயிருக்கிறார்கள். இலங்கையின் 2000 ஆண்டு கால பௌத்தத்தில் இது ஒரு விநோதமான மாற்றம். மஹாவம்சம் சொல்லும் பௌத்தத்தில் புத்த பிட்சுகள் அரசர்களுக்கு ஆலோசனைகள் வழங்கி வந்திருக்கிறார்களே அன்றி ஆட்சியில் நேரடிப் பங்கு வகித்ததில்லை.

புத்தர் அரசராகும் ஆசையை உதறிவிட்டுத்தானே துறவறம் பூண்டார்! ஆனால் அவருடைய வழியில் வந்தவர்கள் அரசியல் கட்சிகள் அமைத்துக்கொண்டு, தேர்தலில் போட்டியிட்டு, பிரசாரம் செய்து கொண்டு, நாட்டை ஆள விரும்புகிறார்கள்!

சமிதாவுக்குக் காத்திருந்தபோது, அவர் பிரார்த்தனையில் இருக்கிறார்; அது முடிந்ததும் மதியம் உணவருந்திவிட்டுத்தான் என்னைச் சந்திப்பார் என்று சொன்னார்கள். புத்த பிட்சுகள் ஒரு நாளில் மதியம் ஒரு நேரம் மட்டுமே உண்பார்கள் என்று கேள்விப்பட்டிருக்கிறேன். வாசலில் ஒட்டப்பட்டிருந்த லங்க்கா சம சமாஜ் கட்சியின் (இலங்கை சமூக சமத்துவக் கட்சி) வண்ண வண்ணச் சுவரொட்டிகளைப் பார்த்தபடி உட்கார்ந்திருந்தேன். அதுதான் சமிதாவின் கட்சி.

புத்த பிட்சுகளுக்கே உரித்தான மொட்டைத் தலையும் காவி உடையுமாக இருந்தார் சமிதா. குண்டாக இல்லையென்றாலும் புஷ்டியாக இருந்தார். கைகொடுத்தபோது விரல்கள் மூங்கில்போல் வலுவாக இருந்ததை உணர்ந்தேன். வராந்தாவில் அமர்ந்து பேசிக்கொண்டிருந்தோம். அந்தத் திறந்தவெளியிலும் அவருடைய அடர்த்தியான குரல் எதிரொலிபோல் கம்பீரமாக ஒலித்தது.

அவர் ஒன்றும் துறவறத்தை விரும்பி ஏற்றுக்கொண்டிருக்கவில்லை. பன்னிரண்டு வயதாக இருக்கும்போது சில சிறுவர்களுடன் துட்டகைமனு விஹாரயா என்கிற கோயிலைச் சுற்றித் திரிந்துகொண்டிருந்திருக்கிறார். தலைமை பிட்சு அவரை அழைத்து 'நீ மடத்துக்கே வந்துவிடு. என்னையும் கோயிலையும் பார்த்துக் கொள்' என்று சொன்னாராம்.

'என்னைப் பொறுப்பானவனாக ஆக்கும் பொருட்டுத்தான் அப்படிக் கூப்பிட்டார். ஆனால் சாதுரியமாக, ஏதோ நான்தான் அவரைப் பார்த்துக்கொள்ளவேண்டும் என்று சொன்னார்' சமிதா.

அங்கே அவருக்குக் கிடைத்தது வெறும் கல்வியில்லை. எஃகு மாதிரி உறுதியான ஒழுக்கமும்தான்.

'எனக்கு அது தேவையிருந்தது. என்னைச் சரியான திசையில் செலுத்தியது' என்றார்.

1978 ஆம் ஆண்டு மார்ச் 14 ஆம் தேதி சமிதா மீது ஒரு கொலைப்பழி சுமத்தப்பட்டது.

அப்போது அவர் கேலனியா பல்கலைக் கழகத்தில் கிறித்தவம், பாலி மொழி, சிங்களம் இவற்றைப் பயின்று வந்தார். ஆனால் மாணவர் சங்கத்தின் துணைத் தலைவர் வேலையே அவர் நேரத்தைச் சாப்பிட்டுக்

| 129 |

கொண்டிருந்தது. ஒரு சமயம் அரசாங்கத்துக்கும், தொழிற்சங்கம் மற்றும் மாணவர் சங்கங்களுக்கும் அரசாங்கத்தின் ஏதோ ஒரு நிலைப் பாட்டின் காரணமாகப் பிணக்கு உண்டாயிற்று. அப்போது சில ரவுடிகள் (அரசாங்கம் அவர்களின் பின்னணியில் இருந்ததாக சமிதா நம்புகிறார்) பல்கலைக்கழகத்துக்குள் புகுந்து மாணவர் தலைவர்களைத் தாக்க ஆரம்பித்தார்கள். பதிலுக்கு மாணவர்களும் நாற்காலிகளை உடைத்து அந்தக் கட்டைகளாலும் கற்களாலும் தாக்க ஆரம்பித்தார்கள். ஒரு மாணவன் ரவுடிகளில் ஒருவனை மண்டையில் மூர்க்கத்தனமாகத் தாக்கினான். நான் பிடித்து இழுத்து அவனைக் காப்பாற்ற முயன்றேன். ஆனால், அவன் இறந்துவிட்டான். நான்தான் அவனைக் கொன்று விட்டதாக என் மீது வழக்குப் பதிவு செய்தார்கள்.'

சமிதா ஆறு மதங்கள் சிறையில் இருந்தார். இறுதியில் விடுவிக்கப் பட்டார். விடுவிக்கப்பட்டபின் வேறொரு பல்கலைக்கழகத்தில் இளங்கலைப் பட்டத்தை முடித்தார். முடித்த பின் 1981 ஆம் ஆண்டு ஆன்மிகமும் அரசியலும் படிக்க இங்கிலாந்துக்குப் போனார். 1989 ஆம் ஆண்டு அவர் நாடு திரும்பியபோது ஈழப் போராளிகள் நீங்கலாக மெள்ளத் துளிர் விட்டுக்கொண்டிருந்த மார்க்சியத்தை முளையிலேயே கிள்ளும் வேலை நடந்துகொண்டிருந்தது. தன் மடத்தில் புகலிடம் கொடுத்து மறைத்து வைத்திருந்த மார்க்சிஸ்ட்டுகள் வெளியில் போனதும் உடனே கைது செய்யப்பட்டுக் கொலைசெய்யப்பட்டதாகச் சொன்னார். தான் ஓர் இடதுசாரி என்று ஒப்புக்கொண்டார்.

'ஒரு பௌத்தத் துறவியால் எப்படி இடதுசாரிக்காரராக இருக்க முடியும்? இடதுசாரிகள் மதத்துக்கும் ஆன்மிகத்துக்கும் சமூகத்தின் நலத்திலும் வளர்ச்சியிலும் பங்கு இருப்பதாக அங்கீகரிப்பதே இல்லையே?' என்றேன்.

'ஆனால், பௌத்தம் சோஷலிசத்தைப் போதிக்கிறது' என்றார்.

சோஷலிசம் பௌத்தத்தைப் போதிக்கவில்லையே. ஆனால், அவர் அதில் இறங்கியிருக்கிறாரே என்று கேட்க நினைத்தேன். ஆனால், அவர் தொடர்ந்து பேசினார். 'சங்கம் சமத்துவத்தையே போதிக்கிறது. இங்கு மூத்தவருக்கே மரியாதை. பணமோ அதிகாரமோ முக்கிய மில்லை. சங்கத்தில் தனியுடைமை கிடையாது. வர்க்க வேறுபாடுகள் கிடையாது. பௌத்த துறவிகளின் எளிமையே என்னை ஈர்த்தது. பலர் செல்வந்தக் குடும்பத்தில் பிறந்திருந்தனர். நல்ல கல்வி கற்றிருந்தனர். அவர்கள் நினைத்திருந்தால் வாழ்க்கையின் அனைத்து சுகங்களையும் அனுபவித்திருக்க முடியும். ஆனால், அவர்கள் அதைச் செய்யவில்லை.'

அரசாங்கம் இளம் மார்க்சிஸ்ட்டுகளை வதைக்க ஆரம்பித்தபோது சமிதாவால் சும்மா இருக்க முடியவில்லை.

'இது மாதிரி விஷயங்கள் நடக்கிறபோது 'உன்னை ஆசீர்வதிக்கிறேன்' என்கிற மாதிரியெல்லாம் பேசிக்கொண்டு என்னால் சும்மா இருக்க முடியாது. நான் ஒரு துறவியாக இருந்தாலும் எல்லாம் கர்மப்படிதான் நடக்கும் என்கிற சித்தாந்தத்தை ஏற்க முடியவில்லை' என்று கொஞ்சம் நிறுத்தி, 'அல்லது கர்மவினைகள் சித்தாந்தத்தை ஏற்கிறேன். ஆனால், தலைவிதி சித்தாந்தமும் கர்மவினை சித்தாந்தமும் ஒன்றல்ல என்று நினைக்கிறேன்' என்று அதைத் திருத்தினார்.

'என்ன வேறுபாடு?' என்று கேட்டேன்.

'ஒருவேளை உங்கள் காலை இழக்க நேரிட்டால், தலைவிதியே காரணம் என்று முடங்கி உணவுக்காக உட்கார்ந்த இடத்தில் காத்திருப் பீர்களானால், பிச்சைக்காரராகத்தான் செத்துப் போகவேண்டும். ஆனால், நல்லது செய்தால் நல்லது கிடைக்கும் என்ற கர்மவினையை நம்பி, கைகளை எப்படித் திறம்பட உபயோகிப்பது என்று கற்றுக் கொண்டால் சாப்பாட்டுக்கும் வழி பிறக்கும், மரியாதையும் உண்டாகும். சாப்பாடு உன்னைத் தேடி வரும் என்று காத்திருக்காதே என்கிறார் புத்தர். உன் கையேதான் மீட்சிக்கான கருவி.'

இலங்கைக்கு வந்து சேர்ந்த ஆண்டிலேயே, உள்ளாட்சித் தேர்தலில் நின்று ஜெயித்தார். மூன்றாண்டுகள் கழித்து தென் மாகாணத்தின் சட்ட சபைக்குத் தேர்ந்தெடுக்கப்பட்டார். 2002 ஆம் ஆண்டு நாடாளுமன்ற உறுப்பினாரன முதல் புத்த பிட்சுவாக ஆனார். ஒரு பௌத்தத் துறவியாக அவர் செய்ய வேண்டிய கடமைகளை மிகக் குறைவாகவே ஆற்றியிருப்பாரோ என்கிற என் சந்தேகத்தை வெளியிட்டேன்.

'ஏன்? இலங்கையின் வரலாற்றைப் பார்த்தால் பௌத்தத் துறவிகள் போர்களில் தலைமைப் பொறுப்பு ஏற்றிருக்கிறார்கள். தாங்கள் ஆயுதம் ஏந்தியதில்லையே ஒழிய ஆயுதம் ஏந்திய படைகளை வழிநடத்தி இருக்கிறார்கள். மக்கள் தங்கள் பிரச்னைகளுக்கு துறவிகளிடம் ஆலோசனைக் கேட்பதை வழக்கமாகக்கொண்டிருந்தார்கள். ஆலோ சனைகளுக்கு நன்றியாக உணவளித்தார்கள். மக்களுக்கும் அவர் களுக்கும் இருந்த இந்தப் பிணைப்பின் காரணமாகவே அவர்கள் தலைமைப் பொறுப்பை ஏற்றார்கள்' என்றார்.

'ஆனால்.. மஹாவம்சம்...' என்று நான் ஆரம்பிக்குமுன் குறுக்கிட்டார்.

'மஹாவம்சம் சொன்ன உலகம் வேறு. மடத்துக்கு அரசனின் செயல்பாடுகளில் செல்வாக்கு இருந்தது. ஆனாலும் துறவிகள் அரசனை விட அதிகாரம் மிக்கவர்களாக இருக்கவில்லை. ஆலோசகர் களாக மட்டுமே விளங்கினார்கள். ஆனால் இன்றைக்கு, துறவிகள் எந்தப்பக்கம் இணைகிறார்களோ அதன் மொத்தச் செயல்பாட்டை

| 131 |

அவர்களால் மாற்றியமைக்க முடியும். இது ரொம்ப எதிர்மறையான விஷயம். அரசியல்வாதிகளுக்கு அவர்களுடைய சுய லாபங்களுக்கு தோதாக எங்களை எப்படி உபயோகித்துக் கொள்வது என்பது தெரிந்திருக்கிறது.'

அரசியல் பிரவேசம் என்கிற இந்த நடவடிக்கைக்காகத் தன்னையே அவர் என்றைக்காவது சந்தேகித்திருக்கிறாரா அல்லது இந்தத் தடாலடி நடவடிக்கைக்காக அஞ்சியிருக்கிறாரா என்று கேட்டேன். இதற்கு அவர் உடனடியாகப் பதில் சொல்லவில்லை. கொஞ்சம் யோசித்தார்.

'எனக்கு சந்தேகங்கள் இருக்கத்தான் செய்தன. இது ஒரு தவறான முன்னுதாரணம் ஆகிவிடுமோ என்று என் நண்பர்களைக் கேட்பேன். பெரும்பாலான நண்பர்கள் என் முடிவை ஆதரிக்கவே செய்தார்கள். மூத்தவர்கள் சரி என்றும் சொல்லவில்லை, தவறென்றும் சொல்லவில்லை. மௌனம் காத்தார்கள். ஆனால் அந்த மௌனம் தைரிய மூட்டும் மௌனம்' என்றார்.

நாடாளுமன்றத்தில் தன் கருத்துகளைச் சொல்லும் வாய்ப்பிருந்தும், தான் சொன்னவை எடுபடவில்லை என்றார். இலங்கைத் தமிழர்களின் கோரிக்கைகள் நியாயமானவை என்றும் போரால் அந்தக் கோரிக்கைகள் எதுவும் நிறைவேறப் போவதில்லை என்று சொன்னார். பௌத்த சம்பிரதாயங்கள், சடங்குகள், புத்தர் வழிபாடுகள், ஊர்வலங்கள் இவையெல்லாம் போரின் முடிவை மாற்றிவிடப்போவதில்லை என்றார். அரசாங்கம் தமிழர் தலைவர்களோடு பேச வேண்டும் என்று பலமுறை வலியுறுத்தியிருக்கிறார். போர் நிறுத்தத்தின்போது 2002, 2004 ஆம் ஆண்டுகளில் பிரபாகரனையும் புலிகள் அமைப்பைச் சேர்ந்த இதர மனிதர்களையும் பலமுறை சந்தித்திருக்கிறார். உடனே தான் புலி ஆதரவாளன் என்று சித்திரிக்கப்பட்டதாகச் சொல்கிறார். ஸ்ரீலங்காவில் இதுதான் பெரிய பிரச்னை. எதிரிகள் மீது இப்படி அவதூறுச் சேற்றை வாரி அடிப்பார்கள். அதைக் கழுவவே முடியாது. 2004 ஆம் ஆண்டு தேர்தலில் சமிதா தோற்றார். புதிதாக ஆரம்பிக்கப்பட்ட ஜதிகா ஹேல உருமயா என்கிற தேசிய பௌத்தத் துறவிகள் கட்சி இவருடைய ஓட்டுக்கள் பூராவையும் கைப்பற்றிவிட்டது. அவரது கோட்டையாக இருந்த இடம் உள்பட எல்லா இடத்திலும் ஓட்டுக்கள் குறைந்தன. 'எனக்கு பதிலாகத் தேர்ந்தெடுக்கப்பட்டவர் (சிங்கள) இனவெறித் துறவி' என்றார்.

'மதம் என்பது தனிப்பட்டவர்களின் விருப்பு வெறுப்பு. அதில் அரசாங்கம் தலையிடக் கூடாது. ஆனால், இங்கே அரசாங்கம் தலையிடுவது மட்டுமில்லை, அந்தத் தலையீடு மிக மோசமானதாகவும் இருக்கிறது. மஹிந்த ராஜபக்சேவின் பேச்சுகளைக் கூர்ந்து

கவனியுங்கள். ஒவ்வொரு முறையும் முடிக்கும்போது ஒரு பிரார்த்
தனை அல்லது விழைவைப் பௌத்த சம்பிரதாயத்தில் சொல்லியே
முடிக்கிறார். இப்படிச் செய்தால் சிறுபான்மையினர் எப்படி
அனுசரணையாக இருப்பார்கள்?' என்கிறார்.

நாங்கள் பேசிக்கொண்டிருந்தபோது ஜன்னல் வழியாக மூன்று
சிறுவர்கள் எட்டிப் பார்த்தார்கள். அவர்களை உள்ளே அழைத்த சமிதா,
'அநாதைச் சிறுவர்கள்' என்றார். சொல்லிச் சில வினாடிகளுக்குள்
சட்டென்று 'அநாதைகள் அல்ல, கைவிடப்பட்டவர்கள். ஆறு
சிறுவர்கள் எங்களோடு தங்கியிருக்கிறார்கள். பள்ளிக்கூடம் விட்டு
வந்திருக்கிறார்கள்' என்றார் ஒரு சிறுவனின் தலையைக் கோதியபடி.

'இந்தப் பையன் ஒரு தமிழ் கத்தோலிக்கன். இப்போது பௌத்தம்
படிக்கிறான்' என்றவர் என்னை நிமிர்ந்து பார்த்துவிட்டு அவசரமாக
'யாரும் அவனை நிர்பந்திக்கவில்லை. தன்னிச்சையாகப் படிக்கிறான்'
என்று சேர்த்துக்கொண்டார்.

புத்த பிட்சுகள் அரசியலில் இறங்குவதைக் காட்டிலும் அவர்கள்
போரையும் மரணத்தையும் ஆதரிப்பது இன்னும் பெரிய அபாயம்.
ஒன்பது நாடாளுமன்ற உறுப்பினர்களைக்கொண்ட JHU கட்சி, விடு
தலைப் புலிகள் விஷயத்தில் அரசாங்கம் எந்தக் கருணையும் காட்டக்
கூடாது, இன்னும் கடுமையாக நடந்து கொள்ள வேண்டும் என்று
வலியுறுத்தியது. 2004 ஆம் வருஷம், JHU தன்னுடைய தேர்தல்
அறிக்கையில், 'இலங்கை ஒரு சிங்கள பௌத்த நாடு. அதைப் பிரிக்க
முடியாது. ஆகவே தமிழர்கள் பெரும்பான்மையாக இருக்கும் பகுதி
களுக்கு அதிக அதிகாரம் வழங்குவது என்பதும் நடக்காது' என்று
சொல்லியிருந்தது.

JHU வின் செயல்பாடுகள் பௌத்தத்தைக் காக்கப் போதுமானவை
அல்ல என்கிற நோக்கில் இரண்டு பௌத்தத் துறவிகள் விலகி, 2012
ஆம் ஆண்டு, பௌத்த சக்தி சேனை என்னும் பொருள்படும் Bodu
Bala Sena என்கிற அமைப்பைத் துவக்கினார்கள். இன்னும் சில
துறவிகள் சிங்கள கர்ஜனை என்னும் பொருள்படும் Sinhala Ravaya
என்கிற அமைப்பைத் தொடங்கத் துணையாக இருந்தார்கள்.
இலங்கைக் கொடியில் ஒரு சிங்கம் கையில் வாளுடன் இருக்கும்.
ஆனால், கம்பீரமாக இருக்கும். ஆயுதத்துடன் இருப்பதென்பது
வெறும் ஒரு சாதாரண நிகழ்ச்சி என்பதுபோல்தான் இருக்கும். ஆனால்,
சிங்கள ரவையா கட்சியின் சிங்கமோ வெறிகொண்டு வாளுடன்
பாய்ந்து தாக்கும் நிலையில் இருந்தது. அதன் சிங்கள கர்ஜனை
பயங்கரமாகக் கேட்டது.

சமிதாவுக்கு எதிரான கருத்துகள்கொண்ட ஒரு பௌத்தத் துறவியைச் சந்திக்க வேண்டும் என்கிற என் விருப்பம் நிறைவேறுவது சிரமமாக இருந்தது. காரணம் வெறும் சிங்களம் மாத்திரமே தெரிந்த துறவி களுடன் பேசுவதில் எனக்கு சம்மதமில்லை. மொழிபெயர்ப்பில்கூட இம்மியளவும் மாறுதல் வருவதை நான் விரும்பவில்லை. JHU வின் நிறுவனர்களில் ஒருவரான ஓமல்பே சோபிதாவைச் சந்திக்க ஏற்பாடாயிற்று.

இலங்கை சர்வதேச பௌத்தக் கழகம் கண்டியில் அனகாரிகா தர்ம பாலா சாலையில் அமைந்திருக்கிறது. அனகாரிகா தர்மபாலாதான் இலங் கையின் பௌத்தத்தை இன்றிருக்கும் கட்டமைப்புக்குப் பத்தொன்பதாம் நூற்றாண்டில் கொண்டுவந்தவர். தர்மபாலா ஒரு துறவி அல்ல. அனகாரிகா எனும் பாலி மொழிச் சொல்லுக்கு அர்ப்பணித்துக் கொண்டவர் என்று பொருள். தலையை மழித்துக்கொண்டு சம்பிரதாய மான துறவியாக இல்லாமல் பௌத்தத்தின் கொள்கைகளுக்காகத் தன் உடைமைகளையெல்லாம் தந்து உழைத்தவர் தர்மபாலா. காலனி ஆதிக்கத்தையும் கிறித்தவ தேவாலயங்களின் அரசியல் குறுக்கீடு களையும் எதிர்த்து நின்றவர். இலங்கை பௌத்தர்களுக்கு உரிமை யானது; சிங்களர்கள் அழுக்குப் பிடித்த தமிழர்களிலிருந்து வேறுபட்ட வர்கள் என்பது அவருடைய இடைவிடாத பௌத்தம் பரப்பும் பேச்சு களில் சொல்லப்பட்டது.

‘நம்முடைய துட்டகைமனுவின் ராஜ்யத்துக்குள் நுழைந்து பாருங்கள், அழிவிலிருந்து பௌத்தத்தையும் நமது தேசியத்தையும் மீட்ட அந்த உன்னதமான அரசனின் எண்ணங்களைப் புரிந்து கொள்ளுங்கள்’ என்று தர்மபாலா இளைஞர்களுக்கு எழுதியிருக்கிறார். இன்னொரு இடத்தில், சிங்கள இனம் தனித்துவம் வாய்ந்தது; காலனி ஆதிக்கக் கிறிஸ்தவர்களும் பல கடவுள்களை வழிபடும் ஹிந்துக்களும் வருமுன்னர் இந்த ஒளிமிகுந்த அழகான தீவு ஆரிய சிங்களர்களால் ஒரு சொர்க்கமாக ஆக்கப்பட்டிருந்தது என்றும் எழுதியிருக்கிறார்.

ஒரு நூற்றாண்டு கழித்து ஓமல்பே சோபிதாவும் இலங்கை ஒளியிழந்த தற்கு வருந்தியிருக்கிறார். ஒரு செய்தியாளரிடம் அவர், ‘நாடே உப குடிகளின் (அல்லது இரண்டாம், மூன்றாம் நிலைக் குடிகளின்) மறை விடமாக ஆகிவிட்டது’ என்று சொல்லி நாட்டின் சிறுபான்மை யினரைக் குறை கூறியிருக்கிறார். சொர்க்கத்தில் பாவங்களை நுழைத்து விட்டதாக, குறிப்பாக முஸ்லிம்களை, குறைகூறியிருக்கிறார். அதே பேட்டியில் JHU வையும், தன்னையும் ‘நாங்கள் இனவாதிகள் என்பது உண்மைதான். மத வெறியர்கள் என்பது உண்மைதான்’ என்றும் சொல்லியிருக்கிறார்.

இலங்கைப் பத்திரிகைகளில் சோபிதா குறித்த கட்டுரைகள் அடிக்கடி வருகின்றன. JHU ராஜபக்சேவின் கூட்டணி அரசில் ஓர் அங்கம், சோபிதா JHU வின் முன்னணிப் பிரமுகர்களில் ஒருவர். அடர்ந்த புருவமும் மொட்டைத் தலையும்கொண்ட இவருடைய புகைப்படம் அச்சுறுத்தும் வகையில் அமைந்திருந்தது. ஆனால் நேரில் அவர் அமைதியாகவும் பிரியத்துடனும் அணுகினார்.

நான் ஏதும் கேட்பதற்கு முன்னமே அவர் பேச ஆரம்பித்தார்.

'பௌத்தம்தான் கடந்த 2300 ஆண்டுகளாக இந்த நாட்டைக் காத்து, அதை உருப்பெறச் செய்திருக்கும் சக்தி. எங்களுக்கு அந்தப் பாரம் பரியம் இருக்கிறது' என்று ஆரம்பித்து இதேரீதியில் மாணவர்களுக்கு உரையாற்றுவதுபோலச் சில நிமிஷங்களுக்குப் பேசினார்.

சோபிதாவும் அவரது சகாக்களும் இலங்கையில் பௌத்தம் ஆபத்தில் இருப்பதாக உணர்ந்தார்கள். அதனால்தான் JHUவை ஆரம்பித்தார்கள். கத்தோலிக்கர்கள் கிராமத்தினரை பௌத்தத்திலிருந்து கிறிஸ்தவர் களாக மாற்றிக்கொண்டிருந்தார்கள். நாட்டின் பிரதமர்களும், ஜனாதிபதிகளும் இந்த மதமாற்றம் குறித்த பௌத்த மடங்களின் கவலையைக் கவனிக்கவே இல்லை. இதனிடையே நாட்டின் சமூக, பொருளாதார அமைப்பைச் சிதைக்க விடுதலைப் புலிகள் முயன் றார்கள். 'தமிழர்கள் இங்கே மண்ணின் மைந்தர்கள் என்பது அடிப் படை இல்லாத சித்தாந்தம்' என்றார் சோபிதா.

'தமிழர்கள் இங்கே பூர்வ குடிகள் அல்ல. கி.மு. மூன்றாம் நூற்றாண்டி லிருந்து இருக்கும் ஏராளமான கல்வெட்டுக்களும் அகழ்வுகளும் சிங்களத்தில் இருக்கின்றன. ஆனால், தமிழில் எதுவும் இல்லை. வடக்கு, கிழக்கு மாகாணங்களில் இருக்கும் வரலாற்று, தொல்பொருள் பகுதிகள் எல்லாம் பௌத்தர்களுக்குச் சொந்தமானவை' என்றார். இது சற்று விவாதத்துக்கு உரியது என்பதால் அதுவரை அமைதியாக இருந்த நான் குறுக்கிட முடிவு செய்தேன். மஹாவம்சத்தின்படியே, தமிழர்கள் இலங்கையில் குறைந்தது இரண்டாயிரம் வருஷங்களாக இருக் கிறார்கள் என்பதைச் சுட்டிக் காட்டினேன். 'சிங்களர்களுக்கு எவ்வளவு பாரம்பரிய உரிமையோ அவ்வளவு உரிமை அவர்களுக்கும் (தமிழர் களுக்கும்) எப்படி இல்லாமல் போகும்?' என்று கேட்டேன்.

இதற்கு சோபிதா ரொம்பவும் சுற்றி வளைத்து ஒரு நியாயம் சொன்னார். 'சிங்களர்கள்தான் இந்த நாட்டின் கலாச்சாரத்தை உருவாக்கியவர்கள், இந்த நாட்டை உருப்படுத்தியவர்கள், வாழ்க்கை முறையை உருவாக்கி நாட்டை உருவாக்கியவர்கள். ஆகவே இது சிங்களர்களின் நாடு. வேறு இனத்தவர்களும் இங்கே வாழ்கிறார்கள்' என்றார்.

உரையாடலில் மெல்லச் சூடேறுவதை உணர்ந்து நான் பேச்சை மாற்ற முடிவு செய்தேன். JHU தொடங்கும்போது பௌத்த மடத்திலிருந்து ஏதாவது எதிர்ப்பு இருந்ததா என்று கேட்டேன்.

'ஆமாம்.. ஆமாம். எதிர்ப்பு இருக்கத்தான் செய்தது' என்றார்.

பௌத்தத் துறவிகள் அமைப்பான சங்கம் இரண்டாகப் பிரிந்து, செல்வாக்கு மிகுந்த துறவிகள் JHU வுக்கு எதிராகப் பிரசாரம் செய் தார்கள். 'இது ஒரு துறவியின் வழியல்ல' என்று மக்களிடம் சொன் னார்கள். அதற்குத் தங்கள் தரப்பு நியாயமாக சோபிதா சொன்னது,

'நாடாளுமன்றத்துக்கு வெளியில் இருந்தபடி எங்கள் தரப்பு நியாயத்தை எடுத்துச் சொல்ல எவ்வளவோ முயன்றோம். எங்களால் வெற்றி பெற முடியவில்லை. ஆகவே சட்டங்கள் இயற்றப்படும் சபைக்குள் செல்வ தாகத் தீர்மானித்தோம்.'

துறவிகள் அரசியலுக்குள் நுழைவதைத் தடுக்கிற மாதிரி பௌத்தம் எதுவுமே சொல்லவில்லையா?

'உண்மையில் புத்தர் காலத்தில் இப்படி ஒரு பிரச்னையே இல்லை' என்று சொல்லிச் சிரித்தவர் 'ஆகவே துறவிகள் அரசியல் பிரவேசம் செய்வதைக் குறித்து அப்படி ஏதும் விதிமுறையோ வழிநடத்துதலோ இல்லை' என்றார்.

'அப்படியானால் ஏன் சில துறவிகள் இது சரியான வழிமுறை அல்ல என்றார்கள்?'

'ஏனென்றால் ஊழலையும் தவறான வழிமுறைகளையும் பார்த்துவிட்ட காரணத்தால் அரசியல் என்கிற மட்டமான விஷயத்தில் இணையக் கூடாது என்பது அவர்கள் கருத்து. ஆனால் அரசியலே தவறானதல்ல. நல்ல ஆட்சியாளர்கள் உன்னதமான முடிவுகள் எடுத்திருக்கிறார்கள். அவர்கள் இன்றளவும் மஹாவம்சத்தில் சொல்லியிருப்பதுபோல் மதிக்கப்படுகிறார்கள்.'

'ஆனால் மஹாவம்சம் சொல்லியிருக்கும் ஆட்சியாளர்கள் எல்லாரும் அரசர்கள்தான். எந்தவொரு துறவியும் ஆட்சிக்கு வந்ததில்லை அல்லவா?'

'ஆமாம்' என்று கொஞ்சம் நீட்டிச் சொன்னார்; 'பெரும்பாலும் யார் அரசர் என்பதைத் துறவிகளே தீர்மானித்தார்கள். காரணம் துறவிகள் மக்களுடன் நெருக்கத்தில் இருந்தார்கள். மக்களின் விருப்பம், தேவை என்னவென்பது அவர்களுக்குத் தெரிந்திருந்தது. ஆலோசனைகளை அரசர்கள் அலட்சியம் செய்தால் அவர்களை ஆட்சியிலிருந்து நீக்கி விட்டு வேறு அரசனை நியமித்தார்கள். நாடாளுமன்ற அமைப்பில் இது

| 136 |

எளிதில்லை' என்று சொன்னபோது ஜனநாயகத்தின் பால் அவருக் கிருந்த வருத்தம் தெரிந்தது.

'கறி வேப்பிலையை எப்படிப் பயன்படுத்துகிறீர்கள்? அதைப் போட்டுச் சமைக்கவும் செய்கிறீர்கள். சாப்பிடும்போது கவனமாக அதை எடுத்து வீசிவிடுகிறீர்கள் அல்லவா? புதிய அமைப்பில் துறவிகளின் நிலை இதுதான்.'

'அப்படியானால் சங்கத்துக்கு (பௌத்த மடம்) அதிகாரம் இல்லையா?'

'இல்லையில்லை. அப்படியில்லை... சங்கத்துக்கு எளிய மக்களிடம் இருக்கும் நெருக்கம் காரணமாய் நல்ல செல்வாக்கு இருந்தது. ஆனால், அதை அரசியல்வாதிகள் ஓட்டுக்களுக்காக துஷ்பிரயோகம் செய் தார்கள். துறவிகள் தியானம் பூஜை என்று அவர்கள் கடமைகளைச் செய்துகொண்டு கோயிலுக்கு வரும் மக்களை வழிநடத்திக்கொண்டு இருக்கவேண்டும். எங்களோடு வந்து இணைந்து கொள்ளாதீர்கள் என்றுதான் அரசியல்வாதிகள் சொல்கிறார்கள்.'

எந்த அரசியல்வாதியும் சோபிதா சொல்லும் அளவுக்கு சங்கத்தை நிராகரித்து விடவில்லை. நிராகரிக்கவும் முடியாது. 'சிங்களர் மட்டும்' சட்டத்தை 1956 ஆம் ஆண்டே வலியுறுத்தியவர்கள் துறவிகள். பௌத்தம் இலங்கையின் மதங்களில் முதன்மையானது என்கிற திருத்தத்தை 1972 ஆம் ஆண்டு வலியுறுத்தியவர்கள். 1990 ஆம் ஆண்டு அமைக்கப்பட்ட உயர்மட்ட ஆலோசனைக் குழுவில் துறவிகள் உறுப்பினர்களாகச் சேர்க்கப்பட்டு பௌத்தம் தொடர்பான விஷயங்களில் அதிபருக்கு ஆலோசனை சொல்கிறார்கள். இந்தக் குழு தனித்து இயங்கும் அதிகாரம் பெற்றது. 1997 ஆம் ஆண்டு இந்தக் குழுவுக்கு சட்டங்கள் இயற்றும் அதிகாரமே வழங்குவதான ஒரு சட்டத் திருத்தம் வர இருந்து வேறு காரணங்களால் நிறுத்தி வைக்கப்பட்டது. 2000 ஆவது ஆண்டு சில சட்டத் திருத்தங்களுக்காக துறவிகள் நாடாளுமன்றத்தின் வெளியே போராட்டம், உண்ணாவிரதமெல்லாம் மேற்கொண்டார்கள்.

சமீப ஆண்டுகளில் அரசியல்வாதிகள் பணத்தையும், வெகுமதிகளையும், நிலத்தையும் பௌத்த மடங்களுக்கு வாரியிறைக்கிறார்கள். மடங்களுக்கு மட்டுமில்லை, தனிப்பட்ட துறவிகளுக்கும் கூட. 1990 களில், மத்தியில் இரண்டு துறவிகளுக்கு, மிகச் செல்வாக்கான துறவிகளுக்கு மெஸிடிஸ் பென்ஸ் காரை அரசாங்கம் அன்பளிப்பாக அளித்தது. அவர்கள் அதை ஏற்காமல் திருப்பி அனுப்பினார்கள். காரணம், இன்ஷ்யூரன்ஸையும் அரசாங்கமே கட்ட வேண்டும் என்றார்கள்.

சோபிதா தொடர்ந்து பேசும்போது சிங்கள பௌத்தர்கள்தான் இலங்கை யில் மிகவும் நாட்டுப்பற்று மிக்கவர்கள் என்றார். புலிகளுடன்

சண்டையிட்ட ராணுவத்தினரில் 99 சதவீதம் (அவருடைய சொந்தப் புள்ளி விவரம்) பேர்கள் அவர்கள்தான் என்றார். இது பௌத்தர்களுக்கு விசேஷ மரியாதையைச் சம்பாதித்துக் கொடுக்கும் என்றும் சொன்னார்.

'கொலை செய்வதை பௌத்தம் அனுமதிக்கிறதா?'

'நாங்கள் வேறெந்த விசேஷ மரியாதையையும் வேண்டுவதில்லை.'

'மரியாதையை விடுங்கள். எனக்குப் புரிகிறது. ஆனால் பல துறவிகள் போர்க்களத்தில் தேசியவாதத்தின் பெயரால் செய்யப்படும் கொலை களைக் கூடக் கண்டிக்கிறார்களே?'

இலங்கையில் இனப் போரில் துறவிகள் கலந்துகொண்டிருக்கிறார்கள். மறைமுகமாக அல்ல, சீருடை அணிந்து, ஆயுதங்கள் ஏந்தி நேரடியாகக் களத்தில். வரலாற்றில் இதற்கு முன்னுதாரணங்கள் உண்டு. துட்டகைமனு தமிழர்களைக் கொல்லப் புறப்பட்டபோது அந்தப் படையில் 500 துறவிகளும் இருந்தார்கள். இந்த ராணுவத் துறவிகள் பற்றி பத்தேகாமா சமிதாவும்கூடச் சொன்னார். தென்னிந்திய மற்றும் காலனிய சக்திகளை எதிர்க்கும் போரில் துறவிகளையும் படையில் இழுக்க விரும்பிய மன்னர்கள் உருவாக்கிய புனைவு இது. எனது சக துறவிகள் பலர் மடாலயத்தை விட்டுவிட்டு ராணுவத்தின் சேர்ந் தார்கள். நான் அவர்களைத் தடுக்க முயன்றேன். 'எதிரிகளுடன் சண்டை யிடுவதாக எண்ணி நீங்கள் இந்தக் காரியத்தைச் செய்கிறீர்கள். ஆனால் அப்படியல்ல. உங்கள் சகோதரர்களுடன் சண்டையிடுகிறீர்கள்' என்று சொன்னேன். யாரும் கேட்கவில்லை.'

'துறவறத்திலிருந்து விலகித்தான் கொலை செய்ய வேண்டும் என்ப தில்லை, 1959 ஆம் ஆண்டு ஒரு துறவி உடைக்குள்ளிருந்து ஒரு ரிவால்வரை எடுத்து 'நாட்டின், இனத்தின், மதத்தின் நலனுக்காக' பிரதமர் சாலமன் பண்டாரநாயகேவைக் கொலை செய்தார். இளம் துறவிகள் சந்நியாசி உடையைக் களைந்துவிட்டு மூத்தவர்கள் ஆசியுடன் கொலை செய்தார்கள். பௌத்த சங்கம் இவர்களைச் சரித்திர புருஷர்களாகச் சித்திரிக்கிறது.

யாழ்ப்பாணம் அருகே ஆனையிறவுப் பகுதியில் இப்படித் தடம் மாறிய காமினி குலரத்னே என்கிற துறவி ஒருவருக்கு நினைவிடம் எழுப்பியிருக்கிறார்கள்.

இவர் 20 வயதாக இருந்தபோது புலிகளால் மறிக்கப்பட்ட பஸ் ஒன்றில் இருந்திருக்கிறார். அந்த பஸ்ஸில் மொத்தம் 37 பயணிகள், அவர்களில் 33 பேர்கள் துறவிகள். புலிகள் அவர்கள் ஒவ்வொருவரையும் வாளால் இரண்டாக வெட்டியோ, இயந்திரத் துப்பாக்கியால் சுட்டுத் தள்ளியோ கொலை செய்தார்கள். இந்தப் படுகொலைகளிலிருந்து காமினி

| 138 |

தப்பியது ஆச்சரியம். இரண்டு மாதங்கள் பொறுத்துத் துறவறத்தைத் துறந்து விட்டு ராணுவத்தில் சேர்ந்தார். புலிகள் மீதிருந்த கோபம் அவர் உச்சியிலிருந்து உள்ளங்கால்வரை நிரம்பியிருந்திருக்க வேண்டும். இது அவரது துணிச்சலான, சில்லிட வைக்கும், ஆக்ரோஷமான மரணத்தில் தெரிந்தது.

1991 ஆம் ஆண்டு ஆனையிறவுப் பகுதியைக் கட்டில் வைக்கும் போரில் புலிகளின் ஆயுதம் தாங்கிய புல்டோஸர் ஒன்று சீறிக்கொண்டு வரும்போது எதிர்த்து நின்று தன் பகுதிக்குள் நுழைய விடாமல் தடுத்தார். புல்டோஸருக்குள்ளிருந்து தொடர்ந்து வெடித்த இயந்திரத் துப்பாக்கி காமினியைத் துண்டு துண்டாக சிதறடித்தாலும் இரண்டு கைகளிலும் எறிகுண்டுகளை வைத்துக்கொண்டு புல்டோஸரில் ஏறி அதைத் தகர்த்துத் தானும் இறந்து போனார். தாக்குதலுக்கு உள்ளாகிச் சிதைந்த புல்டோஸர் அங்கே நினைவுச் சின்னமாக வைக்கப்பட்டிருக் கிறது.

காமினியின் தியாகம் எவ்வளவு புனிதமானதோ அவ்வளவு புனித மானதுதானே பௌத்தத்தின் அஹிம்சை போதனையும்... எப்படி சங்கம் தங்கள் சகாக்களை ஆயுதம் ஏந்தும்படி ஊக்குவிக்கலாம்? எப்படி அரசாங்கத்தை இன்னும் தீவிரமாகச் சண்டையிடச் சொல்லலாம்? மிச்சம் மீதியின்றிக் கொல்லச் சொல்லலாம்?

'இல்லை. புத்தர் அப்படித் தீவிரவாதமாக யோசனை சொல்லவில்லை. அவர் பரம அஹிம்சாவாதியும் அல்ல. அவர் சொன்னது இரண்டுக்கும் இடைப்பட்ட வழி. ஆன்மிகத்தில் மட்டுமில்லாது, வாழ்க்கையில் எல்லாச் சமயங்களிலுமே நாம் இடைவழியைப் பின்பற்றலாம்.'

சோபிதா சொல்வதை அவரே நம்புகிறாரா என்பதில் எனக்கு சந்தேகம் வந்தது.

'போர் செய்வது எப்படி இடைவழியாகும்?'

'ஏன் என்றால் எதிரி வாளுடன் நேருக்கு நேராக வந்தால் சண்டைதான் போட வேண்டும். அவன் உங்களைக் கொல்ல வரும்போது நீங்கள் பிரார்த்தனையோ, தியானமோ செய்துகொண்டிருக்க முடியாது. அந்த சமயம் சாந்தமாக சந்தோஷமாக இருக்கமுடியுமா... நடைமுறையில் அது சாத்தியமே இல்லை.' *1190*ம் ஆண்டு நாலந்தா பல்கலைக்கழகம் இடிக்கப்பட்டதைச் சுட்டிக்காட்டினார்.

'ஹிந்து, பௌத்தக் கல்விகளுக்காக இந்தியாவில் நிறுவப்பட்டிருந்த புராதன நாலந்தா பல்கலைக்கழகத்தை முஸ்லிம்கள் முற்றுகை இட்ட போது என்ன ஆயிற்று? அநேகமாக அப்போதிருந்த பௌத்தத் தலைவர் இப்படித்தான் சொல்லியிருப்பார்: 'எதிரிகள் வருகிறார்கள், கொலை

செய்வதற்காக வருகிறார்கள், எல்லாரும் தியானம் செய்வோம். அன்பையும் நேசத்தையும் அவர்களிடம் காட்டுவோம். என்ன ஆயிற்று? அவர்கள் எளிதாக நுழைந்து புத்தகங்களையும், நூல் நிலையத்தையும் எரித்து, மூவாயிரம் துறவிகளையும் கொலை செய்தார்கள். மூன்று மாதங்களுக்கு அந்த நூல் நிலையம் எரிந்தது.' அவர் இதைச் சொல்லும்போது இந்த அவலம் நேற்றுதான் நடந்ததுபோல வேதனையோடு பேசினார்.

'ஆனால்...' என்று நான் குறுக்கிட்டபோது என்னைப் பேச விடவில்லை.

'என்னைக் காப்பாற்றிக் கொள்வதற்காக நான் சண்டையிடும்போது நான் வாழ விரும்புவது எனக்காக மட்டுமில்லை, என் சமூகத்துக்காகவும் தான். இந்த சுப்ரமண்யம் (என்னைக் காட்டி) பிறந்தது பெற்றோருக்கு மட்டுமில்லை. சமூகத்துக்கும்தானே? ஆகவே நாம் நமது விருப்பங்களைத் துறந்து நம் சமூகத்துக்காக வாழ்ந்தாக வேண்டும்.'

இது பௌத்தத் துறவுக் கோட்பாட்டின் விநோதமான திரிபு.

சோபிதா ஒரு பள்ளியும் நடத்தி வருகிறார். 'என்னுடைய இளஞ்சிறார் பள்ளியில் நூறு குழந்தைகள் இருக்கிறார்கள். ஒருநாள் வெறிநாய் ஒன்று பள்ளிக்குள் புகுந்து குழந்தைகளைக் கடிக்க ஆரம்பிக்கிறது என்று வையுங்கள். எல்லா உயிர்களிடமும் அன்பு செய்ய வேண்டும் என்கிற உயர்ந்த மனப்பாங்குடன்தான் நான் அந்த நாளையும் துவங்கியிருப்பேன். ஆனால் இப்போது நான் எந்த உயிரைக் காப்பது என்பதைத் தேர்வு செய்யும் நிலைக்கு ஆளாவேன். என் தேர்வு குழந்தைகள்தான், வெறிநாய் அல்ல.'

மேற்சொன்னது சோபிதா சொன்னதாக உதயா காமன்பிலா என்கிற அவரது JHU சகா சொன்னது. இனப் போரில் புலிகளை அவர் வெறிநாய்களாகச் சொல்கிறார் என்றும் சொன்னார்.

இந்த ஒப்பீட்டாய்வு எனக்கு துட்டகைமனுவை ஞாபகப்படுத்தியது. துட்டகைமனுவின் நிழல்தான் இப்போது இலங்கை மீது அழுத்தமாக விழுந்துகொண்டிருக்கிறது. அவர் ஆயிரக்கணக்கில் கொன்ற தமிழர்கள் புறச் சமயத்தைச் சேர்ந்த உபயோகமில்லாதவர்கள் என்றே சொல்லப்பட்டார்கள். மிருகங்கள்போலச் செத்துப் போனார்கள் என்று அவர்களைக் குறித்து பௌத்தத் துறவிகள் துட்டகைமனுவிடம் தெரிவித்தார்களாம். எதிரியின் மனிதத் தன்மையை அலட்சியம் செய்யுங்கள். சண்டை போடுவது எளிதாகவும், நியாயமாகவும், சிரமம் இல்லாமலும் ஆகிவிடும். போர்முனையில் எவ்வளவோ உளரீதியான தந்திரங்கள் பயன்படுகின்றன. நம் செயல்களை நியாயப்படுத்திக்கொள்ள நாம் சொல்லிக்கொள்ளும் நியாயங்கள்கூட அதில் ஒன்றுதானே.

4

ஒரு நாள் சாயந்திரம் சஞ்சயா வந்து 'முஸ்லிம்கள் தொழுகை இடத்தை இடித்து விட்டார்களாம், கேள்விப்பட்டாயா?' என்று கேட்டார்.

அனுராதபுரத்தில் அந்த சம்பவம் நிகழ்ந்திருந்தது. முஸ்லிம் துறவி ஒருவரின் சமாதி அந்த இடம். ஒரு சிறிய தர்கா. ஒன்றிரண்டு பஸ்களில் ஆயுதங்களோடு வந்த பௌத்தர்கள் அதை இடித்துத் தரைமட்டமாக்கி யிருந்தனர். போலிஸ்காரர்களும், உள்ளாட்சி அதிகாரிகளும் இதை எந்தவகையிலும் தடுக்க முயலவில்லை. அனுராதபுரம் மதக் கலவரப் பதற்றத்தில் இருந்தது.

'நாம் அங்கே போக வேண்டும்' என்றேன்.

'நடந்ததை எல்லாம் வீடியோவில் பதிவு செய்திருக்கும் ஒரு ஆளை எனக்குத் தெரியும். கொஞ்சம் காத்திருப்போம். பதற்றம் கொஞ்சம் குறையட்டும்' என்றார் சஞ்சயா.

தோல்வி வருத்தத்தில் மிகுந்த எச்சரிக்கையோடு இருக்கும் தமிழர்கள் சிங்கள பௌத்தத்திற்கு எந்தவிதமான ஊறும் செய்யும் நிலையில் இப்போது இல்லை. ஆகவே போதி பல சேனா, சிங்கள ரவயா, JHU இவற்றின் கவனம் முஸ்லிம்கள் பக்கம் திரும்பியிருந்தது. தமிழர் களுடனான விரோதம் போல் இந்த விரோதம் மஹாம்வம்சம் காலப் புராதன விரோதமில்லை. ஆனால் அவர்களுடன் விரோதம் கொள்ள வரலாறு தடையாக இல்லை. நாட்டின் பௌத்தப் பாரம்பரியத்தை அரித்து வருவதாக முஸ்லிம்கள் குறை கூறப்பட்டார்கள்.

செய்தித்தாள்கள் எல்லாம் வன்முறைகள் குறித்த செய்திகளைத் தாங்கி வந்தன. பௌத்தத் தலைவர்கள் எல்லாரும் முஸ்லிம்கள் எப்படி நடந்து கொள்ள வேண்டும் என்று அறிவுறுத்திய செய்திகள். முஸ்லிம்கள் நடத்தும் கசாப்புக் கடைகளை மூட வேண்டும் என்று JHU வலியுறுத்தியது. போதி பல சேனா கொழும்புவில் இருந்த ஒரு

பிரபல முஸ்லிம் ஜவுளிக் கடையைத் தாக்கியது. யாரோ பெயர் தெரியாதவர்கள் மசூதிகளின் சுவர்களில் பன்றிகள் படத்தை வரைந்தார்கள். முஸ்லிம்களுக்கு சலுகை காட்டப்படுவதாக இலங்கை சட்டக் கல்லூரிக்குள் புகுந்து சிலர் தாக்குதல் நடத்தினார்கள். பௌத்தக் கோயில்களுக்கு அருகில் இருக்கும் மசூதிகளை இடிக்கச் சொல்லி உத்திரவுகள் பறந்தன. தம்புல்லா என்கிற இடத்தில் இருந்த மசூதிக்கு எதிர்ப்பாளர்களுடன் வந்து இடத்தை மாற்றச் சொன்ன உள்ளூர் பௌத்தக் கோயில் தலைவர், 'இம்முறை பௌத்தக் கொடியுடன் வந்தோம். அடுத்த முறை வித்தியாசமாக வரவேண்டியிருக்கும்' என்றார்.

இதையெல்லாம் அமைதியாகப் பார்த்தபடித் தன் பாட்டுக்கு இருந்தது அரசாங்கம். வெறுப்பும், அசூயையும் நிரம்பிய இந்தச் செயல்கள் அச்சுறுத்துவதாயும் வேதனை அளிப்பவையாகவும் இருந்தன.

அனுராதபுரத்தில் உள்ளூர்ப் பத்திரிகையாளரான ரிஸ்வி என்கிற சஞ்சயாவின் நண்பரைச் சந்தித்தோம். தமிழில் கல்வி கற்றவர் என்றாலும் தெளிவான சிங்களம் பேசினார். ரிஸ்வி எல்லாவற்றுக்கும் ஒரு வரலாற்றுப் பின்னணி வைத்திருந்தார். இந்த நிகழ்வுக்கு 1974 ஆம் ஆண்டில் தொடங்கினார்.

புத்தர் ஞானமடைந்த போதி மரத்தின் ஒரு கிளை இந்தியாவில் இருந்துகொண்டுவந்து நடப்பட்டு அதில் இருந்து முளைத்த மரத்தைச் சுற்றி உருவான ஊர் அது. அங்கே ஏராளமான முஸ்லிம்களுடன் ஒன்று கலந்து இருந்தது ரிஸ்வியின் குடும்பம். சில குடும்பங்கள் ஒரு நூற்றாண்டுக்கும் அதிகமான காலமாக அங்கே வசித்தார்கள். 2009 ஆம் வருஷம் எந்த ஈட்டுத் தொகையும் தராமல் எல்லா வீடுகளையும் இடிக்குமாறு அரசாங்கம் உத்தரவிட்டது. குறிப்பிட்ட தர்கா இந்தப் பகுதியின் மையத்தில் இருந்தது. சிக்கந்தர் வலியுல்லா என்கிற முஸ்லிம் துறவியின் சமாதி அது. நானூறு ஆண்டுகளுக்கு முந்தைய வரலாற்றில் இந்த தர்கா பற்றிய குறிப்பு இருப்பதாக ரிஸ்வி சொன்னார். தங்களைத் தாங்களே சம்மட்டியால் தாக்கிக் கொள்வதும், கத்தியால் குத்திக் கொள்வதுமான வினோதச் சடங்கு ஒன்று ஆண்டுதோறும் ஒரு விழாவில் இங்கே நடைபெறும். அந்த விழா தனக்குத் தெரிந்து கடந்த ஐம்பது, அறுபது ஆண்டுகளாக நடைபெற்று வருவதாகச் சொன்னார்.

2011, ஜூன் மாதம் ஏழு பேர்கள் மோட்டார் சைக்கிளில் அந்தத் தர்காவுக்கு வந்தார்கள். அவர்கள் கடப்பாரை முதலான கருவிகளுடன் இடிப்பதற்குத் தயாராக வந்திருந்தார்கள். ஒரு முஸ்லிம் குழு அவர்களை எதிர்த்து நின்றது. போலிஸ் வந்தது. இடிக்கும் முயற்சி தடுக்கப்பட்டது. பாதுகாப்புக் கருதி, தர்காவுக்கு அருகிலேயே ஒரு புதிய போலிஸ் புறக்காவல் நிலையம் அமைக்கப்பட்டது.

| 142 |

இந்த நிகழ்வுக்குப் பிறகு அனுராதபுரம் இன்னும் அதிகத் தொந்தரவு களுக்கு ஆளானது. ஊரெல்லாம் துண்டுப் பிரசுரங்கள் விநியோகிக்கப் பட்டன. அவற்றில் மூன்றை ரிஸ்வி பத்திரப்படுத்தி வைத்திருந்தார். அவற்றில் இரண்டு அநாமதேயப் பிரசுரங்கள். ஒன்றில் அமிததம்ம தேரோ என்கிற பௌத்தத் துறவியின் பெயர் இருந்தது. அவர் ஊரறிந்த கோபக்காரர். 'இதில் துறவிகளும் சம்பந்தப்பட்டிருப்பது எனக்கு ஆச்சரியம் அளித்தது' என்றார் ரிஸ்வி.

முதல் பிரசுரம் உலகில் மிக வேகமாக அழிந்து வரும் இனம் சிங்கள இனம் என்றது. இதற்குக் காரணம் முஸ்லிம்கள் என்றும் அவர்கள் பன்றிகள்போல இனவிருத்தி செய்து வருவதாகவும் சொன்னது. அதில் இருந்த வேறு சில விஷயங்கள்:

இந்த உலகத்துக்கு இலங்கை ஒரு சிங்கள பௌத்த நாடு என்று பெருமிதத்தோடு சொல்லக் கூடிய சுத்த ரத்தம்கொண்ட ஒரு ஆட்சி யாளன் நமக்குத் தேவை. இங்கே வாழும் இதர இனத்தவர்கள் இந்தச் சட்டத் திட்டங்களுக்கு உட்பட்டு வாழவேண்டும். இல்லையென்றால் வெளியேற வேண்டும் என்று சொல்லும் தைரியம் அவனுக்கு இருக்க வேண்டும். நமக்குப் பன்முகக் கலாசாரமும், பன்மதங்களும் தேவை யில்லை. உலகில் ஒரே ஒரு சிங்கள பௌத்த நாடுதான் இருக்க வேண்டும், அது இந்நாடு...

உங்கள் சொத்துக்களையோ, தொழில்களையோ முஸ்லிம்களுக்கு விற்காதீர்கள். அவர்களால் அதிக விலை கொடுத்து வாங்க முடியும். காரணம் அவர்களுக்கு மசூதிகளிலிருந்தும், மத்திய கிழக்கு நாடு களிலிருந்தும் பணம் வருகிறது. நீங்களும் நானும் இருக்கப் போவது சில காலமே, ஆனால் இந்தப் புனித மண்ணை எதிர்காலச் சந்ததி யினருக்காகக் காக்க வேண்டியது நம் கடமை.

கடைசி வரி, இந்தப் பிரசுரம் சிங்கள பௌத்தர்களுக்கு மாத்திரமே விநியோகிக்கப் படவேண்டும் என்று சொன்னது.

இரண்டாவது பிரசுரத்தில் அதை எழுதியவர்கள் இப்படியான ஒரு புனித ஸ்தலத்தில் தர்காவையும், இதர பௌத்தம் அல்லாத அமைப்புக் களையும் நுழைய அனுமதித்ததற்கு நிர்வாகத்தைத் தாக்கினார்கள். மதப் போர் எழாமல் இருக்க வேண்டுமானால் தர்காவை நீக்க வேண்டும் என்றார்கள். 'பசுக்களைக் கொல்லும் மாட்டுக் கறி தின்னும் தமிழர்களே, உங்களுக்கு ஏற்கெனவே அனுராதபுரம் போஸ்ட் ஆஃபீஸ் பின்புறம் மசூதி இருக்கிறதே. இங்கே பௌத்த மண்ணில் வந்து எங்கள் பாரம்பரியத்தை நகைப்புக்கு இடமாக்காதீர்கள்' என்றது அந்தப் பிரசுரம்.

மூன்றாவது பிரசுரம் செப்டம்பர் 2'ம் தேதி என்று தேதி போட்டு வெளி யிடுபவர் அமிததம்ம தேரோ என்று பெயரெல்லாமும் போட்டிருந்தது.

| 143 |

தர்காவை மசூதி என்று சொல்லி, அது இருப்பதால் அனுராதபுரத்தின் புனிதமே நாசமாகிவிட்டதாகத் தெரிவித்தது.

யார் இதற்குப் பொறுப்பு?

ஊழல் பிடித்த அரசியல்வாதிகளும், வெறுமனே துறவி உடை அணிந்து கொண்டு பௌத்தம் சொன்னவற்றைக் கடைபிடிக்காமல் இருப்பவர் களுமே காரணம். இந்த மசூதியைப் பாதுகாக்கும் சிங்கள பௌத்த போலிஸார் அவமானத்துக்கு உரியவர்கள்.

இந்த மசூதியைப் பாதுகாக்கும் காவல்துறை ஐ.ஜி அவமானத்துக் குரியவர். பௌத்தத்தில் பற்றுகொண்ட மஹிந்தாவும், கோத்தபயாவும் இதில் கவனம் செலுத்தட்டும்.

ஆன்மிகப் பற்றுள்ள துறவிகளுக்கும் தொண்டர்களுக்கும்:

முஸ்லிம்களிடமிருந்து இந்தப் புனித அனுராதபுரத்தைக் காக்க செப்டம்பர்' 10 ம் தேதி பிற்பகல் ஒரு மணியளவில் தக்கனு தகோபாவுக்கு வாருங்கள்.

பதின்ம வயதில் இருந்த ரிஸ்வியின் மகன் முகமதுவிடம் பேசிக் கொண்டிருந்தேன். உங்கள் அண்டை வீட்டுக்காரர்களை எல்லாம் யார் யாரென்று தெரியுமா என்று கேட்டுக்கொண்டிருந்தேன். ஒவ்வொரு வீடாகச் சுட்டி பெயர் சொல்லிக்கொண்டு வந்தவன் இரண்டு வீடுகள் தள்ளி இருந்த பங்களா ஒன்றைக் காட்டி ஜனகா பெரேரா என்றான்.

பெரேரா ராணுவத்தில் பணியாற்றிய பெயர் பெற்ற ஜெனரல். 2008 ஆம் வருஷம் வடக்கு மத்திய மாகாணத்தின் முதல்வர் பதவிக்காகத் தேர்தலில் நின்றார். அதே தெருவில், தன் வீட்டில் தேர்தல் அலு வலகம் தொடங்கினார். அப்போது ரிஸ்வியின் சகோதரர், சகோதரி, சகோதரியின் கணவர் எல்லாரும் அங்கே கூடியிருந்த மக்களுக்கு மத்தியில் தாங்களும் நின்று வேடிக்கை பார்த்துக்கொண்டிருந்தார்கள். அப்போது அங்கே வேடிக்கையான சேட்டைகளுடனும், உளறல் களுடனும் ஒரு ஆள் தோன்றினான். எல்லாரும் அவனைப் பைத்தியக் காரன் என்று நினைத்தார்கள். திடீரென்று அவன் வெடித்து இரண்டாய்ப் பிளந்து சிதறிப் பறந்த போதுதான் அவன் ஒரு மனித வெடிகுண்டு என்பது தெரிந்தது.

ரிஸ்வியின் சகோதரியும், அவள் கணவனும் அதே இடத்தில் மாண்டு போயினர். வெடிகுண்டு உடைத்த பிளேடுகள், ஆணிகள், திருகாணிகள் எல்லாம் போட்டுச் செய்யப்பட்டிருந்தது. ரிஸ்வியின் சகோதரி கணவரின் உடலில் இதயத்துக்கு அருகில் தைத்த ஆணியிலிருந்துகூட அவரைக்

காப்பாற்றியிருக்கலாம், அதில் சயனைட் தடவப்படாமல் இருந்திருந்தால்!

ரிஸ்வியிடம் அவருடைய உறவினர்கள் மூவர் இறந்த இந்த விபத்து குறித்துக் கேட்டபோது 'மூவரா?' என்று கேட்டுவிட்டு கைவிரல்களை விரித்து வைத்துக்கொண்டு பல்வேறு சந்தர்ப்பங்களில் இப்படி இறந்து போன உறவினர்களை வரிசையாகச் சொன்னார். அவருடைய கை விரல்கள் தீர்ந்துபோனது. இறந்தவர்களின் வரிசை தீரவில்லை. யதேச்சையாகத் தரையில் ஒரு செங்கலை நீக்கிப் பார்த்தபோது அங்கே ஏராளமான சடலங்கள் புதைந்துகிடப்பதைக் கண்டதுபோல் நான் அதிர்ச்சியடைந்தேன்.

அமிததம்மாவின் துண்டுப் பிரசுரத்துக்கு ஆதரவளித்து சுமார் 200 பேர்கள், சிங்கள ரவயா அமைப்பைச் சேர்ந்தவர்கள் தர்காவுக்கு அருகே கூடினார்கள். கடப்பாரை, கோடரி மாதிரியான ஆயுதங்களுடனும், சில துறவிகளுடனும் ஒரு பஸ்ஸூம் வந்தது. 'அங்கே ஏதோ பிரச்னை ஆகப் போவதாக எனக்குத் தகவல் வந்து நானும் என் கேமராவோடு போனேன்' என்றார் ரிஸ்வி.

சுமார் ஐம்பது போலிஸ்காரர்கள் தர்காவை யாரும் அணுக இயலாத வாறு மூடியிருந்தார்கள். இது தர்காவைப் பாதுகாக்க அல்ல, மக்களை அதனருகே நெருங்கவிடாமல் செய்யவே என்பது ரிஸ்விக்குப் புரிந்தது. அவர் நெருங்க முயன்றபோது ஒரு போலிஸ்காரர், 'போகாதீர்கள், அவர்கள் விவாதிக்கவோ நியாயங்களைக் கேட்கவோ தயாராக இல்லை. அவர்களின் நடவடிக்கை ரொம்ப மோசமாக இருக்கிறது' என்றாராம். செய்வதறியாமல் வெறித்த முஸ்லிம்களுடன் ரிஸ்வி நின்றார்.

'நண்பகல் மூன்றே முக்கால் மணிக்கு அரசின் துணை பிரதிநிதி ஜி. ஏ. கித்சிரி என்பவர் வந்தார். வரும்போதே 'இது மடத்தனம், இது மடத்தனம்' என்று சொல்லிக்கொண்டே வந்தார். நான் அவரிடம் 'நீங்கள் சொல்வது சரிதான், போய் நிறுத்துங்கள்' என்றேன்.

கித்சிரி வரும்போது துறவிகள் போலிஸ்காரர்களுடன் சண்டையிட்டுக் கொண்டிருந்தார்கள். அவர்களுடன் கித்சிரி கைகளை அசைத்து ஆவேசமாய்ப் பேசுவதை மௌன நாடகத்தைப் பார்ப்பதுபோல் ரிஸ்வியால் பார்க்க முடிந்தது. பிறகு அவர் மொபைல் ஃபோனை எடுத்து யாருக்கோ டயல் செய்வதையும், தர்காவை விட்டுத் தள்ளிப் போவதையும், ஒரு மாதிரிப் பொறுமையின்றி ஃபோனில் பேசு வதையும் பார்க்க முடிந்தது. மறுமுனையில் பேசியது யார் என்று தெரியவில்லை, அறிந்து கொள்ளவும் வகையில்லை. பேசிவிட்டு வந்து

| 145 |

அவர் இடிக்கத் தயாராய் இருப்பவர்களிடம் தான் கோத்தபய ராஜபக்சேவிடம், உள்துறை அமைச்சகத்திடம், பேசி விட்டதாகவும் இன்னும் மூன்று நாட்களில் தர்காவை இடிக்க உத்திரவு பிறப்பித்து விட்டதாகவும் தான் பார்த்துக் கொள்வதாகவும் சொல்கிறார்.

அதை மறுத்து அந்த வேலையைத் தாங்களே செய்து விடுவதாக அவர்கள் சொல்கிறார்கள். கித்சிரி தன் மேலதிகாரிகளை அழைத்து என்ன செய்வது என்று அறிவுரை கேட்கிறார். எப்படியோ, வீடியோ வில் பார்க்கிறபோது தெளிவான, அறுதியான உத்திரவுகள் அவருக்குக் கிடைத்திருப்பது தெரிகிறது. பேசி முடித்த பிறகு ரொம்பவும் சுமை யோடு நடக்கிறார். அங்கிருக்கும் போலிஸ்காரர்களுக்கு ஏதோ உத்தரவு தருகிறார். அவர்கள் பாதுகாப்பு வளையத்தை வலுவாக்குகிறார்கள். தர்கா உடைப்பு தொடங்குகிறது.

ரிஸ்வி புனித நகரத்தினூடாக எங்களை அந்த தர்கா இருந்த இடத்துக்கு அழைத்துப் போனார். ராணுவத்தினர் எங்களை அருகில் அனுமதிக்க வில்லை. நிறுத்தினால்கூட வந்து கேள்வி கேட்பார்கள் என்று நிறுத் தாமல் ஆனால் மிக மெதுவாக வண்டியை ஓட்டினார் ரிஸ்வி. அங்கே தர்காவே இல்லை. மெல்ல பௌத்த அடையாளங்கள் தோன்றிக் கொண்டிருந்தன.

ரிஸ்வி அந்த மசூதி இடிப்புக் காட்சிகளை வீடியோவில் எடுத்திருந் தார். அதைப் பார்த்தேன். துறவிகள் அவர்களுடைய காவி உடையை அணிந்திருந்தனர். உடன் வந்தவர்கள் வெள்ளை உடை அணிந்திருந் தனர். கையுறைகள், கடப்பாரைகள் எனத் தேவையான கருவிகள் அனைத்தையும் கொண்டுவந்திருந்தார்கள். தங்களை யாரும் தடுக்கமாட்டார்கள் என்ற துணிச்சலும் நம்பிக்கையும் அதில் தெரிந்தது. சிங்கள ரவையா அமைப்பின் கொடிகள் முதலில் பக்கத்தில் இருந்த மரத்தில் கட்டப்பட்டன. இந்தப் புனிதமான திருப்பணியைச் செய்வது யார் என்பது உலகுக்குத் தெரிந்தாகவேண்டுமல்லவா. அதன் பிறகு தர்காவின் சுவர்களை இடிக்க ஆரம்பித்தார்கள். பச்சை நிறத்தில் சமாதி மீது துணி போர்த்தப்பட்டிருந்தது. அதைக் கிழித்துத் தீ வைத்துக் கொளுத்தினார்கள். அங்கு இரண்டு குர்ரான் புத்தகங்கள் இருந்தன. ஒன்றைக் கிணற்றில் வீசி எறிந்தார்கள். இன்னொன்றைத் தீயில் இட்டுக் கொளுத்தினார்கள். தீயில் எறிந்ததைப் பார்க்க முடியவில்லை. ஆனால், ஒரு புத்தகம் தீயில் எரிந்துகொண்டிருப்பதைப் பார்க்க முடிந்தது. ஒரு துறவி அனைத்தையும் நின்று மேற்பார்வையிட்டுக்கொண்டிருந்தார். கேமரா மெள்ள வேறொரு பக்கம் திரும்புகிறது. அங்கே தற்காலிகக் காவல் மையத்தில் ஒரே ஒரு காவலர் அங்கு நடப்பவற்றுக்கும் அவருக்கும் எந்த சம்பந்தமும் இல்லை என்பதுபோல் மௌனமாக அனைத்தையும் வேடிக்கை பார்த்துக்கொண்டு நிற்கிறார்.

நான்கு

இறுதி ஆட்டம்

1

நண்பர் 'எம்' மிடம் தர்கா இடிப்பு குறித்துப் பேசிக்கொண்டிருந்தேன்.

அவர், அருண் என்கிற தன் நண்பரை அறிமுகம் செய்து அவரிடம் நான் பார்த்த காட்சிகளைச் சொல்லச் சொன்னார். அருண் அதைக் கேட்டு அதிர்ச்சியோ ஆச்சரியமோ கொள்ளவில்லை. புதிய இலங்கையில் இடிப்பதுதான் தேசக் கட்டுமானத்தில் பிரதான பங்கு வகிக்கிறது என்றார்.

அருணும் எம்.மும் கோபே என்கிற இடத்தில் இருக்கும் கல்லறைத் தோட்டம்பற்றிச் சொன்னார்கள். புலிகளின் அடிப்படை மத நம்பிக்கை இறந்தவர்களை எரிப்பது என்றாலும் அவர்கள் இறந்த புலிகளை அங்கே புதைத்தார்கள். காரணம் சமாதிகளில் வைக்கப்படும் கல்வெட்டுக்கள் அமைதியான பிரசாரமாக இருக்குமே! இந்த நோக்கம் மிக நன்றாகத் தெரிந்திருந்ததால் போர் முடிந்ததும் அந்த இடத்தை சுத்தமாக அகழ்ந்து அழித்து அதன் மேல் ராணுவ அவுட் போஸ்ட் ஒன்று கட்டப்பட்டிருக்கிறது.

'அங்கே புதைக்கப்பட்டவர்கள் புலிகளோ, சாதாரணத் தமிழர்களோ, முஸ்லிம்களோ, சிங்களர்களோ... அவர்கள் யாரோ ஒரு தாய்க்குப் பிள்ளைகள். அவர்களின் உடல்களுக்கு உரிய மரியாதை தரப்பட்டிருக்க வேண்டும். இப்படித் தோண்டித் தூர எறிவது நாகரிகமாக இல்லை' என்றார் அருண். தொடர்ந்து 'இதுவே சிங்களர்கள் புதைக்கப்பட்ட இடமாக இருந்தால் புலிகள் அதை ஏதும் செய்திருக்கமாட்டார்கள்' என்றார். என்னால் அதை ஒப்புக்கொள்ள இயலவில்லை, ஆனாலும் ஏதும் பேசவில்லை.

இது போன்ற இன்னொரு இடிப்புச் சம்பவம் யாழ்ப்பாணத்தின் வட மேற்கில் வல்வெட்டித்துறையில் நடந்தேறியிருக்கிறது. பிரபாகரனின்

மூதாதையர் வீடொன்று அங்கே இருக்கிறது. 2010 ஏப்ரல் மாதம் அதை இடித்துத் தள்ளிவிட்டார்கள். ஆனால் இந்த வீட்டில் அவர் வசித்தது பல வருஷங்களுக்கு முன்னால், சமீபத்தில் அல்ல. நல்ல வளமான பிரதேசம். அது ஒரு போர் நடந்த இடம் என்று சொன்னால் யாராலும் ஒப்புக்கொள்ள முடியாது.

ஆட்டோ ஸ்டாண்டில் போய் 'பிரபாகரன் வீடு எங்கே இருக்கிறது?' என்று கேட்டோம்.

'அங்கே எதுவுமில்லை. எல்லாம் இடித்துத் தள்ளியாகிவிட்டது' என்றார் அவர்.

'தெரியும். சும்மா அந்த இடத்தைப் பார்க்கிறதுக்காகத்தான்' என்றோம்.

வழியைச் சொன்னவர் பெயர் லலித் குமார். ஒரு ராணுவ சோதனைச் சாவடிக்கு அருகில் இருக்கும் அந்த இடத்தில் ஆட்டோவை நிறுத்த வேண்டாம் என்று எச்சரித்தார். பிறகு கொஞ்சம் யோசித்துத் தானும் கூடவருவதாகச் சொன்னார். அவர் அந்தப் பகுதிக்காரர் என்பது ராணுவத் தினருக்குத் தெரியும் என்பதால் பிரச்னை இருக்காது. அந்த இடத்தில் வீடெதுவும் இல்லை. கட்டடம் இடிந்த கற்களும் அவற்றைச் சுற்றிலும் புல்லும் புதர்களுமே இருந்தன. அடுத்த வீட்டைக் காட்டி 'பிரபாகரன் வீடு இது போல்தான் இருந்தது' என்றார் லலித் குமார்.

போர் முடிந்ததிலிருந்து இந்த வீட்டைப் பார்க்க ஏராளமான தமிழர் களும், ஏன் சிங்களர்களும்கூட வர ஆரம்பித்தார்கள். இந்த இடம் ஒரு நினைவுச் சின்னமாக, ஒரு புனித இடமாகப் போய் பிரபாகரனை வழிபட ஆரம்பித்து விடுவார்கள் என்கிற அச்சம் ராணுவத்துக்கு ஏற்பட்டது. ஆகவே உடனடியாக அதை இடித்துத் தள்ளினார்கள். அதற்கப்புறமும் மக்கள் வருவது நிற்கவில்லை. வந்து கையில் கிடைத்த சிதிலங்களை ஞாபகத்துக்கு எடுத்துப் போக ஆரம்பித் தார்கள். அந்த இடத்தை சுத்தமாக வாரி லாரியில் ஏற்றிக் கண்காணாத இடத்தில் கொண்டுபோய்க் கொட்டினார்கள்.

வண்டியை மெதுவாக ஓட்டிச் சென்று அருகில் இருந்த தேநீர் கடைக்கு முன்னால் நிறுத்தினோம். கடைக்காரருக்கு நாங்கள் எதற்காக வந்திருக் கிறோம் என்பது தெரிந்திருந்தது. நிழலோரமாக நின்றபடியே, முன்பு பிரபாகரனின் வீடு இருந்த இடத்தில் இப்போது இருந்த சூனியத்தை வெறித்துப் பார்த்தபடி சிறிது நேரம் நின்றுகொண்டிருந் தோம்.

'இந்த வீட்டை இடித்ததால் என்ன சாதித்தார்கள் என்று தெரிய வில்லை' என்றார் லலித் குமார்.

| 150 |

அது ஒன்றும் தெளிவான மனநிலையில் செய்யப்பட்ட செயலாக எனக்குத் தோன்றவில்லை. அதிகாரத்தைப் பயன்படுத்திச் செய்யப் பட்ட இந்தச் செயல் பயத்தை வெளிப்படையாக ஒப்புக்கொள்ளும் செயலாக இருக்கிறது. பிரபாகரனை நினைவுகூரும் ஒவ்வொரு விஷயத் துக்கும் இருக்கும் சக்தியை அரசாங்கம் அறிந்திருப்பதாலேயே எல்லா வற்றையும் அழிக்க முற்படுகிறது. ஒரு சின்ன இழை ஞாபகம்கூட நாட்டின் தமிழர்களினூடே வளர்ந்து பிரமாண்டம் ஆகிவிடும்.

பிரபாகரனின் குடும்பம் 1983 ஆம் ஆண்டே இங்கிருந்து புறப்பட்டு திருச்சிராப்பள்ளிக்குப் போய்விட்டது. பிரபாகரனின் தகப்பனார் வேலுப் பிள்ளைக்குத் தன் மகன் தேர்ந்தெடுத்த வழியில் உடன்பாடு இல்லை. ஆகவே அம்மா தனியாக வீட்டில் இருக்கிறபோது மாத்திரமே ரகசியமாக பிரபாகரனால் அவரைச் சந்திக்க முடிந்தது. பிரபாகரனின் குழந்தைகள் இலங்கைக்குத் திரும்பவே இல்லை. அவர்கள் ஐரோப்பாவுக்கும், கனடாவுக்கும் சென்றுவிட்டார்கள். அங்கே இன்னமும் பத்திரமாய் இருப்பதாகப் பேச்சு. வேலுப் பிள்ளையும், அவர் மனைவியும் போர் நிறுத்தத்தின்போது நாடு திரும்பினார்கள். ஆனால் வல்வட்டித்துறைக்குப் போகவில்லை. யாழ்ப்பாணத்துக்குத் தெற்கில் இருக்கும் மல்லாவி என்கிற இடத் துக்குப் போனார்கள்.

அச்சமயம் பிரபாகரன் ஈழத்தின் அச்சாணியாக ஆகியிருந்தார். அந்த இயக்கத்தின் செயல்பாடுகள், தமிழர்களுக்கு எது சிறந்தது என்கிற நோக்கில் இல்லாமல், பிரபாகரனின் எதேச்சாதிகாரம் எதைச் சரி என்று நினைத்ததோ அதைச் சார்ந்தே இருந்தன. அளவு கடந்த சந்தேகத்தின் காரணமாக நெருங்கிய நண்பர்களைக்கூட நம்பாமல், இம்மியளவு விசுவாசக் குறைவு காட்டிய புலிகளைக்கூடக் கொலை செய்தும், பொது மக்களிடையே தோன்றாமலும் இருந்து, மிகப் பாதுகாப்பாகத் தன்னைப் பல வருஷங்கள் வைத்திருந்தார். காமிக்ஸ் புத்தகங்களில் வரும் கொடூர கதாபாத்திரங்கள் சித்திரிக்கப்படுவதுபோல், மூன்று புலிக்குட்டிகளை வளர்த்தார். தொண்டர்கள் ரேஷன் அளவில் சாப்பிட்டு வந்தாலும் தான் குறைவில்லாத அளவுக்கு சந்தோஷமாகச் சாப்பிட்டார். பூச்சி மருந்து வாசனை பிடிக்காது என்பதால் தன் வீரர்களைப் போட்டி போட்டுக்கொண்டு ஈ ஓட்ட வைத்தார். இன்னும் அமையவே அமையாத ஒரு நிலையற்ற அரசின் தலைவராக அவர் விளங்கினார்.

'எம்' சொல்கிறார், பிரபாகரன் ஒரு மிகச் சிறந்த கொரில்லா. ஆனால் சுத்தமாக அரசியல் நிபுணத்துவம் இல்லாதவர். வன்னிக் காடுகளில் போதை மருந்து, ஆயுதப் பரிமாற்றம், பணப் பரிவர்த்தனை ஆகிய

வற்றுக்கான வலைப்பின்னல்களை அபாரமாக உருவாக்கி வைத்திருந்தார். இந்த லாபத்தில் பல ஆண்டுகளாகத் தன் ஆட்களைச் சந்தோஷமாக வைத்திருந்தார். நேரடிப் போரில் ஈடுபடாமல் தந்திரமான தாக்குதல்களில் மட்டுமே ஈடுபடச் செய்தார். ஆனால் இலங்கை அரசுக்கு ஒருங்கிணைப்போடு செயல்படும் திறமை இருக்காது என்று தப்புக்கணக்குப் போட்டுவிட்டார். சமாதானப் பேச்சுவார்த்தைகள் தான் எதிர்பார்த்த ஈழத்தைத் தராது என்று தொடர்ந்து அதை நிராகரித்து வந்தார்.

9/11க்குப் பிறகு உலக நாடுகள் ஒவ்வொன்றும் தத்தம் பயங்கரவாதிகளை ஒடுக்க எடுக்கும் கடும் நடவடிக்கைகளை பரஸ்பரம் ஆதரிக்க ஆரம்பித்ததை அவர் அறிந்திருக்கவில்லை. பிரபாகரனின் அரசியல் இயலாமை அவரது ராணுவத்தின் சாதுரியத்தைக்கூட மழுங்கடிக்க ஆரம்பித்துவிட்டது. இறுதிக் கட்டத்தில், அதாவது 2006 ஆம் ஆண்டிலிருந்து அவர் இறக்கும்வரை செய்த எல்லாச் சண்டைகளிலும் தோற்கப் போகிறோம் என்பது அவரைத் தவிர மீதம் எல்லாருக்கும் தெரிந்திருந்தது.

அலை அலையாகக் கிளம்பிப்போன இதர குடிமக்கள்போலவே பிரபாகரனின் பெற்றோரும் மல்லாவியிலிருந்து புறப்பட்டு 2008 இறுதியில் அகதிகளோடு அகதிகளாக நந்திக்கடல் வளைகுடாவுக்குப் போனார்கள். போர் முடிவதற்குச் சில நாட்களுக்கு முன்பு ஆயிரக் கணக்கானவர்களோடு தாங்களும் சரண் அடைந்தார்கள். பிரபாகரன் இறந்து பல நாட்களுக்குப் பிறகே அவரது பெற்றோரும் அகதிகளோடு அகதிகளாக மேனிக் ஃபார்ம் முகாமில் இருப்பதை இலங்கை அரசு அறிந்தது.

தனியொரு முகாமுக்கு அவர்கள் மாற்றப்பட்டார்கள். அங்கே 86 வயதான வேலுப்பிள்ளை 2010 ஜனவரி மாதம் இறந்து போனார். அவர் மனைவி பார்வதி வல்வட்டித்துறைக்குத் திரும்பினார். ஆனால் அவரும் 2011ஆம் வருடம் இறந்து போனார். இதனிடையில் அவர்களுடைய பூர்விக வீடு இடித்துத் தரைமட்டமாக்கப்பட்டிருந்தது.

| 152 |

2

2008 ஆம் ஆண்டின் இறுதியில் போர் கிளிநொச்சியில் 'எம்' இருந்த பகுதியில் தீவிரமாகியிருந்தது. கிளிநொச்சியின் தெற்கிலும் மேற்கிலும் இருந்த மது, பலம்பிட்டி, மல்லாவி, கொக்காவில் ஆகிய இடங் களைக் கைப்பற்றியபடி வன்னி வழியே முன்னேறிக்கொண்டிருந்தது ராணுவம். இந்தப் பகுதிகளிலிருந்து வேறு வழியின்றி வெளியேறிய தமிழர்களை, வன்னியில் இன்னும் தங்கள் கட்டுப்பாட்டில் இருந்த பகுதிகளுக்குப் புலிகள் அனுப்பினார்கள். இது நிகழ்ந்தபோது வழக்கமான இடப்பெயர்ச்சி ஆட்டம்தான் என்று நம்பி மக்கள் ஏமாந்து போயிருக்க வாய்ப்புண்டு. எப்போதும் ராணுவம் ஒரு பகுதியைக் கைப்பற்றுவதும், புலிகள் அதை மீண்டும் கைப்பற்றுவதும் என்று ஆட்டம் நடக்கும்.

வன்னியில் இது மாதிரியான இடப்பெயர்ச்சிகள் வழக்கமாகியிருந்தன. ஏழு தடவைக்குக் குறைவாக இடம் பெயர்ந்தவர்கள் மிக மிகக் குறைவு. பெரும்பாலானவர்கள் 15 அல்லது 20 முறை மாறியவர்கள். இப்படித் திரும்பத் திரும்ப மாறவேண்டியிருப்பதால் சில விஷயங் களில் மக்கள் தேர்ச்சி பெற்றிருந்தனர். எதைத் தாங்கள் மிகவும் முக்கியம் என்று கருதுகிறார்களோ அதை மாத்திரம்தான் எடுத்துக் கொண்டுபோகிறார்கள். எல்லாவற்றையும் கொண்டுபோவது கடினம். ஒவ்வொரு முறையும் அகதிகள் முகாமிலிருந்து சைக்கிள் திருட்டுப் போய்க்கொண்டிருந்ததால் சைக்கிள் முழுவதும் கிரீஸ் அப்பி கிணற்றில் போட்டுவைத்துக் காப்பாற்றினாராம் ஒருவர்.

2008 ஆம் ஆண்டு டிசம்பரில் மக்கள் இடம் பெயர்ந்தது தன்னிச்சை யாய் அல்ல. புலிகள் அவர்களைத் தங்களுக்குக் கேடயமாக அமைத்து அவர்களுக்கிடையே நகர்ந்தார்கள். சிவிலியன்களைக் கொன்று விடுவோம் என்கிற பயத்தில் இலங்கை ராணுவம் துப்பாக்கிச் சூடு நடத்தாது என்று தப்புக் கணக்குப் போட்டுவிட்டார்கள் புலிகள்.

இடம் பெயரும் போது சிலர் தங்கள் வீட்டின் கதவுகளையும் ஜன்னல் களையும் கூடப் பெயர்த்து எடுத்துக்கொண்டுபோனார்களாம். நாங்கள் அவ்வளவு மோசமில்லை என்றார் 'எம்'. டிராக்டர்காரர்கள் மனிதர் களையும் சாமான்களையும் ஏற்றிச் செல்ல குடும்பம் ஒன்றுக்கு ரூ 15,000 வாங்கினார்களாம். பல குடும்பங்கள் தலையிலும் கையிலும் தங்களால் எவ்வளவு சுமக்க முடியுமோ அவ்வளவு சுமந்தபடி கால்நடையாகவே போனார்கள். வண்டிகளால் வேகமாய்ப் போக முடியாது. சாலையெங்கும் ஏராளமான ஜனங்கள் இருப்பார்கள். திடீர் திடீரென்று குண்டு விழும். லாரிகள் வெடித்துச் சிதறும். வழியெல்லாம் பிணங்கள் கிடக்கும். மக்களின் இடப்பெயர்ச்சியானது காயம் பட்ட பிரமாண்ட மலைப்பாம்பு தட்டுத்தடுமாறி ஊர்ந்து செல்வது போலி ருக்கும். 'குண்டுளை வீச ராணுவம் விமானங்களில் இருந்து பாரா லைட்களை அடித்தபடியே மேலே வட்டமிட்டுக்கொண்டிருக்கும். நிரந்தர ஒளி வெள்ளத்தில் பெருவழியில் போய்க்கொண்டிருப்போம்' என்றார் 'எம்'.

இப்படிக் குடிபெயர்ந்து போகும்போது ஆங்காங்கே 10 நாட்கள், 20 நாட்கள், ஐந்து நாட்கள் என்றெல்லாம் தங்க வேண்டியிருந்ததைச் சொன்னார் 'எம்'. டிரம்மையும், பிவிசி பைப்பையும் மண்மேட்டையும் கொண்டு தற்காலிகக் கழிப்பறைகள் செய்வதில் விற்பன்னராக ஆனதைச் சொன்னார். தற்காலிகக் கழிப்பறைகள் அமைக்க முடியாது போகும்போது அதற்கான இடம் தேடி அலைவதைவிடப் பெண்கள் சாப்பிடாமலேயே இருக்கத் தொடங்கினார்கள். தற்காலிகக் கழிப்பறைகள் ஏன் தேவையென்றால், காலையும் மாலையும் ஏரிகள், குளங்கள் அருகில் தங்கள் அமைப்புக்கு பலவந்தமாக ஆள் சேர்க்க விடுதலைப் புலிகள் காத்திருப்பார்களாம். இதைச் சொல்லும்போது கோபத்தில் 'எம்' மின் மூக்கு விடைத்தது. 'இறுதிக் கட்டத்தில் புலிகளும் சரி, ராணுவமும் சரி பிசாசுபோல நடந்துகொண்டார்கள்' என்றார்.

வன்னியில் சிக்கியிருந்தவர்கள் எண்ணிக்கை 70,000 என்று அரசாங்கத்தின் புள்ளிவிவரம் சொன்னாலும் மூன்றரை லட்சம் பேர் இருந்ததாக ஐக்கிய நாடுகள் சபையின் அறிக்கை சொல்கிறது. பொருட்கள் எல்லாம் தட்டுப்பாடாகி புதியதொரு பொருளாதாரம் செழித்தது. ஏகத்துக்குப் பணம் இருந்தவர்களால் மாத்திரமே எதையும் வாங்க முடிந்தது. 'எம்' இப்படியான நிலைமையை ஓரளவு ஊகித்துப் பணம் வைத்திருந்ததால் பிழைக்க முடிந்ததைச் சொன்னார். ஒரு சில டப்பாக்கள் குழந்தை உணவின் விலை 5,000 ரூபாய். சிக்கன் அல்லது மட்டன் ஒரு கிலோ 2000 ரூபாய். ஒரு பை சர்க்கரை 1,500 ரூபாய். தங்குகிற கூடாரத் துணியை ரூ 22,000 கொடுத்து வாங்கினாராம். ஒரு தேங்காய் ஆயிரம் ரூபாய். எது வேண்டும் என்றாலும் எப்படியோ

அதைத் தருவிக்கவும் கொள்ளை விலையில் விற்கவும் ஆட்கள் இருந்தார்கள்.

இந்த அச்சத்திலிருந்து இன்னும் தான் வெளிவரவில்லை என்றும், ஏதாவது பொருள் வாங்க வேண்டியிருந்தால் 'வாங்காதே வாங்காதே, பொருள் சேர்க்காதே... விட்டுப் போகவேண்டியிருக்கும்' என்று மனம் எச்சரிப்பதாகச் சொன்னார். போர் நடக்கும் இடத்தின் மையத்தில் இருந்துகொண்டு, என்ன நடக்கிறது என்பதே தெரியாமல் இருந்திருக்கிறார்கள். தங்களைச் சுற்றி என்ன நடக்கிறது என்பதை அறிய பிபிசி செய்திகள் கேட்க வேண்டியிருந்ததைச் சொன்னார். தொண்டு நிறுவனங்கள் அனுப்பிய பல லாரி உணவுகளும் மருந்து களும் ராணுவத்தால் உள்ளே அனுமதிக்கப்படவில்லை என்பதை அந்தச் செய்தி மூலம்தான் அறிய முடிந்திருக்கிறது. பத்திரிகையாளர் களுக்கு அனுமதி மறுக்கப்பட்டது.

ராணுவம் இலக்கின்றி குண்டு பொழிந்திருக்க வேண்டும் அல்லது குடி மக்களைக் குறிவைத்தே குண்டு போட்டிருக்க வேண்டும். அமைதிப் பகுதி (No fire Zone) என்று ஒன்றை அறிவிப்பார்கள். மக்கள் அங்கே இடம் பெயர்ந்ததும் மிகச் சரியாக அங்கே குண்டு போடுவார்கள். ஐக்கிய நாடுகள் சபையின் குழு இப்படியான ஒரு அமைதிப் பகுதியில் கூடாரம் அமைத்துக் கண்காணித்தபோது அவர்கள் தங்கியிருந்த இடத்துக்கு 20 மீட்டர் தூரத்துக்குள் குண்டு விழுவதைப் பார்த்து அறிக்கை தந்திருக்கிறார்கள். 7 பேர்கள் கொல்லப்பட்டார்கள், 15 பேர் படுகாயம் அடைந்தார்கள். மரத்தடியில் தங்கியிருந்த ஒரு குடும்பத்தின் கைக்குழந்தை இறந்து மரத்தின் மேல் தூக்கியெறியப்பட்டது. இன்னொரு குழந்தை வெளி வேலியில் தொங்கிக்கொண்டிருந்தது.

பாதுகாப்பான அரசாங்க இடங்களான ஆஸ்பத்திரி உள்ளிட்ட இடங் களுக்கு மக்கள் போவதை விடுதலைப் புலிகள் தடுத்தனர். அமைதிப் பகுதிகளுக்குள் புகுந்துகொண்டு அங்கிருந்து விமானங்களைச் சுடத் தொடங்கினர். இதனால் ராணுவம் அவர்களைத் தாக்க எடுத்த முயற்சி களில் அப்பாவிகள் இறக்க நேரிட்டது. இப்படியான நிகழ்ச்சிகளை நேரில் பார்த்த ஒருவர் சொன்னது: 'ஐம்பது வயது மனிதர் ஒருவர் குண்டு மழைக்கு இடையே சுட்டுக்கொண்டிருந்த புலி ஒருவரிடம் பரிதாபமாக 'தம்பி இப்பவாவது மக்களைப் போகவிடுங்க' என்று சொல்லிக்கொண்டிருந்தார். இதற்கு அந்த விடுதலைப் புலி ரிவால்வரை அந்த மனிதர் பக்கம் திருப்பி அவரைச் சுட்டுக் கொன்றார்.'

2011 ஆம் ஆண்டு சேனல் - 4 வெளியிட்ட வீடியோ ஒன்று இந்தப் பகுதிகளின் போர்க் காட்சிகளை உள்ளடக்கியது. அதில், அடிபட்ட வர்கள் காயங்களோடு தார்ப்பாய்களிலும் சேறிலும் கிடக்கிறார்கள்.

| 155 |

பிணங்களிலிருந்து வெளியேறும் ரத்தம் மழை நீருடன் கலக்கிறது. கண்ணெதிரே இறக்கும் பெற்றோரைப் பார்த்துப் பெண் குழந்தைகள் இருவர் கதறுகிறார்கள். டாக்டர் ஒருவர் விழுந்து கிடக்கும் ஆளை மார்பில் குத்திப் பார்த்து உதட்டைப் பிதுக்குகிறார். எல்லா இடத்திலும் மரண ஓலங்கள்.

இறுதிவரை, இது போன்ற சந்தர்ப்பங்களிலும் புலிகள் மக்களுக்கிடை யில் புகுந்து, காயம் படாமல் இருப்பவர்களைத் தங்கள் அமைப்பில் வலுக்கட்டாயமாகச் சேர்த்திருக்கிறார்கள். அப்படிச் சேர்க்கப்பட்ட வர்கள் எல்லாருமே பதின்ம வயதின் தொடக்கத்தில் இருந்தவர்கள். ஆரம்பத்தில் அவர்கள் பதுங்கு குழிகள், பள்ளங்கள் எல்லாம் அமைக்கப் பயன்படுத்தப்படுவார்கள். சில நாட்களிலேயே கையில் துப்பாக்கியைக் கொடுத்துச் சண்டையில் முன்வரிசையில் நிறுத்தப்படு வார்கள். இப்படிப் போனவர்களில் மிகப் பெரும்பாலானவர்கள் கொல்லப்பட்டார்கள்.

இரனப்பாலை என்கிற இடத்தில் பள்ளியின் சுவற்றில் சிங்கள ராணுவத்தினர் எழுதியிருந்தார்கள்: 'நாங்கள் வந்து விட்டோம், புலிகள் ஓடி விட்டார்கள்'.

ஒரு கிராமத்தில் கூட்டம் ஒன்றுக்கு ஏற்பாடு செய்திருந்தோம். 2007 ஆம் ஆண்டு தன் மகளைக் கடத்திப் போன புலிகளுடன் மகனும் தன்னிச்சையாகப் போய்விட்டதாகச் சொன்ன மேரி ரோசலிண்ட் என்கிற பெண், ராணுவத்தால் கைது செய்யப்பட்ட புலிகளின் பட்டியல் ஏதாவது கிடைக்குமா என்று கேட்டார். இன்னொரு இளம் பெண் புலிகள் 2009, மார்ச் மாதத்தில் இழுத்துப்போன தன் சகோதரர் ராப்பேல் ஜெயரத்தினம் குறித்துத் தகவல் உண்டா என்று கேட்டார். செய்தி பரவியதும் அவரவர் தத்தம் உறவினர்கள் குறித்துக் கேட்கக் கூடிவிட்டார்கள். நானும் இரண்டு நண்பர்களும்கூட விவரங்களைக் குறித்துக்கொண்டோம்.

ஒருவர், புலிகள் அழைத்துப்போன தன் சகோதரி இறந்துவிட்டதாக ஒரு திறக்க முடியாத சவப்பெட்டியைப் புலிகள் தந்ததாகவும், ஆனால் சகோதரியை உயிருடன் பூந்தோட்டம் என்கிற இடத்தில் பார்த்ததாக நண்பர்கள் சொன்னதாகவும் சொன்னார்.

நாங்கள் யார், எந்த அமைப்பைச் சேர்ந்தவர்கள் என்றெல்லாம் யாரும் கேட்கவில்லை. காணாமல் போன பையன்களையும், பெண்களையும் கண்டுபிடிக்கும் அதிகாரம் எங்களுக்கு உண்டா என்று கூடக் கேட்க வில்லை. அவர்கள் பாட்டுக்கு வருவதும் தத்தம் உறவினர்கள் குறித்து விவரம் சொல்வதுமாய் இருந்தார்கள். எங்களுக்கு அதிகாரம் இல்லை என்று தெரிவிக்காததற்காக வெட்கப்பட்டோம்.

அங்கிருந்து வண்டியை எடுத்துக்கொண்டு புறப்பட்ட பிறகுகூட ஓடும் வண்டியைத் துரத்தி வந்து கடத்தப்பட்ட தன் மகன் குறித்து ஒருவர் சொன்னார். நாங்கள் ஏதும் எழுதிக் கொள்ளவில்லை என்பது தெரிந்தும் அவர் புகாரைச் சொல்வது நிற்கவில்லை. கொழும்பு திரும்பிய பிறகு, தயார் செய்திருந்த பட்டியலை, காணாமல் போனவர்களைத் தேடும் அதிகாரிகளின் மின்னஞ்சல் முகவரிக்கு அனுப்பிவைத்தேன்.

2009 ஆம் வருஷம் கோடையில் இடம்பெயர்ந்த தமிழர்கள் தென் கிழக்காக நெருக்கப்பட்டார்கள். நந்திக்கடல் பகுதியின் முள்ளிவாய்க் கால் கிராமத்தில் சிக்கிய அகதிகளின் எண்ணிக்கை ஐக்கிய நாடுகள் சபையின்படி மூன்றரை லட்சம். அவர்களை மூன்று கூறுகளாய்ப் பிரிக்கலாம். இறந்தவர்கள், சரணடைந்தவர்கள், புலிகள் உருவாக்கிய நெருக்கம் மிகுந்த சூழலில் ஓடிக்கொண்டே இருந்தவர்கள். இறந்து போனவர்களின் எண்ணிக்கை 15,000 என்று இலங்கை அரசு கூறுகிறது, ஆனால் ஐ.நா வின்படி அது ஒரு லட்சத்துக்கும் அதிகம்.

இடம்பெயர்க்கப்பட்ட தமிழர்கள், புலிகளின் கட்டுப்பாட்டில் இருந்த கடைசி மூன்று சதுரக் கிலோமீட்டர் பரப்பில் புதிய பதுங்கு குழிகள் அமைத்துக்கொண்டார்கள். அவர்கள் பொறிக்குள் மாட்டிக்கொண்டு விட்டிருந்தார்கள். அவர்கள் இடம்பெயர்ந்து வந்திருந்த வடக்குப் பகுதியில் ராணுவம் வந்துகொண்டிருந்தது. கிழக்குப் பக்கம் கடல். மேற்குப் பக்கத்தில் நந்திக் கடல் கழிமுகம். புலிகளின் துப்பாக்கிச் சூடுகளை மீறி அதில் பயணித்துத் தப்புவது கடினம். தெற்குப் பகுதி யில் ஒரு சிறிய சதுப்பு நிலம் இருந்தது. அதன் மறுமுனையில் புலிகள் இருந்தனர். ராணுவம் மிக நெரிசலான மக்கள் கூட்டத்தின்மீது துப்பாக்கிச் சூடு நடத்தியபடி ராணுவம் முன்னேறியது. பல ஆண்டு களாக நடந்துகொண்டிருந்த போர் குறுகிச் சுருங்கி இந்தச் சிறிய பரப்பில் இறுதிக்கட்டத்தை எட்டியிருந்தது.

அவை தமிழர்களின் மிக மோசமான நாட்கள். அவசர அவசரமாக அமைக்கப்பட்ட மருத்துவமனைகள் மீதும் குண்டு போடப்பட்டது. அடிபட்டவர்களும் உயிருக்குப் போராடுபவர்களும் கடற்கரை வரையிலான நிலத்தில் நகர முடியாமல் கிடந்தனர். காத்திருந்த செஞ்சிலுவை அமைப்பின் கப்பலில் அவர்களை அனுப்பியிருக்கலாம். ஆனால், கப்பலை உள்ளே அனுமதித்தால் புலிகள் எப்படியாவது தப்பிவிடுவார்கள் என்பதால் இலங்கை அரசு கப்பலை உள்ளே அனுமதிக்கவில்லை. மரணத்துக்காகக் காத்திருப்பதைத்தவிர அவர் களுக்கு வேறு வழியே இல்லை.

முள்ளிவாய்க்கால் குறித்து எல்லாரும் ஒரு கதை வைத்திருந்தார்கள். அவை இரண்டுவிதம். முதலாவது அங்கே சிக்குண்டு துன்பத்தை

| 157 |

நேரடியாய் அனுபவித்தவர்கள். இரண்டாவது அப்படிச் சிக்குண்டவர்கள் வாயிலாக நேரடியாய் அறிந்தவர்கள். முள்ளிவாய்க்காலில் சிக்குண்ட இரு பெண்களை எனக்கு அறிமுகம் செய்விப்பதாக நண்பர் ஒருவர் அழைத்துப் போனார். நந்தினி, பொன்னம்மா என்கிற அந்த இரண்டு பெண்களும் புலிகள் குடும்பத்தினர்.

பொன்னம்மாவின் 26 வயது மகன் தொழிற்சங்க வேலையாக வவுனியா போனபோது புலிகள் அவரைப் பிடித்துக்கொண்டார்கள். அப்படித்தான் அவர் நம்புகிறார். ஏனெனில் அதற்குப் பிறகு மகனை அவர் பார்க்கவே இல்லை. அவரது மகளும் புலிகளில் ஒருவரைத் தான் கல்யாணம் செய்துகொண்டார். நந்தினி, புலிகளின் அரசியல் பிரிவில் வேலை செய்த சாந்தன் என்கிறவரைத் திருமணம் செய்து கொண்டாள்.

ஐந்து கிலோ அரிசி, காய்கறி, இரண்டு தேங்காய்கள் வாங்கத் தன் நகைகளில் சிலவற்றைத் தர வேண்டியிருந்ததை பொன்னம்மா சொன்னார். ஒரு கிலோ அரிசி ஆயிரம் ரூபாயும் ஒரு தேங்காய் இருநூறு ரூபாயும் விற்றிருக்கிறது. அவரது மகள் நகைகளைக் கொடுத்து இவற்றை வாங்குவதற்கு ஆட்சேபித்தபோது, 'இந்த நிலையில வாழ முடியாது. சாப்பிட முடிகிறபோது சாப்பிட்டுடலாம்' என்று சமாதானம் சொன்னபடி சமைத்தார். சமைத்ததைச் சாப்பிடுமுன் குண்டு விழுந்தது. பொன்னம்மா உடலில் மூன்று இடங்களில் குண்டடித் தழும்புகள் இருப்பதைக் காட்டினார். எங்கெங்கும் பிணங்கள் கிடந்ததைச் சொன்னார்கள். ஏற்கெனவே தலையில் கட்டுடன் இருந்த பெண்ணொருத்தியைக் காப்பாற்ற இயலாது என்று மருத்துவமனையிலிருந்து வெளியேற்றியதைச் சொன்னார்கள். அந்த நிலையில் நடந்து வந்த அவரை முதுகில் குண்டு தாக்கியது. 'நாங்கள் இருந்த பதுங்குகுழிக்கு முன்னால்தான் நிலைகுலைந்து கீழே விழுந்தார். உடம்பில் இருந்து ரத்தம் ஊற்றாகப் பெருக்கெடுத்து ஓடிவந்து எங்கள் பதுங்குகுழிக்குள் இறங்கியது. எழுந்து சென்று தண்ணீர் கொடுத்தோம். அதைக் குடிக்க முடியாமல் இறந்துபோனார்.'

நந்தினியின் கணவர் சாந்தன் சில வருடங்களுக்கு முன்னரே பூமியில் புதைக்கப்பட்ட கன்னிவெடியில் கால் வைத்தபோது குண்டு வெடித்து வலது காலை இழந்தவர். முள்ளிவாய்க்கால் பகுதியில் குண்டு வீச்சுகள் தொடர்ந்தபோது தான் அணிந்திருந்த செயற்கைக் காலையும் இழக்க நேரிட்டது.

முள்ளிவாய்க்கால் பகுதி குடிமக்களின் பாதுகாப்பிலும், நலனிலும் மிகுந்த அக்கறை காட்டினார் சாந்தன். தன் பங்கரில் எல்லார் வீட்டுக்

| 158 |

குழந்தைகளையும் பத்திரமாகத் தங்கவைத்துவிட்டு வெளியில் படுத்திருப்பார். சுற்றியிருப்போரின் நிலை பற்றிக் கவலையின்றி புலிகள் அமைப்பின் தலைவர்கள் தாங்கள் திருப்தியாகச் சாப்பிட்டு வந்த நிலையில், சாந்தன் அவ்வாறு செய்வதில் விருப்பம் இன்றி இருந்தார். மக்கள் என்ன சாப்பிடுகிறார்களோ அதைத்தான் தானும் சாப்பிட வேண்டும் என்பதில் உறுதியாக இருந்தார். சோறும் கறியும், மீனும் சமைத்துக் கொடுத்தாலும் அதை வேறு யாருக்காவது தந்து விட்டு, தான் கஞ்சியைக் குடிப்பார் என்று நந்தினி சொன்னார். முள்ளி வாய்க்கால் நாட்களில் சாப்பாடே அவர் சாப்பிட்டதில்லை என்றார்.

மே மாதம் 17 ஆம் தேதி ராணுவம் மெகஃபோன் வைத்துக்கொண்டு குடிமக்கள் எல்லாரையும் வெளியில் வரச் சொல்லி அழைத்து உங்களை நாங்கள் பாதுகாப்பாகப் பார்த்துக் கொள்கிறோம் என்றது. ஆங்காங்கே குண்டுகள் பொழிந்துகொண்டிருந்த நிலையில் மக்கள் மெல்ல மெல்ல ராணுவம் சொன்னபடி வெளியேற ஆரம்பித்தார்கள். முதலில், 'அங்கேயே இருந்து செத்துப் போனாலும் போவேன், நான் வரவில்லை' என்று மறுத்த சாந்தன் பிறகு மனைவி குழந்தைகளின் நலனை மனத்தில் வைத்துத் தானும் சேர்ந்துகொண்டார்.

'ராணுவத்தின் அழைப்பின் பேரில் கிளம்பிப் போனவர்களைப் புலிகள் துப்பாக்கியால் சுட்டதாகச் சொல்கிறார்களே, அது நிஜம்தானா?' என்று கேட்டேன்.

இந்தக் கேள்விக்கு எப்படி பதில் சொல்வது என்பதில் நந்தினிக்குத் தெளிவும் உறுதியும் இல்லை.

'அப்படித்தான் மக்கள் பேசிக்கொண்டார்கள். நானும் அப்படித்தான் முதலில் நினைத்தேன். ஆனால் இப்போது யோசித்துப் பார்த்தால் அப்படி ஆகியிருக்குமா என்பதில் எனக்கு உறுதியில்லை. அப்படி அவர்கள் நடந்து கொள்ளமாட்டார்கள் என்று நினைக்கிறேன். அப்படிச் செய்வார்களா என்ன?'

இலங்கை அரசாங்கம் விரோதிகள் என்றும் புலிகள் தங்கள் பக்கம் என்றும் எடுத்துக் கொள்வது நந்தினிக்கு எளிதாக இருந்தது. இந்த முடிவைக் கொஞ்சம்போல மாற்றிக் கொள்வதில்கூட அவருக்குத் தயக்கம் இருந்தது. நந்தினி குடும்பம் மெல்ல மெல்ல நகர்ந்த கியூவில் 17'ம் தேதி தொடங்கி 18'ம் தேதிவரை நிற்க வேண்டியிருந்தது. வரிசையின் எதிர்ப்புற முடிவில் முன்னாள் புலி ஒருவர் நின்றுகொண்டு போகிறவர்களை உற்றுப் பார்த்தபடி இருந்தார். சாந்தனைப் பார்த்து 'நீ சாந்தன்தானே?' என்றார் ஆச்சரியமாக.

| 159 |

கூண்டு மாதிரி இருந்த ஓர் அடைப்புக்குள் எல்லாரையும் தங்க வைத்தார்கள். பதினெட்டாம் தேதி முழுவதும் அங்கே இருந்தார்கள். யாருக்கும் தண்ணீர் கூடத் தரவில்லை. கேட்டால் அடித்தார்கள்.

மாலையில் ராணுவத்தினர் வந்து பொன்னம்மாவின் மாப்பிள்ளையை அழைத்துப்போனார்கள். யாரோ போய்ப் பார்த்துவிட்டு வந்து 'அங்கே ஒரு பஸ் நிக்குது, அவரை அதுல ஏத்திட்டாங்க' என்றார்கள். பொன்னம்மாவின் மகள் குழந்தைகளை அழைத்துக்கொண்டு, தன்னையும் ஏற்றிக்கொள்ளச் சொல்லிக் கேட்டபடிப் பின்னால் ஓடினார். 'அவளை எப்படித் தடுப்பது?' என்று பொன்னம்மா அழுதார். 'குடும்பத்தைப் பிரிக்காமலாவது இருக்கலாமே?' என்று ஊர்த் தலைவர் ராணுவத்தினரைக் கேட்டுக்கொண்டார். தொடர்ந்து மே 19'ம் தேதி அதிகாலை 2.30 வாக்கில் சாந்தனையும் அழைத்துப் போனார்கள். நந்தினி வருகிறேன் என்று சொன்னதற்கு அவர் தடுத்துவிட்டார். குழந்தைகளைப் பார்த்துக்கொள்ள நீ வேண்டாமா என்று கடிந்து கொண்டார். பிற புலிகளோடு சாந்தனையும் ஏற்றிக்கொண்டு அந்த பஸ் புறப்பட்டு இருளில் மறைந்தது. சிறிது நேரத்தில் பல ஆண்டு கால உள்நாட்டுக் கலவரம் துடைத்தழிக்கப்பட்டு ஸ்ரீலங்காவில் புதிய சூரியன் உதித்தது.

3

நந்தினி அதற்குப் பிறகு சாந்தனைப் பார்க்கவில்லை; பொன்னம்மா வும் தன் மகளையோ மாப்பிள்ளையையோ பேரக் குழந்தைகளையோ பார்க்கவில்லை.

பெரிய தலைவர்கள் அல்லாத புலிகளையும் அவர்கள் குடும்பத் தாரையும் ராணுவத்தின் பாதுகாப்பில் இருந்த குடியிருப்புக்களுக்கு அனுப்பிவைப்பது என்கிற கொள்கையில் இருந்தது ராணுவம். அவர்கள் வெளியுலகத்துடன் தொடர்பு கொள்வது தடுக்கப்பட்டது. செஞ்சிலுவைச் சங்கமோ ஐ. நா வின் பிரதிநிதிகளோ அங்கே செல்ல அனுமதி மறுக்கப்பட்டார்கள். இப்படியான முகாம்கள் பல, எந்த இடத்தில் இயங்குகின்றன என்பதே வெளியில் தெரியாமல் இயங்கின. ஆகவே அவற்றைப் பார்க்கவேண்டும் என்கிற வேண்டுகோளையே எந்த சர்வதேச அமைப்பும் முன்வைக்க இயலவில்லை.

தங்களிடம் சிக்கிய புலிகளை அரசாங்கம் என்ன செய்தது?

அநேகமாக மூத்த தலைவர்கள் கொல்லப்பட்டார்கள். போர்க் கைதி களிடம் நடந்து கொள்வது போல் அரசாங்கம் நடந்து கொள்ள வில்லை. புற்றுநோய்க் கட்டியைச் சுத்தமாக நீக்கும் டாக்டர்கள் போலத்தான் நடந்துகொண்டது. புலிகளில் யாரையும் கொன்றதாக அரசாங்கம் சொல்லவே இல்லை. எவ்வளவு பலமான சாட்சிகள் இருந் தாலும் அரசாங்கத்தின் இந்த நிலைப்பாடு கொஞ்சமும் மாறவில்லை.

புலிகள் அமைப்பின் எல்லா முன்னணித் தலைவர்களும் எப்படி இறந் தார்கள் என்கிற ஆச்சரியம் எழத்தான் செய்கிறது. பிரபாகரனின் இறுதிக் கணங்கள் குறித்து மே 18ஆம் தேதி விதவிதமாகப் பேசப்பட்டது. அவரும் அவருக்கு நெருக்கமானவர்களும் ஒரு வேனில் ஏறிப் புறப் பட்டுத் தப்பிப்போகும்போது வேன் மீது குண்டு வீசப்பட்டதாகச் சொல்லப்பட்டது. அப்படி ஆகியிருந்தால் அதில் போன எல்லாரும்

| 161 |

தூள் தூளாகியிருப்பார்கள். பிரபாகரனின் உடலை ஃபோட்டோவாக ராணுவம் வெளியிட்டபோது கதை மாறியது. தலை சிதறி விட்டிருந்த தால் சேர்த்துக் கட்டிவைக்க நீல நிற டவல் தேவைப்பட்டது என்று சொன்னார்கள். பிரபாகரனும் வேறு சிலரும் இறுதியில் ராணுவத்துடன் சண்டையிட்டபோது ராணுவத்தினரின் குண்டுபட்டு இறந்து போனதாகச் சொன்னார்கள்.

ராணுவ அதிகாரிகள் பிரபாகரனைத் தூக்கிலிட்டுக் கொன்று சந்தோஷ மடையும் வகையில் அவர் சுற்றி வளைத்து சிறைப்பிடிக்கப்பட்ட தாகவும் சொல்லப்பட்டது. ஹெலிகாப்டரிலோ படகிலோ பிரபாகரன் தப்பியிருப்பார், அந்தப் புகைப்படம் ஃபோட்டோஷாப்பைப் பயன் படுத்திச் செய்யப்பட்ட போலி என்று ஒருசாரார் சொன்னார்கள். பிரபாகரன் இறந்துவிட்டதாக நம்பும் தமிழர்களுக்குக்கூட அவர் எவ்விதம் இறந்தார் என்பதில் தெளிவில்லை.

வேறு சில புலிகள் ஒரு குழுவாகச் சரணடைந்தார்கள். வெளிநாட்டில் இருக்கும் சில நடுநிலையாளர்கள் மூலம் பேச்சு வார்த்தை நடத்தப் பட்டது. அவர்களின் பாதுகாப்பு உறுதி செய்யப்பட்டது. நடேசன், புலித்தேவன் என்கிற இரண்டு மூத்த தலைவர்கள் சமாதானக் கொடியை உயர்த்தியபடி முன்னால் செல்ல அவர்கள் எல்லாரும் சரண் அடைந்தார்கள். ராணுவத்தின் கைகளில் சிக்கியதும் அவர்கள் நிர்வாண மாக்கப்பட்டுச் சுடப்பட்டார்கள் என்கிறார்கள். சிங்களரான நடேசனின் மனைவி 'சரண் அடைகிறவரைச் சுடுகிறீர்களே?' என்று கத்தியதாகவும் அவரும் கொல்லப்பட்டதாகவும் சொல்லப்படுகிறது. நடேசன், புலித்தேவனின் உடல்களைப் பார்க்கும்போது வயிற்றில் மிகவும் நெருக்கத்தில் சுடப்பட்டிருப்பது தெரிகிறது.

இந்த நிகழ்வுகள் குறித்த ஃபோட்டோக்களும் வீடியோக்களும் ராணுவ வீரர்கள் தங்கள் வீரப் பிரதாபங்களின் ஆதாரமாகவோ நினைவுகளுக் காகவோ தங்கள் அலைபேசிகள் மூலம் பதிவு செய்தவை. ஆனால் அவை வெளியாகி நோக்கம் மாறி, போர்க் குற்றங்களுக்கு ஆதாரங் களாகிவிட்டன.

அதிகம் பிரபலம் ஆகாத அப்படியான ஃபோட்டோக்கள் இரண்டு சேனல் 4 தொலைக்காட்சியின் வசம் 2013 ஆம் ஆண்டு சிக்கி பெரும் பரபரப்பை உண்டாக்கின. பிரபாகரனின் 12 வயது மகன் பாலச்சந்திரன் ஒரு பெஞ்சில் உட்கார்ந்திருக்கும் படம் முதலாவது. அந்த இடம் ராணுவத்தின் பங்கர்போல இருக்கிறது. அரைக்கால் சட்டை மட்டும் அணிந்திருக்கிறான். மேல் சட்டை இல்லை. ஒரு துண்டு மட்டும் போர்த்தியிருக்கிறான். மடியில் ஒரு ஸ்நாக்ஸ் பாக்கெட், அருகில் ஒரு

| 162 |

தண்ணீர் பாட்டில். அடுத்த படத்தில் அவன் இறந்து கிடக்கிறான். உடம்பில் ஐந்து குண்டுகள் துளைத்திருக்கின்றன.

சாந்தனை அழைத்துப்போன மறுநாள் நந்தினியையும் குழந்தைகளையும் ராணுவத்தின் பாதுகாப்பு முகாமுக்கு அனுப்பினார்கள். அங்கே சுமார் இரண்டாண்டுகள் அவர்கள் இருந்தார்கள். இது போன்ற முகாம்கள் வடக்கிலும் கிழக்கிலும் நிறைய இருந்தன. அவற்றில் இருந்த தமிழர்களின் எண்ணிக்கை சுமார் மூன்றரை லட்சம். ராணுவம் இவர்களை மிகத் துல்லியமாய்ச் சோதித்தது. குடிமக்கள் என்கிற போர்வையில் விடுதலைப் புலிகள் யாரும் தப்பிவிடக்கூடாது என்பதில் அவர்கள் கவனமாக இருந்தார்கள்.

இந்த முகாம்களில் உடல்ரீதியான, பாலியல்ரீதியான ஒழுங்கு மீறல்கள் இருப்பதாக வதந்திகள் எழுந்தன. சித்திரவதை செய்யப்பட்டதாகவும், சட்டத்துக்கு முரணான கொலைகள் நடந்ததாகவும் பேசப்பட்டது. ஆனால் தமிழர்களின் நலன் கருதியே உடனடியாக அவர்கள் வீடு திரும்ப அனுமதிக்கப்படவில்லை என்று அரசாங்கத்தின் தரப்பில் சொல்லப்பட்டது. பிரச்னைக்குரிய பகுதிகளான அந்த கிராமங்கள் துப்புரவாகச் சோதிக்கப்பட்ட பிறகே மக்களை அங்கு வசிக்க அனுப்ப முடியும் என்பது அவர்களின் விளக்கம். இந்த முகாம்களிலிருந்து மக்களை அணி அணியாக விடுவித்து முடிக்க 2012 செப்டம்பர்வரை ஆயிற்று. பத்திரிகையாளர்கள், தொண்டு நிறுவனங்கள் எதுவும் அங்கே செல்ல அனுமதிக்கப்படவில்லை. ஐ. நா வின் தலைமைச் செயலாளர் கூட மிகக் குறுகிய வேகமானதொரு பார்வைக்குத்தான் அனுமதிக்கப் பட்டார். கொழும்புவில் ஒரு தொண்டுக் குழுவில் பணியாற்றியவர் சொன்னது எனக்கு மறக்காது:

'மக்களை அவர்களின் விருப்பத்துக்கு விரோதமாக நெடுங்காலம் ஒட்டுமொத்தமாக வைக்கும் இடத்துக்கு ஒரு பெயர் உண்டு. அதைச் சிறை என்று சொல்வார்கள்.'

கணவரின் இரண்டு கட்டைக்கால்களை நந்தினி இன்னும் வீட்டில் வைத்திருக்கிறார். 'குழந்தைகள் பேச்சை மீற முடியவில்லை, அதைப் பத்திரமாக வை, அப்பா வருவார் என்கிறார்கள்' என்றார் கண்ணைத் துடைத்தபடி.

சாந்தனின் சகாக்களில் யாரெல்லாம் இறந்து போனார்கள், யாரெல்லாம் தப்பி வெளிநாடுகளுக்குப் போனார்கள் என்கிற திசையில் பேச்சு திரும்பியது. 'பிரபாகரன் இன்னும் உயிரோடு இருக்கிறார் என்று நான் உறுதியாக நம்புகிறேன்; எங்களுக்குப் பழைய வாழ்க்கையைத் திரும்பத் தருவார்' என்றார் நந்தினி.

'நானும் அப்படித்தான் நினைக்கிறேன். இன்னும் கொஞ்ச காலத்தில் போராட்டம் மீண்டும் தொடங்கும் என்கிற கனவு எனக்கும் உண்டு' என்றார் என்னை அழைத்துப் போயிருந்த நண்பர் யசோதரன்.

'அது கனவில்லை. நடக்கும். நடந்தாகணும். எத்தனை காலம் இப்படி இருப்பது?' என்றார் நந்தினி.

இதை நம்புவது கடினமாக இருந்தது. இந்தப் போரால் இந்த மக்களின் வாழ்க்கை சுத்தமாக அழிந்திருக்கிறது. புதிதாக மீண்டும் சண்டையை ஆரம்பிக்கத் தயாராக இருக்கிறார்கள்!

4

நந்தினி, பொன்னம்மாவிடம் என்னை அனுப்பி வைத்திருந்த ஆனந்தியின் அலுவலகத்துக்குச் சென்றேன்.

ஆனந்தி கிளிநொச்சி மாவட்டச் செயலகத்தில் வேலை செய்கிறார். என்னை வரவேற்று ஆர்வமாக 'என்ன, அவர்களைப் பார்த்தீங்களா?' என்று விசாரித்தவர் கேண்டீனுக்கு தேநீர் சாப்பிட அழைத்துப் போனார். ஆனந்தியின் மூன்று மகள்களும் யாழ்ப்பாணத்தில் ஒரு பள்ளியில் படிக்கிறார்கள். ஆனந்தியின் சகோதரி வீட்டில் இருக் கிறார்கள். இவர் தனியாக கிளிநொச்சியில் பெண்கள் விடுதி ஒன்றில் தங்கியிருக்கிறார். அவர் கணவர் எழிலன் புலிகள் இயக்கத்தில் வேலை செய்தவர். முள்ளிவாய்க்காலில் ராணுவத்திடம் சரணடைந்தவர்களில் ஒருவர்.

ஆனந்தி என்னை நோக்கித் தலையை நெருக்கித் தாழ்ந்த குரலில் பேசினார். கேண்டினில் பக்கத்து மேசையில் உட்கார்ந்திருந்த ஆளை ஜாடையாகக் காட்டி 'அவர் ஒரு தமிழர். ஆனால் அவங்க ஆள்' என்றார்.

'எப்படித் தெரியும்?' என்றேன்.

சில மாதங்களுக்கு முன்னர் அருகிலிருந்த ராணுவ முகாம் ஒன்றுக்கு விசாரணைக்காக அழைக்கப்பட்டிருக்கிறார் ஆனந்தி. கண்டியைச் சேர்ந்த தமிழ் தெரிந்த மேஜர் ஒருவர் விசாரணையில் மொழிபெயர்ப் பாளராக இருந்தார். திரும்பத் திரும்ப ஒரே கேள்வியைக் கேட்டார்கள். 'நீங்கள் இன்னமும் புலிகளை ஆதரிக்கிறீர்களா?' அதற்கு இவர், 'புலிகள் எங்கே என்று சொன்னால் ஆதரிக்கிறேன். அப்படி யாரும் இல்லையே' என்று பதில் சொல்ல அவர் எரிச்சலடைந்திருக்கிறார். இதைச் சொன்ன ஆனந்தி மீண்டும் என் அருகில் குனிந்து 'அந்த கண்டி மேஜர் ரொம்ப நல்லவர். உன் அலுவலகத்தில் இருக்கும் குண்டன்தான்

| 165 |

உன்னைப் பற்றியும் எழிலன் பற்றியும் போட்டுக் கொடுத்தது. அவனிடம் ஜாக்கிரதையாய் இரு. உன் கணவனைத் தேடுவதைக் கைவிடாதே. கட்டாயம் கிடைப்பான் என்று சொன்னார்' என்றார்.

ஆனந்தி குறிப்பிட்ட நபரை ஒரு நோட்டம் விடுவதற்காகப் பார்வை யைத் திருப்பினேன். அப்போது தன் சகாக்களில் ஒருவரைப் பார்த்து ஆனந்தி, 'என்ன பெரியவரே... என்ன ஆச்சு? வீட்ல பொண்டாட்டி சமைக்கிறதில்லையா?' என்று கேட்டுவிட்டுச் சிரித்தார்.

ஆனந்தியை யாரும் வெறுக்கவே முடியாது என்று நினைத்துக் கொண்டேன். இந்தச் சந்திப்புக்குப் பிறகு பிரிதொரு நாள் நண்பர் 'எம்' மிடம் இந்தக் கருத்தை நான் சொன்னபோது அவர் சொன்ன பதில் ஆச்சரியமாக இருந்தது. அவருடைய நண்பர் ஒருவர் 'எம்' மிடம் 'அந்த எழிலன் வொய்ஃப் ஆனந்தியை மட்டும் நான் பார்த்தேன்னா ரேப் பண்ணித் தூக்குல தொங்கவிட்டுடுவேன்' என்று சொன்னாராம். காரணம் எழிலனால் நிர்பந்தமாக புலிகள் இயக்கத்துக்குக் கவரப்பட்ட பையன்களில் ஒருவன் அவரது மகன். அந்த மனிதர் கோபமாகக் கேட்டாராம்: 'அப்படி நிர்பந்தமாக என் புள்ளையைக் கொண்டு போனவன் கோழை மாதிரி எப்படிய்யா சரணடையலாம்?'

எழிலனின் ஆளெடுப்புக் குழுக்கள் தீவிரமாய் இயங்குவதை 'எம்' பார்த்திருக்கிறார். வன்னியில் போர் மும்முரமாக நடந்தபோது மகளுக்குப் பால் தர சர்க்கரைக்காகப் போவார். மக்கள் எல்லாரும் உணவுப் பொருட்களுக்காக வரிசையில் நின்றுகொண்டிருப்பார்கள். 'இந்த ஆளெடுப்புக் குழுக்கள் வந்ததும் கழுகைப் பார்த்த கோழிக் குஞ்சுகள்போல எல்லாரும் ஓடி ஒளிவார்கள்' என்றார்.

எழிலன் குழந்தைகளைப் போருக்கு வலுக்கட்டாயமாகப் பிடித்துக் கொண்டுபோனார் என்பதை ஆனந்தி காட்டமாக மறுத்தார். புலிகள் அமைப்பு யாரையும் நிர்ப்பந்தமாய்ச் சேர்க்கவில்லை என்று முதலில் மறுத்தார். பிறகு கொஞ்சம் இறங்கி வந்து ஒரு மாதிரி சுற்றி வளைத்து, கட்டாய ஆளெடுப்பை நியாயப்படுத்தினார். '2007, 2008 ஆம் ஆண்டுகளில் எல்லாரும் ஈழம் கேட்டார்கள், பிரபாகரன் மட்டுமா கேட்டார்... ஏன் ஒவ்வொரு குடும்பமும் இந்த நோக்கத்துக்காக ஒருவரைத் தரக்கூடாது? புலிகள் அமைப்பைச் சேர்ந்த ஒரு போராளி வந்தால் வரவேற்பாங்க, காபி சாப்பிடச் சொல்வாங்க, சாப்பிடச் சொல்வாங்க. எல்லாம் அது வேறே யார் வீட்டுப் பிள்ளையோவாக இருந்தால் மட்டும்தான். அதுவே அவங்க வீட்டுப் பிள்ளையா இருந்தா, இல்லையில்லை... நீ படிக்கிற வேலையைப் பாரு. புலிகள் இயக்கமெல்லாம் உனக்கு வேணாம் என்பார்கள்' என்றார்.

புலிகள் இயக்கத்தில் எழிலன் செய்த வேலை ஆனந்தியின் கிளிநொச்சி வாழ்க்கையை சிரமத்துக்கு உள்ளாக்கியது. ஊரில் பெரும்பாலான வர்கள் தங்கள் குழந்தைகளின் மரணத்துக்கு ஆனந்தியின் கணவரைப் பொறுப்பாளியாக்கினார்கள். மிகுந்த காழ்ப்புக்கு மத்தியில் வாழ வேண்டியிருந்தது. 'என்னைப் பார்க்கிற மக்களுக்கு ஆத்திரமாக வரும். எழிலன் எப்படியோ வெளிநாட்டுக்குத் தப்பிப் போய்விட்டதாக நினைப்பார்கள். நானும் அவரைத் தேடிக்கொண்டிருக்கிறேன் என்பதைச் சொல்லி அவர்களைச் சமாதானம் செய்ய வேண்டியிருக்கும்.'

புலிகள் இயக்கத்தில் சேர்வதைத் தவிர்ப்பதற்காக அவசரமாக கர்ப்பம் அடைந்த ஏராளமான பெண்கள் இன்றைக்குத் தங்கள் குழந்தைகளைத் தனிமையில், விதவைகளாக, கைவிடப்பட்டவர்களாக வளர்க்கிறார்கள். இப்படியான ஒரு பெண் ஒரு முறை ஆனந்தியைத் தெருவில் நிறுத்தி எழிலனையும் அவரையும் பற்றித் திட்டித் தீர்த்ததைக் கேட்க வேண்டியதாயிற்று. 'என் கணவர் தன் வாழ்க்கை முழுவதும் தமிழர்களுக்காக சிங்களர்களை எதிர்த்துச் சண்டை போட்டார். இப்போது அவர் இல்லை. தமிழர்கள் என்னை வெறுக்கிறார்கள். சிங்கள தொண்டு நிறுவனங்கள்தான் அவரைக் கண்டுபிடிக்க இன்றைக்கு எனக்கு உதவுகின்றன. எல்லாமே தலைகீழாய் இருக்கிறது.'

எந்த அரசாங்கத்தை நீக்கவேண்டும் என்று எழிலன் சண்டையிட்டாரோ அதில் இப்போது ஆனந்தி வேலை செய்கிறார். ஆனந்தியேகூட எழிலனை மணப்பதற்கு முன்புவரை புலிகளை வெறுத்தவர்தான். எழிலனை மணந்த பிறகு ஆனந்தியுடன் பேசுவதை அவர் குடும்பத்தினர் நிறுத்திக்கொண்டார்கள். காரணம் புலிகள் அவர்கள் குடும்பத்தை அவ்வளவு சிதைத்திருந்தார்கள்.

1983 ஆம் ஆண்டு தென் இலங்கையில் தமிழர்களுக்கு எதிரான கலவரம் வெடித்தபோது ஆனந்திக்கு வயது 12. சுற்றி நடப்பதைப் புரிந்து கொள்ளும் வயதுதான். மாணவராக இருந்த அவரது அண்ணன் சிவகுமாரனுடன் அகதிகளைப் பார்க்கப் போயிருந்தார். 'மக்கள் எரிக்கப்பட்டிருந்தார்கள். அவர்களின் சதையும் நரம்பும் வெட்டிச் சிதைக்கப்பட்டிருந்தன.' தரையிலும், தாற்காலிகப் படுக்கைகளிலும் கிடந்தார்கள். எங்கும் பதற்றம். சிவகுமாரன் புலிகள் இயக்கத்தில் சேர்ந்தார். ஆனால் மூன்றாண்டுகளில் விலகினார். பின்னாலேயே அவரைத் துரத்திக்கொண்டு புலிகள் வந்துவிடுவார்களோ என்கிற அச்சத்தில், இருந்த பணத்தை எல்லாம் செலவழித்து புது டில்லிக்கு அவரை அவரது அம்மா அனுப்பிவைத்தார். அது முதல் அவர் காணாமல் போனவர்தான்.

| 167 |

மூத்த அண்ணன் குமார், சாந்தி, லிங்கேஸ்வரி என்ற சகோதரிகள், கிரி குமார் என்கிற தம்பி ஆகியோரும் இருந்தார்கள். தகப்பனார் காங்கேசன்துறை அருகே ஆராய்ச்சி விஞ்ஞானியாக வேலை செய்தார். எல்லாருக்குமே இசையும் கராத்தேவும் கற்றுத் தந்திருந்தார். தமிழ்த் தேசியத்தால் கவரப்பட்ட மூத்தவர் குமார் 1970 களிலேயே 'தமிழ் இளைஞர் கழகம்' என்கிற அமைப்பில் (புலிகள் அமைப்பின் முன்னோடிகள்) சேர்ந்தார். அம்மா தன் நகைகளை விற்று இவரை ஹாலந்துக்கு அனுப்பிவைத்தார்.

1999 ஆம் ஆண்டு இலங்கை திரும்பினார் குமார். 'அவர் ஒரு சிங்களப் பெண்ணைக் கல்யாணம் செய்துகொண்டுவிட்டார். கொழும்புவில் இருக்கிறார். அதற்குப் பிறகு நாங்கள் யாரும் அவருடன் பேசவில்லை' என்றார்.

'ஏன்?' என்றேன்.

'இது பகல்தான்னு எப்படித் தெரியும்?' என்று நான் கேட்டு விட்டதைப்போல என்னை ஒரு பார்வை பார்த்தார். 'ஏன்னா அவர் ஒரு சிங்களப் பெண்ணை மணந்ததால். ஏன்னா சிங்களர்கள் எங்களுக்கு என்னவெல்லாம் செய்திருக்கிறார்கள் என்பதால்.'

ஆனால் புலிகள் அவர்கள் குடும்பத்துக்கு சிங்களர்களைவிட அதிகக் கொடுமை செய்திருந்தார்கள். கராத்தே கற்றுக்கொண்டு ஆண்பிள்ளை யாகவே வளர்ந்திருந்த சகோதரி லிங்கேஸ்வரி EPRLF என்கிற புலி களின் போட்டி இயக்கத்தில் சேர முயன்றபோது வீட்டில் மட்டு மில்லை, அந்த இயக்கமும் ஏற்கவில்லை. விடாப்பிடியாக மூன்று நான்கு முறை முயன்று சேர்ந்து விட்டார். அது ஒரு தடை செய்யப் பட்ட இயக்கமாக அறிவிக்கப்பட்டபோது விலகி சென்னைக்குப் படிக்கப் போய்விட்டார். திரும்ப வந்தபோது தன்னுடைய EPRLF சகா ஒருவர் புலிகள் இயக்கத்தில் இருப்பதைக் கண்டார். அவர் லிங்கேஸ்வரியைத் தங்கள் இயக்கத்தில் இணையுமாறு வற்புறுத்தினார். ஆனால் லிங்கேஸ்வரி வன்முறைகளிலிருந்து விலகி இருக்க விரும்பிய தால் மறுத்துவிட்டார். ஒருநாள் அந்த சகா உள்ளிட்ட மூன்று நபர்கள் வந்து கொஞ்சம் பேச வேண்டும் என்று அழைத்துப் போனார்கள். அவர்கள் மாத்திரம் திரும்பி வந்தார்கள். அம்மாவிடம் லிங்கேஸ்வரி யின் உடல் இன்ன இடத்திலிருக்கிறது எடுத்துக் கொள்ளுங்கள் என்று சொல்லிவிட்டுப் போய்விட்டார்கள்.

தம்பி கிரிகுமார் புலிகள் அமைப்பைச் சேர்ந்த பெண்ணைத் திருமணம் செய்து கொள்ள, இறந்து போகிறவரை மருமகளுடன் பேசவே இல்லை அம்மா. ஒரு குடும்பத்தின் கட்டுக்கோப்பை எப்படியெல்லாம்

பாதித்திருக்கிறார்கள் புலிகள்! ஒருவரை வேலைக்கு எடுத்து, இன்னொருவர் வேலைக்கு வராததால் கொன்று, மூன்றாவதாக ஒருவரின் வெறுப்பைச் சம்பாதிக்க வைத்து, கல்யாணம் காரணமாய் ஒருவரின் உறவுகளை விலகச் செய்து என ஒரே குடும்பத்தில் இத்தனையும் செய்திருக்கிறார்கள்.

ஆனந்தி எழிலனின் புகைப்படங்கள் சிலவற்றைக் காட்டினார். எதிலுமே அவர் மனைவியுடனோ மகள்களுடனோ இல்லை. இறந்து போன ஒரு புலியின் அருகில் ஒன்று, புத்த பிட்சுவுடன் ஒன்று, சிங்களப் பெண்ணுடன் ஒன்று. புத்த பிட்சு சமாதானம் பேச வந்தவர். வாக்கு வாதம் முற்றிப் பலனில்லாமல் போயிற்று. சிங்களப் பெண் அரசாங்கத் தின் பிரதிநிதியாக வந்தவர். புலிகள் அமைப்பின் முன்னணி நபருடன் பேசியதன் நினைவாக அவர் ஒரு புகைப்படம் கேட்க, சம்மதித்து எடுக்கப்பட்டது.

எழிலனை மணப்பதற்கு முன்பு, மெண்டிஸ் என்கிற இலங்கை ராணுவ மேஜர் ரொம்பவும் விநோதமான ஒரு சூழ்நிலையில் ஆனந்தி மீது கனிவு கொள்ளும் சந்தர்ப்பம் உண்டாயிற்று. *1997* ஆம் ஆண்டு ஆனந்தியையும் இன்னும் ஏழு பேர்களையும் ராணுவ முகாமுக்கு விசாரணைக்காக அழைத்துப் போனார்கள். ராணுவத்தின் கட்டுப் பாட்டில் இருந்த யாழ்ப்பாணத்தில் இது மிகவும் சகஜம். ஆனந்தியை கம்பால் அடித்தார்கள். மற்றவர்களை பெட்ரோலில் நனைத்த பிளாஸ்டிக் பைகள் கொண்டு முகத்தை மூடினார்கள். 'இந்த மெண்டிஸ் அங்கே வந்தார், என்னைப் பார்த்தார், அதற்குப் பிறகு எங்களைத் துன்புறுத்துவதை நிறுத்தினார்கள்.'

'இது நடந்து இரண்டு வாரங்களுக்குப் பிறகு வீட்டுக்கு வந்து அம்மா விடம் என்னைத் திருமணம் செய்து கொள்ள விரும்புவதாகச் சொன் னார். அவள் புலியில்லை. நல்ல பெண் என்பது எனக்குத்தெரியும்' என்று சொன்னார். 'ஒரு சிங்களனுக்கு என் மகளைக் கல்யாணம் செய்து தர மாட்டேன். அதிலும் ராணுவக்காரன் என்றால் கண்டிப்பாக முடியாது' என்று அம்மா மறுத்துவிட்டார்.'

ஆனந்தியின் அம்மா, வாழ்க்கை முழுவதும் பிள்ளைகளைப் புலிகளிட மிருந்தும், ராணுவத்திடமிருந்தும் காப்பதே வேலையாக இருக்க வேண்டியிருந்தது. ஆனந்தியையும் ஒரு படகில் ஏற்றித் திரிகோண மலைக்கு அனுப்பினார். மெண்டிஸ் வந்து எங்கே மகளை ஒளித்து வைத்திருக்கிறாய் என்று துப்பாக்கி முனையில் மிரட்டியபோதும் சொல்லவில்லை அவரது அம்மா. சுடுவதென்றால் சுட்டுக் கொள் என்று சொல்லியிருக்கிறார்.

| 169 |

ஆனந்தி எழிலனைநேசித்ததை யாரும் அறிந்திருக்கவில்லை. அவர்கள் திருமணம் செய்துகொண்டபோது காதலை மறைத்துவிட்டதற்கு மன்னிப்புக் கோரி எழிலன் ஆனந்தியின் தாயாருக்குக் கடிதம் எழுதினார். அவர் அதை ஏற்கவும் இல்லை, நிராகரிக்கவும் இல்லை. குடிப்பழக்கம் இல்லை, பொறுப்பு மிக்கவர் என்கிற வகையில் எழிலனை பிடிக்கவே செய்தது அம்மாவுக்கு. ஆனாலும் இவர்கள் இருக்கும் வீட்டுக்குக் கடைசிவரை வரவில்லை.

குடும்பத்துக்கு இவ்வளவு கஷ்டங்களை உண்டாக்கிய புலிகள் அமைப்பைச் சேர்ந்த ஒருவரைக் கல்யாணம் செய்ய, அந்த அமைப்பின் துரோகங்களை மன்னிக்க ஆனந்திக்கு எப்படி மனது வந்திருக்கும்? இதைக் கேட்டபோது காதல் எல்லாவற்றையும் விட மகத்தானது என்றோ, இந்தத் தவறுகளைச் செய்தவர் எழிலன் அல்லவே என்றுதான் பதில் சொல்வார் என்று நினைத்தேன். ஆனால் அவரோ, தமிழர்களின் நோக்கமும், அதற்கான ஆயுதப் போராட்டமும் தன் சகோதரியின் உயிரைவிடப் பெரியது என்று சொன்னார். ஈழப் போராட்டம் உங்களுக்கு நெருக்கமான பலரைக் கொன்றுவிடலாம். ஆனால் போராட்டம் முடிந்த பிறகு அந்தத் தியாகங்களின் மதிப்பு தெரியும் என்று பிரபாகரன் சொன்னதாக மேற்கோள் காட்டினார். இப்படியான நம்பிக்கைகளில் முழுமையாக ஈடுபடுத்திக் கொள்வதுதான் புலிகளின் வன்முறை நிறைந்த உலகைக் கொஞ்சமாவது அர்த்தமுள்ளதாகப் பார்க்க வைக்கும்.

நான் யாழ்ப்பாணத்தில் இருந்த நாட்கள் ஒன்றில் ஆனந்தி என்னைத் தொலைபேசியில் அழைத்து அவர் இடத்துக்கு வரச் சொன்னார். சகோதரி சாந்தியுடன் தங்கியிருந்த அவரைப் பார்க்கப் போனேன். அலுவலகத்தில் இருந்த அவரை TID (Terrorist Investigation Department) எனப்படும் தீவிரவாத புலன்விசாரணைத் துறையிலிருந்து ஆட்கள் வந்து அழைத்திருக்கிறார்கள். 'எங்கள்கூட வாருங்கள், விசாரிக்க வேண்டும்' என்று அழைத்திருக்கிறார்கள். அதற்கு,

'எதைக் கேட்பதானாலும் இங்கேயே எல்லார் எதிரிலும் நீங்கள் கேட்கலாம்' என்று அவர் கூடப் போக மறுத்திருக்கிறார்.

'எழிலன் எங்கே என்று தெரியுமா... வெளிநாட்டுக்குத் தப்பி ஓடி விட்டாரா?' என்பது அவர்கள் கேள்வி.

'அவர் எங்கே இருக்கிறார் என்பது எனக்குத் தெரியாது. ஆனால், உங்களுக்குத் தெரியும். விவரங்களை என்னிடம் சொன்னால் உடனடியாகப் போய் அவரோடு இணைந்து கொள்வேன்' என்று துணிச்சலாகப் பதில் சொல்லியிருக்கிறார் ஆனந்தி.

| 170 |

ஏறக்குறைய மாதம் ஒருமுறை அவர்கள் ஆனந்தியிடம் இந்தக் கேள்வியைக் கேட்கிறார்கள். சாந்தியிடமும் கேட்கிறார்கள். எழிலன் முள்ளிவாய்க்காலில் ராணுவத்திடம் சரணடைந்தது அவர்களுக்கு நன்றாகவே தெரியும். அவர்கள் விளையாடுவது கொஞ்சமும் இதயம் இல்லாத விளையாட்டு. ஆனந்தி எழிலனைக் கண்டுபிடிக்க முயன்று வருவது அவர்களுக்குத் தெரியும். தன் முயற்சியில் எவ்வளவு தூரம் அவர் முன்னேறி இருக்கிறார் என்பதை அறிவதும் ஒருக்கால் விவரம் ஏதேனும் தெரிந்திருந்தால் குழப்பிவிடுவதுமே அவர்கள் நோக்கம்.

'ஒரு சமயம் நான் அவர்களிடம் சத்தம் போட்டு விட்டேன். 'நான் என்ன தீவிரவாதியா...ஏன் சதா என்னைக் கேள்வி கேட்கறீங்க?' என்று. அவர்கள் மிரண்டு போய் திரும்பிப் போய் விட்டார்கள்.' இதைச் சொல்லும்போது ஆனந்தியின் கண்கள் கலங்கின. பொதுவாக அவர் அழுகிற பெண் அல்ல.

எழிலனை ராணுவத்தினர்தான் பிடித்துக்கொண்டுபோனார்கள் என்பது உறுதியாகத் தெரியுமா என்று பலரும் ஆனந்தியைக் கேட்கிறார்கள். 2009, மே மாதம் ஆனந்தி தன் மகள்களுடன் மதாலன் வந்தடைந்த போது எழிலன், புலிகளின் மூத்த தலைவர்களுடன் நகர்ந்து கொண்டிருந்தார். உயிரோடு இருக்கிறார் என்பதைப் பதிவு செய்வ தற்காக இரண்டு நாட்களுக்கு ஒருமுறை வந்து பார்ப்பார். ஓரிரண்டு முறை திரும்பிப் போகவேண்டாம், இங்கேயே இருந்து விடுங்களேன் என்று ஆனந்தி சொல்லிப் பார்த்ததுண்டு. ஆனால் அப்படிச் சொல் வதை அவர் விரும்பவில்லை என்று தெரிந்ததும் நிறுத்திவிட்டார்.

எட்டாம் தேதியன்று ஆனந்தியின் இரண்டாவது மகளுக்குக் குடல் வால் வெடித்துவிட்டது. உடனடியாக அறுவை சிகிச்சை செய்ய வேண்டியிருந்தது. பனைமரக் கிளைகள், தடிகள்கொண்டு அமைக்கப் பட்ட அறுவை சிகிச்சை அறையில் ஸ்ட்ரெச்சரும் ஒற்றை விளக்கும் கொண்டு அந்த அறுவை சிகிச்சை செய்துமுடிக்கப்பட்டது.

மே பதினைந்தாம் தேதி ஆனந்தி முள்ளிவாய்க்காலில் எழிலனின் பெற்றோர், சகோதரர், சகோதரி அவர்கள் குடும்பத்தாருடன் பங்கரில் இருந்தார். அப்போது சில புலிகள் தலைவர்களின் குடும்பத்தினரை ஏற்றிக்கொண்டு படகு ஒன்று இந்தியாவுக்குப் புறப்பட்டது. அதில் ஏறிப் போய்விடலாம் என்று ஆனந்தி எழிலனிடம் சொல்ல, அவர் வர மறுத்து நீங்கள் மூவரும் போங்கள் என்று சொல்லியிருக்கிறார். ஆனந்திக்கு அவரை விட்டுப் போக மனமில்லை. ஆகமொத்தம் யாருமே போகவில்லை.

மே *16*'ம் தேதி, ஏறக்குறைய தோற்றாகிவிட்டது என்கிற நிலையில் எழிலன் ஒரு பிரபல தமிழ் அரசியல்வாதியுடன் சேட்டிலைட்

ஃபோனில் பேசியதாய் ஆனந்தி சொன்னார். 'இரண்டு வருஷமோ அல்லது கொஞ்சம் அதிக காலமோ அவர்கள் உங்களைப் பாதுகாப்பில் வைத்திருப்பார்கள். அதற்குப் பிறகு உங்களை வெளியில் விட்டு விடுவார்கள். நாங்கள் கொண்டுவந்துவிடுவோம். நீங்கள் எல்லாரும் சரணடைந்து விடுங்கள்' என்று அவர் சொன்னதாகச் சொன்னார். 'இவ்வளவு மோசமான நிலைக்கு ஆளாவோம் என்று தெரியாமல் போய்விட்டது. தெரிந்திருந்தால் கட்டாயம் தப்பியிருப்போம்' என்றார்.

ராணுவத்தின் அழைப்பின்பேரில் குடிமக்கள் புறப்பட்டுப் போன போதும் அவர் வரவில்லை. ஆனந்தியும் குழந்தைகளும் மட்டுமே போனார்கள். போகிறபோது நீரில் மிதந்த உப்பிய உடல்களை ஆனந்தி பார்த்தார். தப்பிப் போன அவர்களைச் சுட்டது ராணுவத்தினராகவும் இருக்கலாம், புலிகளாகவும் இருக்கலாம். எழிலன் சற்றுத் தாமதமாய், தன் சீருடையைக் களைந்து விட்டுக் குடிமக்கள் உடையில் வந்து அவர்களோடு இணைந்தது ஆனந்திக்கு சந்தோஷம்.

'எவ்வளவு கஷ்டங்களைப் பொறுத்துக்கொண்டோம், எத்தனை உயிர்களைப் பலி கொடுத்தோம். கடைசியில் எல்லாம் வியர்த்தமாகி விட்டதே' என்று எழிலன் வருந்தியிருக்கிறார். என்ன ஆகப் போகிறது என்பது அவருக்குத் தெரிந்திருந்தது. 'உனக்கும் குழந்தைகளுக்கும் என்ன ஆகப்போகிறதோ என்று கவலையாக இருக்கிறது' என்று சொன்னார்.'

ஆப்பரேஷன் ஆன காயத்திலிருந்து ரத்தம் வடிந்து வலியில் கஷ்டப் பட்ட சின்ன மகள் அப்போதுதான் தூங்கிக்கொண்டிருந்தாள். அவளை எழுப்பி அப்பா வந்தாகி விட்டது என்று சொல்வதற்குள் ராணுவத்தினர் வந்து எழிலனை அழைத்துப் போய்விட்டார்கள். புலிகளில் இருந்து ராணுவம் பக்கம் போய்விட்டிருந்த போராளிகள் சிலர் தங்களுக்குத் தெரிந்த புலிகளை அடையாளம் காட்டிக் கொடுத்து வந்தனர். அப்படி யொருவர்தான் ராணுவத்தினரை அழைத்து வந்திருந்தார். அவர்களில் ஒரு ராணுவ வீரருக்கு நல்ல உள்ளம்; ஆனந்தியின் அடையாள அட்டையைப் பார்த்தவர், 'இதில் எதற்காக நீ சிக்கிக் கொள்கிறாய்' என்று சொல்லியிருக் கிறார். அப்படியாக ஆனந்தி தப்பிவிட்டார். இல்லையென்றால் வேறு பல புலி தம்பதிகளைப் போல் காணாமலே போயிருப்பார்.

| 172 |

5

எழிலனைப்போல ஆயிரக்கணக்கான புலிகளையும் புலி ஆதரவாளர் களையும் கூட்டிச் சென்ற இலங்கை ராணுவம் ஒரு பெரும் பொறுப் புக்குத் தன்னை ஆளாக்கிக்கொண்டது. அவர்களை நீதித்துறையின் முன் விசாரணைக்குச் சமர்ப்பிக்கும் பொறுப்புத்தான் அது. ஆனால் இலங்கை அரசுக்கு அவர்களை நீதிமன்றத்தில் விசாரிக்கும் எண்ணம் இல்லை. அநேகமாய் அவர்களை ஏற்கெனவே கொன்றிருக்கக் கூடும் அல்லது காலவரையின்றி அவர்களைக் காவலில் வைத்திருக்கத் தீர்மானித்திருக்கவேண்டும். ஆகவே மறுப்பு, மௌனம், குழப்புதல் என்று எல்லாம் கலந்த ஒரு நிலைப்பாட்டை எடுத்துக்கொண்டு எழிலன் எங்கிருக்கிறார் என்பது தொடர்பான தகவல்களை அரசாங்கம் வெற்றிகரமாய் மழுப்பிக்கொண்டிருந்தது.

ஆனந்தி கடிதங்கள் எழுதுவதில் கைதேர்ந்தவர். ஒரு சமயம் தனக்கு ஒப்புதல் இல்லாத ஒரு வேலை எழிலனுக்குத் தரப்பட்டபோது நேராக பிரபாகரனுக்குக் கடிதம் எழுதினார். உடற்பயிற்சி வகுப்புக்கு வரமுடியாத நிலையில் இருப்பதால் என் மகளைத் தயவு செய்து மன்னிக்கவும் என்று மகளின் ஆசிரியருக்கு எழுதுவதுபோல அந்தக் கடிதத்தை எழுதியிருந்தார். 'எனக்கு இருக்கிறதைவிட எழிலனுக்கு ஆதரவு ஜாஸ்தி போலிருக்கே' என்று சொல்லி அந்தக் கடிதத்தைப் பலமுறை பிரபாகரன் கிண்டல் செய்ததுண்டாம்.

எழிலன் ராணுவத்தினரால் அழைத்துச் செல்லப்பட்ட போதும் அடுத்த இரண்டு நாட்களில் கடிதம் எழுதினார். வவுனியா செஞ்சிலுவைச் சங்கத்துக்கு எழுதிய அந்தக் கடிதத்தின் நகல்களை, கொழும்பு செஞ்சிலுவைச் சங்கம், இலங்கையின் மனித உரிமைக் கழகம், ஐக்கிய நாடுகள் சபையின் அகதிகளுக்கான குழுமத்தின் இந்தியக் கிளை, மஹிந்த ராஜபக்சே, கோத்தபய ராஜபக்சே, பிரிட்டன் தூதரகம், அமெரிக்கத் தூதரகம் எல்லாவற்றுக்கும் அனுப்பினார். 'இந்திய

அரசுக்கு அனுப்பவில்லை. இலங்கை அரசின் குண்டு வீச்சை நிறுத்தச் சொல்லியிருக்கலாம், ஆனால் அவர்கள் அதைச் செய்யவில்லை. எங்களைக் கைவிட்டுக் கழுத்தை அறுத்துவிட்டார்கள்' என்றார்.

எந்தக் கடிதத்துக்கும் பதில் ஏதும் வரவில்லை. ஆகவே தொண்டு நிறுவனங்களையும், அரசு அதிகாரிகளையும் நேரில் போய்ப் பார்க்க ஆரம்பித்தார். வவுனியாவின் மனித உரிமைகள் கழகத்தில் பணியில் இருந்தவர் ஒரு சிங்களர். அவருக்குப் புகாரை விளக்கவே நெடுநேரம் ஆயிற்று. 'பதிவு எண்ணை நாளைக்கு ஃபோனில் கேட்டு வாங்கிக் கொள்ளுங்கள்' என்று வாங்கி வைத்தவர், மறு நாள் ஃபோன் செய்தால் புகார் காணாமல் போய்விட்டது என்று சொல்லியிருக்கிறார். மறுபடியும் பொறுமையாக மறுநாள் போய், எழுதிக் கொடுத்து, அங்கேயே இருந்து பதிவு எண்ணை வாங்கியிருக்கிறார். அப்போதும் அவர்,

'ஞாபகம் வையுங்கள், TID வந்து விசாரிக்கும், உங்களுக்கு அதில் பயமில்லை என்று நினைக்கிறேன்' என்று அச்சுறுத்த,

'இல்லை' என்று தெளிவாகச் சொல்லியிருக்கிறார்.

புகாரைப் படித்துப் பார்த்த கிளிநொச்சி போலிஸார் அதை ஏற்கவில்லை. 'சரண் அடைந்தார் என்று சொன்னால் அதை நாங்கள் ஏற்கமாட்டோம். காணாமல் போய்விட்டார் என்று எழுதுங்களேன்?' என்று ஆலோசனை சொல்லியிருக்கிறார்கள். ஆனந்தி அதற்கு ஒப்புக் கொள்ளவில்லை. டிசம்பர் 2009 ஆம் ஆண்டு கொழும்புவில் இருந்த மனித உரிமைக் கழகத்துக்குப் புகார் தரச் சென்றிருந்தபோது அவர்கள், வெளிநாட்டில் இருந்த எழிலனின் உறவினர்கள் அழுத்தம் கொடுத்தால் மனு சீக்கிரம் நகரும் என்று ஆலோசனை சொன்னார்கள். ஆனால் அப்படிச் செய்தால் தாங்கள் இலங்கைக்கு வரும்போது பிரச்னைகள் எழலாம் என்கிற அச்சத்தில் அவர்கள் ஏற்கவில்லை.

போர் முடிந்து ஒரு வருடத்துக்குப் பிறகு TID அதிகாரிகள் ஆனந்தியின் அலுவலகத்துக்கு வந்து ராணுவ முகாமுக்கு விசாரணைக்கு அழைத்துப் போயிருக்கிறார்கள். அங்கே மஹிந்த ஹத்துருசிங்கே என்கிற ராணுவ அதிகாரி, ஆனந்தி இன்னமும் புலிகளுக்காக வேலை செய்வதாகக் குற்றம் சாட்டியிருக்கிறார். எழிலன் சண்டை நடக்கும் போதே இறந்து போய்விட்டதாகவும், அதை நிரூபிக்கும் புகைப் படங்களைக் காட்ட முடியும் என்றும் சொல்லியிருக்கிறார். ஆனந்தி இதை ஏற்கவில்லை. ராணுவத்தினரிடம் எழிலன் சரணடைந்ததைத் தன் கண்களால் பார்த்ததாகச் சொல்லியிருக்கிறார்.

இதைக் கேட்டதும் ஹதுருசிங்கே ஆத்திரம் அடைந்திருக்கிறார். 'ராணுவத்தைக் குற்றம் சொல்வதை நான் நிறுத்த வேண்டும் என்றார்.

மக்கள் மீது குண்டு பொழிந்தது விடுதலைப் புலிகள்தான் என்று சொல்ல வேண்டும் என்றார்.' பின்னர், ஒரு நார்வே அமைப்புக்கு ஆனந்தி இந்த விசாரணைகுறித்து எழுதினார்: 'என் கணவர் காணாமல் போனதைக் குறித்து ஏதாவது அமைப்புகளுக்குப் புகார் செய்திருக் கிறேனா என்று அவர் கேட்டார். செஞ்சிலுவைச் சங்கத்துக்கும், மனித உரிமைகள் கழகத்துக்கும் புகார் செய்திருப்பதாகச் சொன்னேன். என் கணவர் எங்கே இருக்கிறார் என்பதுபற்றி யாரிடமாவது பேசினால் என்னையும் என் குழந்தைகளையும் சுட்டுவிடுவேன் என்றார்.'

இது காழ்ப்புணர்வின் எளிய, அசிங்கமான வெளிப்பாடு. ஆனந்தியைப் பின்வாங்கவைக்க இன்னும் மோசமான முயற்சிகள் மேற்கொள்ளப் பட்டன. ஒரு சமயம் TID யிலிருந்து பேசுவதாகச் சொல்லிக்கொண்டு தமிழில், ரொம்பவும் தாழ்ந்த குரலில் ஒருவர் பேசினார். எழிலன் உயிருடன், ஆரோக்யமாக இருப்பதாகவும், அவர் காணாமல் போனது குறித்தும், சரணடைந்ததாகவும் ஊரறியப் பேசுவதை நிறுத்தினால் சில மாதங்களில் அவரை விடுவிக்க இயலும் என்றும் அந்தக் குரலுக்கு உரியவர் சொன்னார். எழிலனை விடுவிப்பதற்கு ஆனந்தியின் பேச்சுகள் தான் தடையாக இருப்பதாக அந்த மனிதர் சொன்னார். அந்தக் குரலில் இருந்த குற்ற உணர்வு ஆனந்திக்கு ஒரு உறுதியைக் கொடுத்தது. எதிர்ப்புகளை உரக்க, ஊரறியத்தான் செய்ய வேண்டும் என்பதே அது.

அவர் சொல்வது சற்று கருணையுடன் கேட்கப்படும் வாய்ப்பு செப்டம்பர் 2010 இல் கிடைத்தது. LLRC (Lessons Learned and Reconcilation Commission) அமைப்பு புகார்களைச் செவிமடுக்கும் முகாமைக் கிளிநொச்சியில் நடத்தியது. அங்கே TID குறுக்கே புகுந்து வந்தவர்கள் யாரையும் அனுமதிக்காமல் இடைஞ்சல் செய்தது. மிகுந்த சிரமங்களுடன், விடாப்பிடியாக ஆனந்தி அங்கே புகாரைச் சமர்ப்பித் தார். ஒரு மொழிபெயர்ப்பாளரையும்கூட வைத்துக்கொண்டு புகார் மீதான விசாரணை ஆரம்பித்தது.

மொழி பெயர்ப்பாளர்: ஓமந்தை ராணுவ விசாரணை மையத் துக்கு இவர் கணவர் 2009 மே மாதம் 4'ம் தேதி அழைத்துச் செல்லப்பட்டார். ஆனந்தா குமாரசாமி நல மையக் காவல் முகாமுக்குப் போனபோது ICRC எங்களிடம் அவர் ஓமந்தையில் இருப்பதாகச் சொன்னார்கள். அவர் அழைத்துப் போகப்பட்டு ஆறு மாதங்களுக்கு மேலாகியும் இன்னும் எங்களால் அவரைப் பார்க்கமுடியவில்லை.

கேள்வி (விசாரணை அதிகாரி): அவர் இப்போது எங்கே?

பதில் (அரசுப் பிரதிநிதி): அவரை விடுவிக்கப் போவதாகச் சொன்னார்கள், ஆனால் அவரை...

கேள்வி: அவர் எங்கே இப்போது?

பதில்: ஓமந்தை.

கேள்வி: அவரிடம் (ஆனந்தியிடம்) விவரங்களைத் தரச் சொல்லிச் சொல்லுங்கள்.

பதில்: அவரது ஒரு கால் நீக்கப்பட்டிருக்கும் என்கிறார்.

கேள்வி: அப்படியானால் அந்த விவரத்தையும் தரச் சொல்லுங்கள். கால் எப்படி நீக்கப்பட்டது?

பதில்: அவர் விடுதலைப் புலிகள் இயக்கத்தில் இருந்தார்.

கேள்வி: சரி, இது போன்ற விவரங்கள் எல்லாவற்றையும் தரச் சொல்லுங்கள்.

பதில்: பலமுறைகள் எழுத்து மூலம் வேண்டுகோள் கொடுத்தும்...

கேள்வி: பயப்பட வேண்டாம் என்று அவரிடம் சொல்லுங்கள். எல்லா விவரங்களையும் தரச் சொல்லுங்கள்

மொழிபெயர்ப்பாளர்: சொல்லிவிட்டோம் சார், எல்லா விவரமும் அவர்களிடம் சொல்லிவிட்டோம். ரொம்பத் தெளிவாக அவர்களிடம் சொல்லிவிட்டேன். விவரமாக, விரிவாக அவர்களிடம் சொல்லிவிட்டேன் சார்.

மேலே அவர்களிடம் சொல்லிவிட்டேன் என்பதிலிருந்து, காணாமல் போனவர்களின் உறவினர்கள் இந்த மையத்திடம் அலைமோதுகிறார்கள் என்பதைப் புரிந்து கொள்ள முடிகிறது. திரும்பத் திரும்பக் காணாமல் போனவர்களின் விவரங்களை எழுத்து மூலம் சமர்ப்பிக்கச் சொன்னார்கள். TID அதிகாரிகளைக் குறிப்பிட்ட நாளில் வரச் சொல்லி இருப்பதாயும், பாதுகாப்பில் இருப்பவர்களுக்கு எதிராக என்னென்ன விவரணங்கள், நிரூபணங்கள் இருக்கின்றன என்று சொல்லுமாறு கேட்போம், அவர்களை விரைவில் விடுவிக்குமாறு சொல்வோம் என்று அவர்களிடம் சொல்லுங்கள் என்றும் மொழிபெயர்ப்பாளரிடம் அந்த அதிகாரி சொன்னார்.

எல்லாரையும் போகச் சொல்லிவிட்டு ஆனந்தி அந்த அதிகாரி முன் விசாரணைக்கு நின்றபோது மதியத்துக்கு மேல் ஆகி எல்லாரும் தூக்கக் கலக்கத்தில் இருந்தார்கள். 'சொன்னதற்கெல்லாம் அந்த அதிகாரி சும்மா தலையை ஆட்டிக்கொண்டிருந்தார். எழிலன் ராணுவத்திடம் சரணடைந்தபோது நீங்கள் எவ்வளவு தூரத்தில் இருந்தீர்கள். அவர்தான் என்று தெரியுமா... அவர்தான் என்று எப்படி உறுதியாகச் சொல்கிறீர்கள்? என்றெல்லாம் மடத்தனமான கேள்விகளைக் கேட்டார்கள்.'

ஒரு பதினைந்து நிமிடங்கள் ஆனதும் மொழிபெயர்ப்பாளரிடம் ஒலிப் பதிவுக் கருவியை நிறுத்துமாறு ஜாடை செய்தார் அந்த அதிகாரி. 'அந்த இடத்தில் எனக்கு இருந்த நம்பிக்கை முழுவதும் போய்விட்டது' என்றார் ஆனந்தி.

ஆனந்தியை ஒருதரம் கொழும்புவில் இருந்த மனித உரிமைக் கழகத்தில் சந்தித்தேன். அப்போது அவருடைய நண்பர் ஒருவர், ஒரு டாக்டர். விரக்தியும் மனக்கசப்பும் ஓரளவு நீங்க வேண்டுமானால் ஒரு மனநல மருத்துவரை ஆனந்தி ஆலோசிப்பது நல்லது என்றார். 'அப்படிச் செய்தேன் என்றால் என்னைப் பைத்தியக்காரி என்று ஒதுக்கி, நான் பேசுவது எல்லாம் உளறல் என்று சொல்ல ஆரம்பித்துவிடுவார்கள். ஆகவே அது ஒரு வழியே அல்ல' என்றார் ஆனந்தி. தொடர்ந்து, 'ஆனால் அதென்னவோ நிஜம்தான். என் எண்ணங்கள் முழுவதும் குளறுபடி. போரின் கடைசி நாளுக்கு முன்னர் நடந்தவை, அதற்குப் பின்னால் நடந்தவை எல்லாம் கலப்படமாகக் குழப்புகிறது' என்றார்.

அவர் சொன்னதை நான் தவறாகப் புரிந்துகொண்டு, 'எழிலன் எங்கே எப்படிப் போனார் என்பதில் சந்தேகம் எழ ஆரம்பிக்கிறது என்கிறீர் களா?' என்றேன்.

'என்னது?' என்று அதிர்ந்து திரும்பிய அவர், 'இல்லை' என்றார் அழுத்தமாக. 'அது எனக்கு உறுதியாகத் தெரியும். அவர் ராணுவத்திடம் இருக்கிறார் என்பது தெரியும்' என்றார்.

ஆனந்தி தன் வலது மணிக்கட்டில் காரடையான் நோன்புக்காகக் கட்டியிருந்த மஞ்சள் கயிற்றைப் பார்த்ததும் அந்தப் பண்டிகையில் சொல்லப்படும் சத்தியவான் சாவித்திரி கதை ஞாபகம் வந்தது. கணவனை எப்படியாவது மரணத்திலிருந்து காப்பாற்றி விடத் துடித் தாள் சாவித்திரி. உன் கணவனின் உயிரைத் தவிர வேறெதைக் கேட்டாலும் தருகிறேன் என்று எமன் வாக்குறுதி அளித்தான்.

'எனக்குச் சில புது உயிர்கள் பிறக்கவேண்டும், அதுவும் என் கணவன் மூலமே பிறக்க வேண்டும்' என்று சாமர்த்தியமாகக் கேட்டு எமனை ஜெயித்தவள் சாவித்திரி.

'உங்கள் கணவர் உயிரோடு இருப்பதாக நம்புகிறீர்களா?' என்று ஆனந்தியைக் கேட்பது மிகவும் பண்புக்குறைவான செயல் என்று தோன்றியதால் கேட்கவில்லை.

| 177 |

6

போருக்குப் பிந்தைய கொழும்புவில் தினமும் புதுப் புது வன்முறைகள் குறித்த வதந்திகள் எழுந்த வண்ணம் இருந்தன.

யார் யாரை அடிக்க ஆள் அனுப்பினார்கள், யாரைத் தெருவில் போட்டு அடித்தார்கள், யாருக்கு ஃபோன் செய்து மிரட்டினார்கள், போலிஸ் காவலில் என்னவெல்லாம் நடந்தது என்று இப்படிப் பலவாறாகப் பேசப்பட்டது. 2012 ஆம் வருஷம் மூன்று மாதங்களில் மட்டும் காணாமல் போனவர்கள் மற்றும் கடத்தல் முயற்சிகளாக மட்டும் 21 கேஸ்கள் பதிவாயின. நான்கு நாட்களுக்கு ஒருமுறை ஒரு செய்தி வரும்.

இந்த நிகழ்வுகள் எல்லாவற்றுக்கும் அரசாங்கப் பாதுகாப்புப் படையோ அரசியல்வாதிகள் ஏவிவிட்ட குண்டர்களோதான் காரணம் என்பது ஏறக்குறைய எல்லாருக்கும் தெரிந்திருந்தது. எது பாதுகாப்புப் படை எது குண்டர்கள் என்று வேறுபடுத்தவே முடியவில்லை. அதிபரும் அவர் சகோதரர் கோத்தபய ராஜபக்சேவும் இன்னும் சில அதிகாரம் மிக்கவர்களும் சேர்ந்துகொண்டு ஒரு கொலைக் கும்பலை இயக்குவதாகச் சொல்லப்பட்டது. 1990 லிருந்து அரசாங்கம் உபயோகித்து வரும் எந்த அடையாளமும் இல்லாத வெள்ளை வேன்கள் இந்தச் செயலுக்குப் பயன்பட்டன. எங்காவது கடை கண்ணிக்குச் சாயந்திரம் போய்க்கொண் டிருந்தீர்கள் என்றால் இந்த வெள்ளை வேன் வந்து நிற்கும். அதன் ஸ்லைடிங் கதவு திறக்கும். உங்களை உள்ளே இழுத்துப் போடுவார்கள். வண்டி கிளம்பிவிடும். உங்களுக்கு அதிர்ஷ்டம் இருந்தால் சின்னச் சின்ன சித்திரவதைத் தழும்புகளோடும், கை கால் உடைப்பு அல்லது சின்ன எலும்பு முறிவுடன் அத்துவானத்தில் உங்களைத் தூக்கிப் போட்டுவிட்டுப் போய்விடுவார்கள்.

மக்கள் இப்படித் திடீர் திடீரென்று காணாமல் போவது இலங்கையில் புதிதல்ல. 1971 இல் மார்க்சிஸ்ட்டுகள் தலையெடுக்க ஆரம்பித்த திலிருந்தே தொடங்கிவிட்டது. 1974 ஆம் ஆண்டு கம்யூனிஸ இதழ்

ஒன்றை வெளியிட்டதற்காகக் கைதான ஒருவரைச் சந்தித்தேன். கைது என்பது தவறான வார்த்தை. அப்படிச் சொல்லும்போது வாரண்ட், நீதித் துறை வழிகாட்டல்கள், நீதிமன்ற விசாரணை இவையெல்லாம் ஞாபகம் வரும். இந்தக் 'கைது' அப்படியல்ல. உளவுத்துறையிலிருந்து ஆட்கள் வந்து இவரை வீட்டிலிருந்துகொண்டு போய் இரண்டு வருஷங்களுக்கு வைத்திருந்தார்கள்.

'அத்தனை காலமா... இரண்டு வருஷம் என்ன செய்தார்கள்?' என்றேன்.

'என் மேல் ரொம்பக் கோபம் அவர்களுக்கு. தலை மேலே ஒரு லெட்ஜரை வைத்துவிட்டு அதன் மேல் தடியால் அடித்தார்கள். தலை யில் அடிபட்ட அடையாளமும் தெரியாது; அடியின் வலிமையும் தெரியும். என் பிறப்புறுப்பை மேசை டிராயரில் வத்து படாரென்று மூடுவார்கள். தனிமையில் ஊரைவிட்டுத் தள்ளி இருக்கும் வீடு ஒன்றுக்குக்கொண்டு வந்து போட்டு உதைப்பார்கள். டயலெக்டிகல் மெட்டீரியலிஸம் பற்றிப் பேசச் சொல்லி பேசப் பேச அடிப்பார்கள்.'

'இதுபோல எத்தனை முறை ஆயிற்று?'

'பல முறை... தினசரி நான்கு மணி நேரம் வீதம் நான் இருந்தவரை, பலமுறைகள்.'

தேர்தல்கள், சுத்தமான குடிநீர், போக்குவரத்து வசதி மாதிரி அடி உதை யையும் தன் கடமைகளில் ஒன்றாக இலங்கை அரசு ஏற்றுக்கொண்டதோ என்று தோன்றியது.

வன்முறைபற்றி எழுதும் பத்திரிகையாளர்கள் மீதுதான் வன்முறை அதிகம் பிரயோகிக்கப்பட்டது. 'ரொம்ப ஜாக்கிரதையாய் இரு' என்று எனக்கு மீண்டும் மீண்டும் எச்சரித்தார்கள். கொழும்புவில் விசா அதிகாரி என் விண்ணப்பத்தை நெடுநேரம் படிப்பார். அப்போது என் நாடித் துடிப்பு அதிகரிக்கும். கிளிநொச்சியில் நான் போய்க்கொண் டிருக்கும்போது அருகில் வெள்ளை வேன் வரும். ரத்தம் சில்லிட்டு வயிற்றில் முடிச்சு விழுந்த மாதிரி உணர்வேன். இலங்கையை விட்டுப் போய்விட்டுத் திரும்பும் போதெல்லாம் உள்ளே போக அனுமதி மறுக்கப்படுமோ என்கிற அச்சத்துடனே போவேன்.

இயற்கைக்குப் புறம்பான மரணத்தை சந்தித்தவர்களில் முக்கியமானவர் லசந்தா விக்ரமதுங்கே. தன் மரணம் நிகழப் போவதை இவர் முன் கூட்டியே அறிந்திருந்தார் என்பது குறிப்பிடத்தக்கது. அவருடைய இதழ் பெரும்பாலும் கடுமையாகவும், கிசுகிசு ரகச் செய்திகளையும் எழுதுவதாக இருந்தது. செய்திகளின் தன்மையில் சொந்த நியாயங்கள்

| 179 |

இருந்தன என்றாலும் ராஜபக்சே அரசின் அதிகார துஷ்பிரயோகத்தை எதிர்த்து நின்றது. அதிபர் ஒருதரம் நேரிலேயே அழைத்து அரசாங்கத்தை விமரிசிக்கும் போக்கைக் கைவிட்டாகவேண்டும் என்று கொலை மிரட்டல் விடுத்திருக்கிறார். பாதுகாப்பு அமைச்சகத்தில் ஊழல் நடந்திருப்பதாக எழுதியபோது கோத்தபய 'சண்டே லீடர்' என்கிற அவரது பத்திரிகை மீது வழக்குப் போட்டு தண்டனை விதித்தார். அநாமதேய மிரட்டல்களும் நிறைய வந்தன. பத்திரிகையின் அச்சகம் துவம்சம் செய்யப்பட்டது. வீட்டுக்கு மலர் வளையம் அனுப்பப்பட்டது. பத்திரிகையின் ஒரு பக்கத்தைக் கிழித்து 'எழுதினால் கொல்லப்படுவாய்' என்று எழுதி அனுப்பியிருந்தார்கள்.

2009 ஜனவரி 8 ஆம் தேதி மோட்டார் சைக்கிளில் வந்த நான்கு பேர் விக்ரமதுங்கேவின் காரை மறித்தார்கள். ஒருவன் காரின் கண்ணாடியை அடித்து நொறுக்கிவிட்டு துப்பாக்கியை உள்ளே சொருகி குண்டுகளைப் பொழிந்தான். தன்னுடைய நிஸ்ஸான் காரில் போய்க்கொண்டிருந்த போது புலிகளால் கொல்லப்பட்ட நீலன் திருச்செல்வம் ஞாபகம் வந்தார். ஆனால், விக்ரமதுங்கேவைக் கொன்றது நாட்டைப் புலிகளிடமிருந்து காப்பாற்றுவதாகச் சொல்லிக்கொள்ளும் ஆட்கள்!

விக்ரமதுங்கேயின் கொலைக்காக யாரும் கைதாகவில்லை. யாரும் கைதாக மாட்டார்கள் என்பதும் எல்லாருக்கும் தெரிந்திருந்தது. கொழும்பு பத்திரிகையாளர் ஒருவர் கேட்டார், 'அப்படிப்பட்ட பலத்த பாதுகாப்பான சாலையில் நான்கு மோட்டார் சைக்கிள்கள் எப்படிப் புக முடியும்... எப்படி ஆயுதத்துடன் வந்து கொலை செய்ய முடியும்?' தொடர்ந்து, 'தலைவலிக்கு ரெண்டு ஆஸ்பிரின் வாங்கப் போனாலே ரெண்டு தரம் செக் போஸ்ட்டுகளில் நிறுத்துவார்கள். செல்வாக்கு இல்லாதவர்களால் இந்தக் காரியத்தைச் செய்ய முடியாது' என்றார். சொல்லிவிட்டு 'என் பெயரை எழுத வேண்டாம். எழுதினால் அடுத்து எனக்குத்தான் ஆள் அனுப்புவார்கள்' என்றார்.

அடுத்த நாள் விக்ரமதுங்கேயின் மனைவி சோனாலி ஆஃபீஸ் கம்ப்யூட்டரில் இருந்ததாக ஒரு 2,500 வார்த்தைகள் அடங்கிய கோப்பை வெளியிட்டார். மரணம் சம்பவிக்கப் போவது முன்னரே தெரிந்து விக்ரமதுங்கே அதை எழுதியதாய்ச் சொல்லப்பட்டது. விக்ரமதுங்கே எழுதியதாக சோனாலியே எழுதியது என்று சிலர் சொன்னார்கள். யார் எழுதியதோ அந்தக் கோப்பில் இப்படி எழுதப்பட்டிருந்தது:

'என் மேல் நடத்தப்பட்டு வரும் தாக்குதல்கள் அரசாங்கம் ஏவி விட்டதன் பெயரிலேயே நடப்பதாக நம்புவதற்குக் காரணங்கள் இருக்கின்றன. இறுதியில் நான் கொல்லப்படும்போது அதற்கு 'அரசாங்கமே காரணமாய் இருக்கும்.' தொடர்ந்து, ராஜபக்சே அதிகார போதையில்

இருப்பதாயும், மனித உரிமைகளை நசுக்குவதாயும், ஊழலை வளர்ப்பதாயும் மக்கள் பணத்தைத் தின்று ஏப்பம் விடுவதாயும் எழுதியிருந்தார். 'பொம்மைக் கடையில் சுதந்திரமாக விடப்பட்ட குழந்தைபோல உங்கள் நடவடிக்கைகள் இருக்கின்றன' என்று எழுதி, 'இல்லை, குழந்தை என்று சொல்வது சரியாக இருக்காது. குழந்தைகள் இந்த மண்ணின் மேல் இவ்வளவு ரத்தம் சிந்தக் காரணமாக இருக்கமாட்டார்கள்' என்று திருத்தியிருந்தார்.

ராஜபக்சே நேரடியாக இதைச் செய்திருக்க மாட்டாரென்றும், நிழலாக இருந்து கவனமாகத் திட்டமிடும் கோத்தபய மாதிரியான சுறா மீனுக்குக் கோடிகாட்டியிருக்கலாம் என்றும் நினைத்தார் விக்ரமதுங்கே:

> என் மரணத்தைத் தொடர்ந்து நீங்கள் சம்பிரதாயமான கண்டனங்களை எழுப்புவீர்கள், விரைவான முழுமையான விசாரணை மேற்கொள்ளும்படி போலிஸுக்குச் சொல்வீர்கள் என்பதையெல்லாம் அறிவேன். ஆனால் இதற்கு முன்னர் நீங்கள் அறிவித்த விசாரணைகள்போலவே இதிலும் உருப்படியாய் எதுவும் நடந்துவிடாது. உண்மையைச் சொல்ல வேண்டுமானால் நம் இருவருக்குமே என் மரணத்துக்குப் பின்னால் இருப்பது யாரென்று தெரியும், ஆனால் சொல்ல மாட்டோம். என் வாழ்க்கை மட்டுமில்லை, உங்கள் வாழ்க்கையும் இதில் அடங்கியிருக்கிறது. நீங்கள் எவ்வளவு மனக் கஷ்டத்தில் இருப்பீர்கள் என்பதையும், என்னைக் கொன்றவர்களைக் காப்பதைத் தவிர உங்களுக்கு வேறு வழியில்லை என்பதையும் நான் அறிவேன். குற்றவாளி கடைசிவரை தண்டிக்கப்படாமல் இருக்குமாறு உறுதி செய்வீர்கள். உங்களுக்கு வேறு வழி இல்லை.

நண்பர் அர்ஜுனா (பெயர் மாற்றப்பட்டுள்ளது) பிரகீத் ஏக்னாலிகோடா என்கிற காணாமல் போன பத்திரிகையாளர் குறித்துப் பேசிக் கொண்டிருந்தார். 2010 ஆம் ஆண்டிலிருந்து அவரைக் காணவில்லை. அவர் மனைவி சந்தியாவை நான் சந்தித்தேன். ஆனந்தியைப்போலவே இவரும் தன் கணவருக்கு என்ன ஆயிற்று என்று விடாமல் அரசாங்கத்தை முற்றுகையிட்ட வண்ணம் இருக்கிறார்.

நண்பர் அர்ஜுனா அவர் இறந்துவிட்டதாகச் சொன்னார்.

'உறுதியாகத் தெரியுமா?' என்றேன்.

பேசிக்கொண்டிருந்த அர்ஜுனா சட்டென்று மௌனமானார். நாங்கள் உட்கார்ந்திருந்த ஹோட்டலின் ஊழியர் தட்டுக்களை எடுப்பதற்காக வந்தார். அவர் போகும்வரை காத்திருந்தார். 'இப்போதெல்லாம் ரொம்ப கவனமாக இருக்க வேண்டியிருக்கிறது' என்றவர், தொடர்ந்து

எங்கள் பேச்சைப் பதிவு செய்துகொண்டிருந்த என் அலைபேசியைக் காட்டி 'அதைக் கொஞ்ச நேரம் கழுத்தைப் பிடிக்க முடியுமா?' என்றும் கேட்டார்.

அலைபேசியை நிறுத்திவிட்டு 'பிரகீத் இறந்து விட்டார் என்று எப்படித் தெரியும்?' என்றேன்.

'அமைச்சர் ஒருவர் சொன்னார். அவர் சொல்ல வேண்டியது அவசியமுமில்லை. ஒரு நீரிழிவு நோயாளியைக் கடத்திக்கொண்டு போய் இரண்டு ஆண்டுகள் யாரால் வைத்திருக்க முடியும்... இன்சுலின் விலை ஜாஸ்தி ஆயிற்றே?'

'இந்த விஷயம் சந்தியாவுக்குத் தெரியுமா?'

'பலமுறை சொல்லிட்டாங்க. சந்தியா அதை நம்பத் தயாராய் இல்லை. ஏன் என்று புரியவில்லை. நிஜமாகவே மறுக்கிறாரா அல்லது மனசு ஒப்பாத செய்தியை ஏற்க மறுக்கிற யுக்தியா இது என்று புரியவில்லை. கடத்திக்கொண்டு போய் பிரகீத்தைக் கொன்றுவிட்டார்கள் என்பதுதான் நிஜம்'

சந்தியா, இலங்கையின் மனித உரிமைக் கழகம், ஐக்கிய நாடுகள் சபை, அரசு முதன்மை வழக்குரைஞர், ஜனாதிபதி எல்லாருக்கும் புகார் அனுப்பினார். போலிஸாரைத் தொடர்ந்து அணுகியவாறு இருந்தார். அவர்களோ விசாரணை நடந்துகொண்டுதான் இருக்கிறது, மெதுவாகப் போகிறது என்றார்கள். நீதிமன்றத்தில் ஒரு ஹெபியாஸ் கார்ப்பஸ் மனுவைத் தாக்கல் செய்தார். ஆனால், நீதிமன்றம் விசாரணைக்கு உத்தரவிடவே 22 செவிமடுப்பு அமர்வுகள் எடுத்துக்கொண்டது. முக்கிய அமைச்சர்களின் தொலைபேசி எண்களை எல்லாம் கண்டு பிடித்து அவர்களை அழைத்தால் யாருமே பதில் சொல்லவில்லை. ராஜபக்சேவின் மனைவி ஷிரந்தி ராஜபக்சேவுக்கு தொலைபேசி அழைப்பு செய்தும் பதிலில்லை. ஆனால் அதற்குப் பிறகு அவரது தொலைபேசி அழைப்புக்கள் ஒட்டுக் கேட்கப்பட்டன. மின்னஞ்சலை ஹேக் செய்து சோதித்தார்கள். அவர் இதற்கெல்லாம் கவலைப்பட வில்லை.

2011, நவம்பரில் பிரகீத் உயிரோடுதான் இருக்கிறார் என்றும், வெளி நாட்டில் வசிக்கிறார் என்றும் அட்டார்னி ஜெனெரல் ஒரு அறிக்கை விட்டார். வேறெந்தத் தகவலும் தரவில்லை. காணாமல் போனவர்கள் பற்றி, அரசாங்கத்தின் பொறுப்பைத் தட்டிக் கழிக்கச் செய்யப்படும் உளுத்துப் போன தந்திரம் இது. ஆகவே சந்தியா ஒரு பத்திரிகையாளர் சந்திப்பை அழைத்து சில வெளிப்படையான (ஆனால் பதில் சொல்ல இயலாத) கேள்விகளை எழுப்பினார்.

அரசாங்கத்துக்கு இவ்வளவு தெரியும் என்றால் ஏன் மேலதிகத் தகவல்கள் தெரிந்திருக்கவில்லை?

எந்த நாட்டில் இருக்கிறார் என்றோ, தொடர்புக்கான தகவல்களையோ ஏன் தரவில்லை?

அந்த விவரங்களைத் தந்திருந்தால் அரசாங்கத்தைக் குறை கூறுவதை நிறுத்திக்கொண்டு விடலாமே?

இந்த சந்திப்புக்கு பிரகீத்தின் சக பத்திரிகையாளர்கள் எல்லாரும் வந்திருந்தார்கள். ஆனால் அழைக்கப்பட்டிருந்தும் அரசாங்கத்திலிருந்து யாரும் வரவில்லை.

சந்தியாவை எனக்கு அறிமுகம் செய்த நண்பர் சொன்னார், 'சந்தியாவின் நிலையில் நான் இருந்தால் துவண்டுவிட்டிருப்பேன். என்னால் சமாளிக்க முடியாது. கணவர் பற்றித் தான் தந்த ஒவ்வொரு புகாரையும் விடாமல் பின்தொடர்கிறார். விசாரணைகளில் கலந்துகொள்கிறார். பணத்தை மிச்சப்படுத்த மூன்று நான்கு பஸ்கள் மாறிப் பயணம் செய்கிறார். இரவுவரை பொறுமையாக விசாரணைகளில் கலந்து கொள்கிறார். ஒரு வருடத்தில் அவரிடம் நிறைய மாறுதல்கள். எப்போதும் அழுது கொண்டிருந்த அவர் இப்போது இறுக்கமாக இருக்கிறார்.'

சந்தியாவின் சிங்களத்துக்கும், என்னுடைய ஆங்கிலத்துக்கும் பாலமாக இருந்தவர் என் தோழி சுபா. பிரகீத், அரசாங்கத்துக்குச் சொந்தமான ஒரு வெளியீட்டு நிறுவனத்தில் கார்ட்டூனிஸ்டாக இருந்தவர். மிகக் குறுகிய காலத்துக்குள்ளாகவே அதிலிருந்து விலகிவிட்டார்.

'ஏன்?' என்று கேட்டேன்.

'அவருக்கு ஒப்புதல் இல்லாத ஒரு சுவரொட்டியை வடிவமைக்கச் சொன்னார்கள். எதிர்க் கட்சித் தலைவர்களில் ஒருவரை ஒழுக்கக் குறைவாகச் சித்தரிக்கும் சுவரொட்டி அது. அந்த மாதிரி செயல்கள் அவருக்குப் பிடிக்காது.'

சந்தியாவும், பிரகீத்தும் ஒரே மாதிரியான அரசியல் கருத்துகளைக் கொண்டிருந்தார்கள். 'பிரகீத்துக்குப் போரில் சம்மதமில்லை. சமஷ்டி அரசாங்கத்தை அவர் விரும்பினார். தமிழர்களுக்குத் தாங்களே ஆண்டு கொள்ளும் உரிமை இருக்கிறது என்பது அவர் கருத்து.'

பிரகீத் அரசாங்கத்தை நம்பவில்லை. 1987 மார்க்சிய தலையெடுப்பின் போது அதில் பங்குகொண்டார்களா இல்லையா என்று தெரியாத அவரது நண்பர்கள் கொல்லப்பட்டார்கள் அல்லது காணாமல் போனார்கள்.

‘அதற்குப் பிறகு பிரகீத் எங்கே வேலை பார்த்தார்?’ என்று கேட்டேன்.

‘அதற்குப் பிறகு அவர் தன்னிச்சையான பத்திரிகையாளராகவே இருந்தார். கார்ட்டூன்கள் வரைவதில்தான் அவருக்கு ஈடுபாடு என்றாலும், எழுதவும் செய்தார், பணம் வேண்டியிருந்ததே.’

பிரகீத் வரைந்த கார்ட்டூன்களைப் பார்த்தேன். அரசாங்கத்தின் நகை முரண்களை வெளிப்படையாய் விமர்சிக்கும் ரக கார்ட்டூன்கள் அவை. ‘நாடாளுமன்றம் நியாண்டர்தால் இருளை உருவாக்கிப் பராமரிக்கப் பயன்படுகிறது’ என்கிற வாசகங்களுடன் ஒரு கற்கால மனிதன் கையில் கோடாலியும் ஓட்டுப் பெட்டியும் எடுத்துப் போவது போல் ஒரு சித்திரம். ராட்சஸச் சிரிப்பு சிரிக்கும் ராஜபக்சேவின் பற்கள் பூக்களாகவும் கையில் ரிவால்வருமாக ஒரு சித்திரம். அதன் வாசகங்கள், ‘அமைதிக்கான போர் என்பது புது கோஷம்; உண்மையில் இது போருக்கான அமைதி’.

‘போரின் போக்கு பிரகீத்துக்குப் பிடிக்கவில்லை. அது குறித்து அவர் கொதிப்படைந்திருந்தார். இடைவிடாது இதைக் கவனித்தபடி இருந்த அவர் மஹிந்தாவையும் அவரது தலைமையையும் கடுமையாக விமர்சிக்க ஆரம்பித்தார். அரசாங்கத்தில் இருந்த அவரது நண்பர்கள், அதிகாரத்தில் இருப்பவர்களை பிரகீத் ஆத்திரத்துக்கு உள்ளாக்கி வருகிறார் என்று எச்சரிக்க ஆரம்பித்தார்கள். ரசாயன ஆயுதங்கள் போரில் உபயோகிக்கப்படுகின்றன என்பதற்குத் தன்னிடம் ஆதாரங்கள் இருக்கின்றன என்பதில் உறுதியாக இருந்தார். அதை நிரூபிக்கும் புகைப் படங்களைப் பார்த்திருந்தார்’ என்றார் சந்தியா.

2007 இல் மிரட்டல் தொலைபேசி அழைப்புகள் வர ஆரம்பித்தன. ‘எழுதுவதை நிறுத்து, இல்லாவிட்டால் கையை வெட்டிவிடுவோம்.’

ஆகஸ்ட் 2009 இல் பிரகீத் முதல் முறையாகக் கடத்தப்பட்டார்.

தம்புல்லாவுக்குப் போனவர் பஸ்ஸில் கொழும்பு திரும்பிக்கொண்டிருந்தார். மணி இரவு *10:00*. ‘இன்னும் ஒரு மணி நேரத்தில் வீட்டில் இருப்பேன்’ என்று சந்தியாவுக்கு அலைபேசியிலிருந்து சொன்னார். நடுநிசி கடந்தும் அவர் வராமல் போகவே சந்தியா அலைபேசியைத் தொடர்புகொண்டார். ஃபோன் அடித்தது. ஆனால் பதிலில்லை. சிறிது நேரம் கழித்து மீண்டும் முயன்றபோது ஸ்விட்ச் ஆஃப் ஆகியிருந்தது. எப்படியாவது ஃபோன் அடிக்காதா என்று இரவெல்லாம் முயன்று கொண்டிருந்தார் சந்தியா.

‘என்ன செய்வது... கட்டாயம் ஏதோ தப்பாக ஆகியிருக்கிறது’ என்று காலையில் நண்பரிடம் சொன்னார்.

| 184 |

‘நானும் முயற்சிக்கிறேன். காத்திருப்போம்’ என்று தைரியம் சொன்னார் அவர்.

இறுதியில் காலை பதினோரு மணிக்கு பிரகீத் ஃபோனை எடுத்தார். அவர் குரல் அயர்ந்து போய், நோய்வாய்ப்பட்டவர் போல் ஒலித்தது. ‘ஒரு ஜோடி செருப்பு எடுத்துக்கொண்டு நம்முடைய வீட்டுக்கு அருகில் இருக்கும் பஸ் ஸ்டாப்புக்கு வா’ என்றார். சந்தியா பிரகீத்தின் செருப்புக் களை ஒரு பாலித்தின் பையில் போட்டு எடுத்துக்கொண்டு பஸ் ஸ்டாப்புக்குப் போனார். பிரகீத் பஸ் ஒன்றிலிருந்து தட்டுத் தடுமாறி ஊர்ந்து வந்தார். கால்களில் செருப்பு இல்லை. பர்ஸ், ஐடி கார்டு, சாவிக் கொத்து எல்லாமும் ஒரு பையில் போடப்பட்டு கையில் வைத்திருந்தார். வீட்டுக்கு வந்தார்கள்.

‘என்ன ஆயிருக்கும் எனக்கு என்று நினைக்கிறாய்?’ என்று பிரகீத் கேட்டார்.

‘தெரியவில்லை. ஊகிக்கக்கூட முடியவில்லை’ என்றார் சந்தியா.

முதல் நாள் பிரகீத் பஸ்ஸிலிருந்து இறங்கி சில அடிகள் நடப்பதற்குள் பதிவு எண் இல்லாத வெள்ளை வேன் ஒன்று வந்து வழி மறித்தது. முகமூடி அணிந்த இரண்டு பேர் அதிலிருந்து குதித்து இறங்கினார்கள். வந்து பிரகீத்துக்குக் கைவிலங்கு பூட்டினார்கள். கண்ணைக் கட்டி னார்கள். வேனில் ஏற்றி கீழே படுக்கச் சொன்னார்கள். ‘ரயிலில் உன் பக்கத்தில் உட்கார்ந்திருந்தது யார்?’ என்று கேட்டார்கள்.

‘நான் பஸ்ஸில் அல்லவா வந்தேன்... எந்த ரயிலைக் கேட்கிறீர்கள்?’

‘யார் அந்த ஆள்?’

‘என்ன பேசுகிறீர்கள் என்றே புரியவில்லை.’

கொஞ்ச நேரம் அமைதி.

‘சட்டைப் பையில் சில மருந்துகள் இருக்கின்றன, எடுத்துத் தருகிறீர் களா, நான் சாப்பிட வேண்டும்.’

‘மருந்துதானே... எங்க பாஸைப் பாரு, கொடுப்பார்.’

வேன் அத்துவானத்தில் இருந்த ஒரு கட்டடத்தின் முன்னால் நின்றது. பிரகீத்தை ஒரு அறைக்குள் தள்ளினார்கள். தரையிலிருந்து கூரைவரை போயிருந்த ஒரு தூணில் கைவிலங்கோடு கட்டினார்கள். விளக்கு மிகப் பிரகாசமாகவும் சூடாகவும் இருந்தது.

ராத்திரி முழுவதும் அதே ரயில், ரயிலில் யார் கேள்விகள். கார்ட்டூன்கள் பற்றியோ எழுதிய கட்டுரைகள் பற்றியோ ஏதும்

கேட்கவில்லை. பிரகீத்துக்குக் குழப்பம் அதிகரித்துக்கொண்டே போயிற்று.

காலையில் பாஸ் என்று சொல்லப்பட்ட மனிதர் வந்தார். ஆழமான, ஆளுமையான குரல். 'நாங்கள் ஏதோ தப்பு பண்ணியிருக்கிறோம் என்று தோன்றுகிறது. உங்களைத் திரும்பக்கொண்டுவிடச் சொல்லி அவர்களிடம் சொல்கிறேன். இதையெல்லாம் யாரிடமும் சொல்ல வேண்டாம்.'

இதைக் கேட்ட பிரகீத்துக்குக் கடுப்பாக இருந்தது. 'தப்புப் பண்ணி விட்டார்களா... என்னுடைய ஐடி அவர்களிடம்தானே இருக்கிறது... எப்படித் தப்புப் பண்ண முடியும்?'

இப்போது வேறொரு ஆள் குறுக்கிட்டான். அவன் குரல் முரட்டுத் தனமாய் இருந்தது.

'உனக்கு வாய் ஜாஸ்தி. என்ன பேசறோம்ன்னு கவனிச்சிப் பேசு.'

ஒருவன் கண்கட்டை அவிழ்த்துவிட்டு பாத்ரூமைக் காட்டினான். முகத்தைக் கழுவிக்கொண்டு கிளம்பினார். மீண்டும் கண் கட்டப்பட்டது, கைவிலங்கும் பூட்டப்பட்டது. கண் அவிழ்த்திருக்கும்போது ரத்தக் கறை படிந்த சட்டைகள் தரையில் விழுந்து கிடப்பதைப் பார்த்திருக்கிறார். வேனில் ஏற்றி ஏறின இடத்தில் இல்லாமல் அங்கிருந்து நன்றாகத் தள்ளி இருக்கிற ஓர் இடத்தில் இறக்கிவிட்டுப் போய்விட்டார்கள். உடைமை களை எல்லாம் கையில் கொட்டிவிட்டுப் போய்விட்டார்கள். காலணி களைத் தரவில்லை. அருகிலிருந்த கடையில் ஒரு பிளாஸ்டிக் பை வாங்கி எல்லாவற்றையும் போட்டுக்கொண்டு வந்திருக்கிறார்.

'போலிஸில் புகார் செய்தாரா?' என்று கேட்டேன்.

'முதலில் புகார் செய்ய அவருக்கு விருப்பமில்லை. ஆனால் நண்பர்கள் எல்லோரும் வற்புறுத்தியதன் பேரில் புகார் செய்தார். ஆனால் எந்தப் பிரயோஜனமும் இல்லை.'

இந்த சம்பவத்துக்குப் பிறகு அர்ஜுன், பிரகீத்திடம், 'நீ உன்னுடைய வேலையைத் தொடர்ந்துகொண்டிருந்தாய் என்றால் உன்னைக் கொன்று விடுவார்கள்' என்று எச்சரித்திருக்கிறார்.

'இல்லை, நீ கவலைப்படாதே. நான் தெளிவாய் இருக்கிறேன். என்னைப் பார்த்துக் கொள்வது எப்படி என்பது தெரியும்' என்று அதற்கு பிரகீத் பதில் சொன்னார்.

'இந்த சம்பவத்துக்குப் பிறகு அதிக கவனமாக இருந்தாரா?' என்று கேட்டேன்.

'இல்லை. அவர் இதைப் பொருட்படுத்தவே இல்லை என்றுதான் தோன்றுகிறது. 'இந்த மனிதர்கள் உன்னைக் கடத்துகிறார்கள் என்பதும் முகத்தை மறைத்தபடி அதைச் செய்கிறார்கள் என்பதும் யாருக்கு வலிமை அதிகம் என்பதைக் காட்டவில்லையா... யார் பயப்படு கிறார்கள் என்பது புரியவில்லையா?' என்பது அவருடைய எதிர்வினை.

அப்படி இதை எடுத்துக்கொள்ளக்கூடாது. இதை ஓர் எச்சரிக்கை யாகத்தான் கொள்ளவேண்டும் என்று சொன்னேன். அதற்கும் அவர், 'நான் என்ன செய்யவேண்டும் என்று நினைக்கிறேனோ அதைச் செய்தாகவேண்டும். நான் எதைச் செய்ய நினைக்கிறேனோ அது சரியானதுதான்' என்று பதில் சொன்னார்.

7

பிரகீத்துக்கு நிகழ்ந்தது பல பத்திரிகையாளர்களுக்கும் நிகழ்ந்தது. அச்சுறுத்தல்களும் அடி உதையும் கொண்டு அவர்களின் வாழ்வைச் சிதைத்தது அரசாங்கம்.

வீட்டுக்குள்ளிருந்து வெளியே வரும் போதெல்லாம் ஹெல்மட் அணிந்த ஒரு மோட்டார் சைக்கிள்காரன் தனக்காகக் காத்திருப்பதைக் காண்பேன் என்று இன்னொரு பத்திரிகையாளர் சொன்னார். எங்கே போனாலும் தொடர்வான். தயக்கமோ ஒளிவு மறைவோ கிடையாது. 'முதல் தரம் பயமாக இருந்தது. மெல்ல மெல்லப் பழகி சாதாரணமாகி நிழலாக நினைக்கும் அளவுக்கு ஆகிப் போனேன்.'

இன்னொரு பத்திரிகையாளர் இரண்டு தரம் கடத்தப்பட்டு விடுவிக்கப் பட்டார். கம்ப்யூட்டரின் ஹார்ட் டிஸ்கை ஒப்படைக்குமாறு தொலை பேசி அழைப்பு வந்ததும் ஊரிலிருந்து காணாமல் போனார். சுமார் ஒரு வருஷ காலத்துக்கு கிராமப்புறங்களிலும், புத்தர் கோயில்களிலும், நண்பர்கள் வீடுகளிலுமாகச் சுற்றித் திரிந்தார். இத்தனை காலம் கழித்து கொழும்பு திரும்பியபோது, அந்த இரவில் கையில் துப்பாக்கியுடன் பெரிய வாட்டர் டேங்க் அருகில் ஒருவன் ஒளிந்திருந்தான்.

செய்வதறியாது பதற்றமாய் வீட்டுக்குள் நுழைந்து கதவைத் தாழிட்ட வர், போலிஸுக்கு ஃபோன் செய்தார். கொஞ்ச நேரத்தில் அந்த துப்பாக்கி மனிதனின் மொபைல் அடித்தது. எடுத்துப் பேசினான். உடனே அங்கிருந்து நகர்ந்தான். பதினைந்து நிமிடங்கள் ஆகியிருக்கும். ஒரு வெள்ளை வேன் மெல்லத் தெருவில் தேடும் பாவனையில் வந்தது. அந்தப் பத்திரிகையாளர் தாமதமின்றி இலங்கையை விட்டு வெளியேறி விட்டார்.

நியூயார்க்கில் போத்தல ஜெயந்தா என்கிற பத்திரிகையாளரைச் சந்தித்தேன். இலங்கையிலிருந்து வந்து அடைக்கலம் புகுந்தவர். 2009,

ஜூன் மாதம் ஆறு பேர் அடங்கிய குழு ஒன்று வெள்ளை வேனில் வந்து இறங்கியது. இவரது கைகளைப் பின்னால் கட்டி, கண்களைக் கட்டி முடியையும், தாடியையும் வெட்டி வாயில் திணித்தது. அடுத்த படியாக ஒரு கட்டையை வைத்து கணுக்காலை அடித்து உடைத்தார்கள். காலை நடக்குமாறு செய்வதற்கு இரண்டு பிளேட்டுகளும் ஆறு போல்ட்டுகளும் போட வேண்டியிருந்தன. இவ்வளவையும் செய்தவர்கள் ஏதும் பேசவில்லை. ஒன்றே ஒன்று மட்டும் சொன்னார்கள், 'அரசாங்கத்தை எதிர்த்து எழுதாதே. எழுதினால் சுட்டுக் கொல்லப்படுவாய்.'

'அதற்கு முன்னால் உங்களை எச்சரித்திருந்தார்களா?' என்று கேட்டேன்.

'ஓ.. எச்சரித்தார்களே' என்றார் சிரித்தபடி. தொடர்ந்து சொன்னார்,

'பல தடவை எச்சரித்தார்கள். ஒரு தரம், லசந்தா விக்ரமதுங்கேயின் அடக்கத்தின்போது நடந்தது. நானும் வேறு இரண்டு நண்பர்களும் அடக்கம் முடிந்து கிளம்பிக்கொண்டிருந்தோம். சாலையோரம் நின்று பேசிக்கொண்டிருந்தபோது மூவரின் அலைபேசிகளும் ஒரே சமயம் ஒலித்தன. எல்லாருக்கும் ஒரே எஸ்.எம்.எஸ். 'நீங்கள் இப்போது செய்துகொண்டிருக்கும் காரியத்தைத் தொடர்ந்து செய்வீர்களானால், உங்கள் சவ அடக்கத்துக்கும் மெழுகுவர்த்தி ஏற்றி வைக்க வேண்டியிருக்கும்.' ஒருவேளை இந்த அச்சுறுத்தல் நினைத்த அளவுக்கு பயத்தை உண்டு பண்ணாவிட்டால் மூவருக்கும் ஒரே சமயத்தில் சொன்னது அச்சத்தை உண்டாக்கட்டும் என்பதுபோல இருந்தது அந்தச் செயல். எவ்வளவு கூர்ந்து உங்களை கவனிக்கிறோம் பாருங்கள். எங்கள் மூச்சுக் காற்று உங்கள் பிடறியில் படும் அளவு நெருக்கத்தில் தொடர்கிறோம் என்கிற செய்தி அதில் இருந்தது.

பிரகீத் இறுதியாகக் கடத்தப்பட்ட சம்பவம் குறித்துப் பேசுவதில் சந்தியாவுக்குத் தயக்கம் இருந்தது. அவரை வலியுறுத்துவதில் எனக்கும் சம்மதம் இல்லை. என் தோழி சுபா உதவிக்குவந்தார். 'பிரகீத் காணாமல் போன விஷயம் குறித்துப் பேச இந்த வார இறுதியில் நாங்கள் வரலாமா?' என்று கேட்டார்.

சந்தியா ஒரு பலவீனமான தலையாட்டலில் இதற்கு பதில் சொன்னார்.

சந்தியாவைச் சந்திக்க இருந்த குறுகிய கால அவகாசத்தில் பிரகீத் காணாமல் போனது குறித்த விவரம் ஒன்றைக் கேள்விப்பட்டோம். குற்றப் புலனாய்வுத் துறையின் பிடியில் விசாரணையில் இருந்த ஒரு கூலிக் கொலைகாரன் வாக்குமூலம் கொடுத்திருந்தான். அதன்படி, அரசியல்வாதி ஒருவர் சொன்னதற்கிணங்க பிரகீத்தின் உடலை

கொழும்புவுக்கு வடக்கே கடலில் போட்டதாக அவன் ஒப்புதல் தந்திருந்தான். ஆனால் இந்தத் தகவல் குற்றப் பிரிவிலிருந்து செய்தி யாளர்களிடம் எப்படி வந்து சேர்ந்தது என்பது யாருக்கும் தெரிய வில்லை. இந்தச் 'செய்தி'யின் படி அவன் மேலும் சொன்னதாகக் கூறப்படுவது: 'உத்திரவுகள் அவனுக்கு 'தலைவர்' கோத்தபய ராஜபக்சேவிடமிருந்து வந்தன. பிரகீத்போலவே இன்னும் பலரது உடல்களும் கிரானைட் பலகைகளில் அடைக்கப்பட்டு, சாக்கு மூட்டையாய்க் கட்டப்பட்டு கடலில் போடப்பட்டுள்ளன.'

அடுத்த நாளே நானும் சுபாவும் சந்தியாவைச் சந்திக்கப் போனோம்.

சந்தியாவின் வீட்டில் பிரகீத்தின் பெரிய படம் ஒன்று வைக்கப்பட்டு '200 நாட்கள்... இதுவரை ஏதும் தெரியவில்லை' என்று எழுதப் பட்டிருந்தது. பிரகீத்துக்காகப் பிரார்த்தித்தும், சந்தியாவின் நலன் விரும்பியும் நிறைய வாழ்த்து அட்டைகள்.

சுபாவும், சந்தியாவும் சிங்களத்தில் தாழ்ந்த குரலில் உரையாடினார்கள். பிறகு சுபா என் பக்கம் திரும்பி, 'பிரகீத் குறித்து ஏதும் இனி பேச அவர் விரும்பவில்லை' என்றார்.

'ஏன்... என்ன ஆயிற்று?' என்றேன்.

மீண்டும் அவர்கள் இருவரும் உரையாடினார்கள்.

'பிரகீத்தைக் கண்டுபிடிக்கும் முயற்சிக்கு இது எந்தவிதத்தில் உபயோக மாக இருக்கும் என்று தெரியவில்லை என்கிறார். பத்திரிகையாளர் களிடம் பேசச் சொன்னேன். ஆனால் அவர்கள் தரும் தகவலை இவர் நம்புவதாய் இல்லை. ரொம்பவும் விரக்தியாக இருக்கிறார். குழந்தைக்கு உடல்நிலை சரியாக இல்லை, பணக் கஷ்டம் வேறு.'

'வேறொரு நாள் வரலாமா என்று கேளுங்கள்.'

இதற்கு நேராக சந்தியாவே 'ஆகட்டும், ஆகட்டும்.. நன்றி' என்றார்.

இதன் பின்னர், ரொமேஷ் டி சில்வாவின் சகாக்களிடமிருந்து தெரிந்து கொண்ட விஷயங்களை ஒப்பிட்டு நடந்தது என்னவென்று ஓரளவு ஊகிக்க முடிந்தது. ஏனெனில் அவர்கள் தகவல்களை மறதியும் மழுப்பலுமாகப் போன நூற்றாண்டு நடந்த சம்பவத்தைச் சொல்வது போலச் சொன்னார்கள்.

2010, ஜனவரி 24 ம் தேதி பிரகீத்தும் வேறு சில பத்திரிகையாளர்களும் லங்க்கா இ-நியூஸ் என்ற வலைப் பக்கத்தின் ஆசிரியரின் வீட்டில் சந்தித்தார்கள் (அவர்களின் பாதுகாப்பைக் கருதி மற்றவர்களின் பெயர்களைக் குறிப்பிடவில்லை என்று ரொமேஷின் தோழர்கள்

சொன்னார்கள்). கொஞ்சம் மது அருந்தினார்கள். ஆனால் பிரகீத் மது அருந்தவில்லை. இரவு எட்டு அல்லது எட்டரைக்கே கிளம்பி விட்டார். வேறொரு இடத்தில் நண்பர் ஒருவரைச் சந்திக்க வேண்டும் என்று அவர் சொன்னதாகவோ வீட்டுக்குப் போக வேண்டும் என்று சொன்னதாகவோ அவர்களுக்கு நினைவு.

'எப்படிப் போகிறீர்கள்?' என்று யாரோ கேட்டிருக்கிறார்கள்.

அதிபர் தேர்தலுக்கு இன்னும் நாற்பத்தெட்டு மணி நேரங்களே இருந்த நிலையில் பத்திரிகையாளர்கள் யாரும் தனியாக எங்கும் போவதைத் தவிர்த்தார்கள். பிரகீத்கூட எங்கே போனாலும் யாரோ தொடர்வது போன்ற உணர்வை அடையத் தொடங்கியிருந்தார்.

'கவலைப்படாதீங்க. கவனமா இருப்பேன்' என்றார் பிரகீத். யாரோ அழைத்துப் போனார்கள்.

பிரகீத் கிளம்பிய பிறகு சுமார் ஒரு மணி நேரம் அவர்கள் மது அருந்து வது தொடர்ந்திருக்கிறது. யாராவது ஒரு எதிர்க் கட்சி அரசியல்வாதி யோடு கடைசி ரவுண்ட் சாப்பிடுவது கேளிக்கையாக இருக்கும் என்று எண்ணிக் கிளம்பினார்கள். அந்த இரவில் அவர்கள் ஆட்டோ பிடித்த போது அந்த ஆட்டோ டிரைவர், 'ஒரு வெள்ளை வேன் நம்மை தொடர்வது தெரிகிறதா?' என்று கேட்டிருக்கிறார். அவர்களுக்குத் தெரியவில்லை. போய்த் தூங்கிவிட்டார்கள். அடுத்த நாள் காலை எழுந்தபோது பிரகீத்தைக் காணவில்லை என்கிற செய்தி தெரிந்தது.

பிரகீத் கிளம்பிய சில நிமிஷங்களில் வேறொரு நண்பர் அவருடைய அலைபேசிக்குப் பேசியிருக்கிறார். 'கொஸ்வட்டா போய்க்கொண் டிருக்கிறேன்' என்று சொல்லியிருக்கிறார். சுற்றுப்புறத்தில் கேட்ட சப்தங்களிலிருந்து அவர் ஒரு வண்டியில் பயணம் செய்துகொண்டிருந்த தாகத் தெரிந்தது. கொஸ்வட்டா அவர் வீட்டுக்கு அருகில் இருந்த இடம் அல்ல. ஆகவே அவர் வீட்டுக்குப் போய்க்கொண்டிருக்கவில்லை. 'அவருடைய குரல் சாதாரணமாகவே ஒலித்தது. ஆகவே அவருடன்கூட இருந்தவர் நம்பிக்கைக்குரியவராகத்தான் இருந்திருக்க வேண்டும். இந்த மாதிரி சந்தர்ப்பங்களில் யாரையும் நம்ப முடியாது என்றாலும், சாதாரணமாகப் பேசச் சொல்லி நிர்ப்பந்தம் செய்யப்படும் வாய்ப்பு உண்டு என்பது நிஜமானாலும், குரல் சாதாரணமாகவே ஒலித்தது.

ஆனால் ஃபோனை வைக்கும்போது பிரகீத், 'ஆனால் இது சரியான வழி இல்லையே' என்று சொன்னது கேட்டிருக்கிறது.

பிரகீத் முதல்முறை கடத்தப்பட்டதிலிருந்து சந்தியாவும் அவரும் ஒரு வழக்கத்தைக் கைக்கொண்டிருந்தார்கள். தினமும் இரவு மிகச் சரியாக

| 191 |

ஒன்பது மணிக்கு சந்தியா அவரது அலைபேசிக்கு அழைப்பார். அதன்
பிறகு அரை மணிக்கு ஒரு தரமோ ஒரு மணிக்கு ஒரு தரமோ மீண்டும்
மீண்டும் அழைத்த வண்ணம் இருப்பார். குறிப்பிட்ட தினத்தன்று
நண்பருடன் பிரகீத் பேசிய மேற்சொன்ன அழைப்பைத் தொடர்ந்து
சந்தியா அழைத்திருக்கிறார். பதிலில்லை. மீண்டும் மீண்டும்
முயன்றிருக்கிறார். கொஞ்ச நேரத்தில் ஸ்விட்ச் ஆஃப் ஆனதாக
அறிவிப்பு வரத் தொடங்கிவிட்டது.

மறு நாள் காலை முதல் வேலையாக காவல் நிலையத்துக்குப் புகார்
தருவதற்காகச் சென்றார் சந்தியா. அங்கே இருந்த அதிகாரி புகாரை
ஏற்கவில்லை. சந்தியா பொய் சொல்வதாகவும், அவசரப்பட்டு ஓவர்
ரியாக்ட் செய்வதாயும் கோபப்பட்டார். அவரைச் சமாதானப்படுத்தி
புகாரைத் தரவே ஒன்றரை மணி நேரமாயிற்று. அந்நேரம் பிரகீத்
தொலைந்து போய் பனிரெண்டு மணி நேரங்கள் ஆகியிருந்தன.

சந்தியாவின் இருண்ட வாழ்க்கையின் முதல் பனிரெண்டு மணி
நேரங்கள் அவை.

8

போர் முடிந்து பல மாதங்கள் ஆகியும் இலங்கையின் வட கிழக்குப் பகுதி, மக்களால் எட்ட முடியாத பகுதியாகவே இன்னமும் இருந்தது.

கண்ணிவெடிகள் அகற்றப்பட வேண்டியிருந்தது. புல்லட் குப்பைகள், வெடிகுண்டுக் குப்பைகள் மட்டுமின்றி மனிதக் குப்பைகளும் நீக்கப்பட வேண்டியிருந்தது. மெல்ல மெல்ல இப்போதுதான் வன்னி யின் ஒரு பகுதியை அரசாங்கம் விடுவித்திருக்கிறது. கிளிநொச்சி யிலிருந்து கிழக்காக முல்லைத்தீவு, புதுக் குடியிருப்பு, வட்டுவாகல் ஆகிய இடங்களுக்குப் போகும் அந்தப் பகுதிக்குள் அனுமதியுடன் பிரவேசிக்க வேண்டியிருந்தது. டிராவல் ஏஜண்ட் ஒன்றில் அங்கே நான் போக விரும்புவதாய்த் தெரிவித்தபோது,

'உங்களால் முடியாது. சிரமம்' என்றார்.

'நான் ஒரு இலங்கைக்காரன் இல்லை என்பதாலா?'

'அது மட்டுமில்லை, உங்கள் தமிழ்ப் பெயரும் நீங்கள் ஒரு பத்திரிகை யாளர் என்பதும் கூடக் காரணம்.'

வவுனியாவைச் சேர்ந்த தமிழ்ப் பாதிரியார் ஒருவரை அழைத்துக் கொண்டு என்னுடன் புறப்பட்ட ரொமேஷ், 'இவர் நமக்கு உபரி பாஸ்போர்ட்போல' என்று சிரித்தார்.

'ராணுவக்காரர்கள் இவருடைய வெள்ளை உடையைப் பார்த்ததும் அனுமதித்து விடுவார்கள்' என்று அவர் தொடர்ந்து சொன்னபோது அதை ஆமோதித்து தாடியை நீவிச்சிரித்தார் ஃபாதர் பாண்டியன் (நிஜப் பேர் அல்ல).

நாங்கள் ஓமந்தையைக் கடந்த தினம் சற்று பிரச்னையான தினம். பிரபாகரனின் பிறந்தநாளைத் தொடர்ந்து கொண்டாடப்படும் வீரர்கள்

தினத்துக்கு மறுநாள். ராணுவ கெடுபிடிகள் அதிகமாய் இருக்கும் நாட்கள் அவை. இந்த நாளைக் கொண்டாடும் எந்த ஒரு சிறு முயற்சியும் ஒடுக்கப்படும். குழந்தைகள்கூட ஒன்றாகச் சேர முடியாது. இச்சமயம் வரும் கார்த்திகைப் பண்டிகைக்கு விளக்குக்கூட ஏற்ற முடியாது. சர்ச்சில் நடக்கும் வழிபாட்டுக் கூட்டத்துக்குக்கூட ஏழெட்டு பேர்களே வந்ததார்கள் எனத் தன் சக போதகர் சொன்னதாக ஃபாதர் சொன்னார்.

ஒவ்வொரு தரமும் ராணுவத்தினர் நிறுத்தும்போது முன்சீட்டில் இருந்த ஃபாதரைப் பார்த்து கொஞ்சம் திருப்தி அடைவார்கள். நடு சீட்டில் இருந்த என்னையும், ரொமேஷையும் பார்க்கும்போது ரொமேஷ் சிங்களத்தில் கனிவான குரலில் பேச, நாங்கள் அனுமதிக்கப்படுவோம்.

மழை பெய்திருந்ததால் முல்லைத் தீவில் சாலையின் இருபுறமும் ஏரிபோல நீர் தேங்கியிருந்தது. நிறைய நீர்ப்பறவைகள். அதை விட்டால் ஏராளமான இடிந்த கட்டடங்கள். சாலைகள் எல்லாம் கொழகொழப்பான மண் சாலைகளாகவோ வெறும் ஜல்லிகள் போட்டவையாகவோ இருந்தன. இப்படியான சிதிலத்துக்கும், அமானுஷ்ய அமைதிக்கும் இடையே வெள்ளைச் சீருடையும் தலையில் சிவப்பு ரிப்பனும் அணிந்த மூன்று மாணவிகள் சைக்கிளில் சப்தமாகச் சிரித்தபடிப் போனது ரம்மியமாக இருந்தது.

ராணுவம் முள்ளிவாய்க்கால் மீது குண்டு வீசிய வட்டுவாஹலுக்குப் போனோம். இங்கிருந்துதான் ஆயிரக்கணக்கான அகதிகளை ராணுவம் அழைத்துப் போனது. இந்தப் பகுதியில் பத்துப் பனிரெண்டு ராணுவத்தினர் ரோந்தில் இருந்தார்கள். சில மீனவர்கள் மீன் பிடிக்க அனுமதிக்கப்பட்டிருந்தார்கள்.

'இங்கிருந்து முள்ளிவாய்க்கால்வரை நடந்து போகலாமா?' என்று வெகுளியாக ஒரு ராணுவ வீரனிடம் ரொமேஷ் கேட்டார்.

'முடியாது' என்றார் அன்பாக. தொடர்ந்து 'அங்கே இன்னமும் கண்ணி வெடிகள் இருக்கலாம். ஆகவே பாதுகாப்புக் கருதி யாரையும் அனுமதிப்பதில்லை' என்றார்.

'இரண்டு சதுர மைல் பரப்பை இன்னமுமா சுத்தம் செய்கிறார்கள்... அதற்கு இரண்டரை ஆண்டுகளா... எதை மறைக்க விரும்புகிறார்கள்?' என்று ரொமேஷ் பிரிதொரு சந்தர்ப்பத்தில் கேட்டார்.

'எதிர்ப்புறத்திலிருந்தாவது – சுற்றிக்கொண்டு போய் வரலாமா?' என்று கேட்டதற்கும் மறுத்துவிட்டார்.

எப்படியோ, வேகமாய் ஒரு பார்வை பார்க்க ரொமேஷ் அனுமதி பெற்றுவிட்டார். அப்படி உள்ளே போகும்போது ஒரு மீனவரிடம் பேச்சுக் கொடுத்துப் பார்த்தோம்.

'என்ன மீன் இது?'

'ஜப்பான் மீன் என்று சொல்வோம்.'

'எந்த ஊர் உங்களுக்கு?'

'முள்ளிவாய்க்கால்.'

'போருக்குப் பிறகு உங்க ஊருக்குப் போக அனுமதி கிடைத்ததா?'

'இல்லை. கண்ணி வெடிகளை எல்லாம் சுத்தம் பண்ணிக்கொண் டிருப்பதாகச் சொல்கிறார்கள்.'

'எவ்வளவு தூரம்வரை போகலாம்?'

'அதோ' என்று அவர் சுட்டிக் காட்டிய இடத்தில் தகரக் கொட்டகை யுடன் அமைந்த ஒரு சிறிய சிற்றுண்டிச் சாலை. ராணுவத்தினருக்காக அமைக்கப்பட்டதாக இருக்கலாம்.

அதுவரை நடந்தோம். அங்கே யாருமே இல்லை. அங்கே ஒரு அறிவிப்புப் பலகை அமைக்கப்பட்டிருந்தது. போரின்போது ராணுவம் மேற்கொண்ட 'மனிதாபிமான' நடவடிக்கை குறித்து ஆங்கிலத்திலும், சிங்களத்திலும் எழுதப்பட்டிருந்தது. தமிழில் எழுதவில்லை.

இலங்கை ராணுவம் அப்பாவி மக்களைக் கொல்கிறது என்னும் அவப் பெயரை உண்டாக்குவதற்காக இரக்கமற்ற பயங்கர வாதிகள் அப்பாவி மக்களைக் கேடயமாகப் பயன்படுத்தி னார்கள். இருந்தாலும் உன்னதமான தலைமையினாலும், தெளிவான திட்டமிடுதலாலும் இந்தப் பகுதியில் இருந்த பயங்கரவாதிகளை அப்பாவி மக்களுக்கு பாதகம் ஏற்படா வண்ணம் ராணுவத்தால் பிரிக்க முடிந்தது. சுமார் ஒரு லட்சம் அப்பாவி மக்களை பயங்கரவாதிகளின் பிடியிலிருந்து காப்பாற்றிய இந்தச் செயல் தீவிரவாத ஒடுக்கத்தில் உலக சாதனையாகும். ஆனாலும் இப்படிக் காப்பாற்ற விடாமல் துப்பாக்கி முனையில் பயங்கரவாதிகளால் அவர்கள் அச்சுறுத்தப் பட்டார்கள்.

இன்னும் சற்று நடந்து ஒரு சின்ன பலகாரக் கடைக்குப் போனோம். அதன் உரிமையாளர் உதயகுமாரை ரொமேஷுக்குத் தெரியும்.

2004 ஆம் ஆண்டு வந்த சுனாமியில் அவரது கடை அழிவுற்று மீண்டும் தொடங்கி நடத்தி வந்தார். இறுதிக் கட்டத்தில் இலங்கை ராணுவமும்

புலிகளும் நடத்திக்கொண்ட தாக்குதலில் குண்டு வெடிப்பில் கையை இழந்தவர். 2008 ஆம் ஆண்டின் இறுதியில் உதயகுமாரின் மகனை புலிகள் வலுக்கட்டாயமாகத் தங்கள் இயக்கத்தில் சேர்த்துக் கொள்ள அழைத்துப் போய்விட்டார்கள். ராணுவத்திடம் சரணடைந்த உதய குமாரையும் அவரது மனைவியையும் மறுவாழ்வு மையத்தில் வைத் திருந்து விடுவித்தார்கள். ஆனால் புலிகள் இயக்கத்தில் இருந்தவன் என்பதால் மகனை விடுவிக்கவில்லை. காவல் முகாமில் இருப்பதாக அதிகாரிகள் சொல்கிறார்களாம்.

அடுத்ததாக நந்திக்கடல் வழியாக புதுக் குடியிருப்பு பகுதிக்கு வந்தோம். இப்பகுதி புலிகளின் வசம் இருந்தபோது மிகுந்த நம்பிக்கை யுடன் அவர்கள் தேக்கு மரங்கள் பயிர் செய்திருந்தார்கள். அவை எல்லாமும் இப்போது ராணுவப் பகுதிகளாய் ஆகியிருந்தன. புதுக் குடியிருப்புக்குள் போக கடுமையான நிபந்தனைகள். ரொமேஷ் சென்று சிங்களத்தில் பேசியதால் எங்களுக்கு அனுமதி கிடைத்தது. எங்களுக்குப் பின்னாலிருந்த வேனில் தமிழ்க் குரல்கள் கேட்டதால் அனுமதி மறுக்கப்பட்டது.

700 குடும்பங்கள் மட்டுமே வசித்து வந்த அந்தப் பகுதியில், புலிகளும், இலங்கை ராணுவமும் சுமார் மூன்றரை லட்சம் பேரை ஒதுக்கி வைத் திருந்தார்கள்! ஊரில் இருந்த எல்லாக் கட்டடங்களும் இடிந்து சிதில மாகியிருந்தன. மீதமிருந்த அற்ப சொற்ப சுவர்களில் குண்டு துளைத்த தடங்கள். ஆங்காங்கே மண்டை ஓடும் எலும்புத் துண்டும் வரைந்து கண்ணி வெடிகளுக்கான எச்சரிக்கைகள்.

ஒரு சிறிய ஏரியைச் சுற்றிப் போர் பொருட்காட்சி அமைக்கப்பட்டிருந்தது. வட கிழக்குப் பகுதி எவ்வாறு கைப்பற்றப்பட்டது என்பதை 38 சுவரொட்டிகள் விளக்கின. எழுதப்பட்டிருந்த எல்லா எழுத்துக்களும் சிங்களத்தில் இருந்தன. தமிழர்களுக்கு அமைதியைப் பெற்றுத் தந்ததாய்ச் சொல்லும் போரின் நினைவுகள் தமிழர்களுடன் பகிரும் விதத்தில் அமைக்கப்படவில்லை. குறைந்தபட்சம் ஒருங்கிணைந்த இலங்கையை விரும்பும் தமிழனால் இதை ஏற்க முடியுமா?

சற்றுத் தள்ளி ஆயுதங்களின் காட்சி இருந்தது. எந்திரத் துப்பாக்கிகள், ஏவுகணைகள் ஏவும் மேடைகள், டேங்குகளை வீழ்த்தும் பீரங்கிகள், இவற்றில் பயன்படும் வெடிமருந்துகள் என்று வரிசையாய் அடுக்கப் பட்டிருந்தன. எல்லாமே புலிகளிடமிருந்து கைப்பற்றியவை. ஒவ்வொரு ஆயுதமும் புலிகளின் புத்திசாலித்தனத்தை, மேம்படுத்தும் திறமையை, சிறியதை பிரம்மாண்டமாக்கும் வித்தையைப் பறைசாற்றின.

தனிமையில் போரடித்துப் போயிருந்த ஒரு ராணுவ வீரன் மெல்ல அருகில் வந்து எங்களிடம் பேசத் தொடங்கினான். 'எல்லாமும்

அவர்களே தயாரித்தது. நம்ப முடிகிறதா?' என்று ஏறக்குறைய பாராட்டும் ஆச்சரியத்துடன் கேட்டான்.

'பிரமிப்பாக இருக்கிறது' என்றார் ஃபாதர்.

மேலும் ஏதேதோ சிங்களத்தில் பேசிக்கொண்டார்கள். ஒரே ஒரு தப்பு செய்தேன். ஃபாதரிடம் எதையோ குறிப்பிடும்போது தமிழில் இரண்டு வார்த்தை பேசிவிட்டேன். அந்த ராணுவக்காரனின் முகம் கறுத்தது. நகர்ந்துகொண்டான். வெளியேறும்போது நான் ஆங்கிலத்தில் நன்றி சொன்னதற்குக்கூட எந்த எதிர்வினையும் கிடைக்கவில்லை.

அங்கிருந்து வெளியேறி புழுதி படிந்த ஒரு பாதையில் நடந்து மரப் பாலம் ஒன்றை அடைந்தேன். அந்தப் பாலம் ஏரியின் மையத்துக்குப் போனது. அங்கே 2009 டிசம்பரில் அமைக்கப் பெற்ற ஒரு நினைவுச் சின்னம் இருந்தது. சதுரமான அடித்தளத்தில் சில பாறைகள் இணைந்து அதில் பித்தளையில் அமைந்த ஒரு ராணுவ வீரன். இடக்கையில் இலங்கைக் கொடி. வலக்கையில் ஒரு ஏகே-47 அதன் மேல் ஒரு வெண் புறா. ஆயுதம்கொண்டு வெல்லப்பட்ட அமைதி.

அந்த வீரனை தூரத்திலிருந்து, ஏரியின் கரையிலிருந்து பார்க்கும்போது வெற்றிக் களிப்பில் பிரகாசமாய் சிரித்தது போலிருந்தது. சற்று அருகில் போனபோது கண்களில் சந்தோஷமில்லை என்பதும், அவன் உதட்டில் இருந்தது சிரிப்பல்ல; வெற்றுச் சத்தம் என்பதும் தெரிந்தது.

•●•

நன்றியுரை

இந்தப் புத்தகம் எழுத எனக்கு உதவிய ஒவ்வொருவரையும் பெயர் குறிப்பிட்டு நன்றி சொல்லமுடியாத பரிதாபமான நிலை ஸ்ரீ லங்காவில் இன்று நிலவுகிறது. அங்கு அரசாங்கத்தை விமர்சிப்பது அபாயகரமான செயல். நான் பேசியவர்களில் நூற்றுக்கு மேற்பட்டவர்கள் தங்கள் அடையாளத்தை வெளிப்படுத்த வேண்டாம் என்று கேட்டுக்கொண் டார்கள். அல்லது தாங்கள் சொன்னதை முழுவதுமாக நீக்கிவிடும்படிக் கேட்டுக்கொண்டார்கள். பலர் எனக்கு இந்தப் புத்தகத்துக்கான தகவல்கள் சேகரிப்பதில் உதவினார்கள். தங்குவதற்கு வசதி செய்து கொடுத்தார்கள். நான் அவர்கள் பெயரையும் அவர்களுடைய பாதுகாப்பு கருதி குறிப்பிடாமல் விடுகிறேன். வேறு சிலருடைய பெயரை இந்தப் புத்தகத்தில் குறிப்பிட்டிருக்கிறேன். நேரம் ஒதுக்கிக் கொடுத்து பொறுமையாக என்னுடன் பேசிய அவர்களுக்கு என் நன்றியைத் தெரிவித்துக் கொள்கிறேன்.

ஸ்ரீலங்காவில் நான் தங்க இடம் கொடுத்த ஆயிஷா பெரைராவும் அவருடைய குடும்பமும் இல்லாவிட்டால் இந்தப் புத்தகம் எழுதப் பட்டிருக்கவே முடியாது. ஆயிஷாவின் தோழமையும் உற்சாகமும் எனக்குப் பெரிதும் உதவியாக இருந்தன. அவர் மூலமாகவே எனக்குப் பலரை நண்பர்களாக்கிக் கொள்ளவும் முடிந்தது. சஞ்சயன், டென்னி, சல்லி, தயன், திலங்கா, சுபா, பிரசாத், வெனூரி, திண்டு, கனிஷ்கா, ரவி ஆகியோருக்கு அவர்களுடைய இதமான விருந்தோம் பலுக்காகவும் தோழமைக்காகவும் நன்றிகள் பல.

எனக்கு ஆதரவாக இருந்து ஆலோசனைகள் வழங்கி உதவியதற்காக நஸ்ரீன், டொமினிக் சன்சோனி ஆகியோருக்கு மனமார்ந்த நன்றி. உணவளித்து இனிய நினைவுகளையும் தந்த திருச்செல்வம் அவர்களுக்கு நன்றி. சம்யுக்தா வர்மா, மாட்ரினா மாஸ்கரெனாஸ் ஆகியோருக்கு அவர்கள் தந்த உற்சாகத்துக்கு நன்றி. தங்கும் வசதி செய்து தந்த சௌம்யா பாலசுப்பிரமண்யா மற்றும் குமாரிக்கு நன்றி.

காமினி மகாதேவன், எம்.கண்ணன், எஸ்.சி.சந்திரஹாசன், கண்ணன் அருணாச்சலம், சுபா சிவகுமாரன், சுமதி சிவமோகன், மகேஷ்

பதீரத்னா, மேனகா பாலேந்திரன், தர்ஷன் அம்பலவாணர், கார்லோஸ் மேனா, காயத்ரி ஃபெர்னாண்டோ, ஆஸிஃப் ஹுஸேன், ஸ்ரீனிமாள் லக்துசிங்கே, அனுரா மனதுங்கா, பி.கே.பாலசந்திரன், அம்பிகா சத்குணநாதன், மிராக் ரஹீம், எஸ்.சிவகுருநாதன், மோர்கன் மேஸ், ஸ்டெஃபானி ஆனி கோல்ட்பெர்க், அகிலன் கதிர்காமர், சுனிலா கலாபத்தி, ஆண்டன் ஜெயனாதன், ஜெயந்தி சிவா, ராம் பாலசுப்பிரமணியம், பி.டி.கே. சால்டின், சுனில் விஜேஸ்ரீவர்த்தனே, நிர்மல் தேவாசிரி, இண்டி சமரஜீவா, ப்ரதீப் ஜெகன்னாதன், ஜெய்சங்கர் சிவஞானம், ஷேகன் கருணாதிலகா என இந்தியாவிலும் இலங்கையிலும் எனக்கு தகவல்கள் தந்தும் தொடர்புகொள்ள வேண்டியவர்களைக் கைக்காட்டியும்விட்ட பலருக்கும் நன்றி.

கனடா வாழ் மீனா நல்லிநாதன், நாமு பொன்னம்பலம், டேவிட் பூபாளபிள்ளை, பி.காசிநாதன், சேரன் ருத்ர மூர்த்தி, குமாரன் நடேசன், கனக மனோகரன், ஜார்ஜ் சக்ருஷேவ், ஆரணி முருகானந்தம் ஆகியோருக்கு நன்றி.

2013-இலையுதிர் காலத்தில் இரண்டு வாரங்கள் தங்க இடமளித்த ஓ.எம்.ஐ. இண்டர்நேஷனல் ஆர்ட்ஸ் செண்டருக்கு நன்றி. இந்தப் புத்தகத்துக்காக ஆராய்ச்சி மேற்கொள்ள அனுமதியும் விடுமுறையும் தந்த அபுதாபியில் இருக்கும் என் 'நேஷனல்' நிறுவனத்துக்கு நன்றி.

•●•